AF758933

ഗ്രീൻ ബുക്സ്

വേരുകളും ചിറകുകളും

പി.എൻ. ദാസ്

കൃതികൾ: *ഇരുളിലെ ജീവതാരകം, ബോധിവൃക്ഷത്തിന്റെ ഇലകൾ, ബുദ്ധൻ കത്തിയെരിയുന്നു, കരുണയിലേക്കുള്ള തീർത്ഥാടനം, ജീവിതഗാനം, പക്ഷിമാനസം, ഒരു തുള്ളി വെളിച്ചം, പ്രതീക്ഷാമുനമ്പ്, ജീവിതപുസ്തകത്തിൽനിന്ന്, സംസ്കാരത്തിന്റെ ആരോഗ്യവും ആരോഗ്യത്തിന്റെ സംസ്കാരവും.*

എഡിറ്റ് ചെയ്ത കൃതികൾ: *ആരോഗ്യത്തിന്റെ ഹരിതദർശനം, വൈദ്യവിമുക്തമായ സമൂഹം.*

മേൽവിലാസം: *'വിശ്രാന്തി', തലക്കുളത്തൂർ പി.ഒ.,*
കോഴിക്കോട് - 673 317
മൊബൈൽ: 9495453661

തത്ത്വചിന്ത

വേരുകളും ചിറകുകളും

പി.എൻ. ദാസ്

ഗ്രീൻ ബുക്സ്

green books private limited
gb building, civil lane road, ayyanthole,
thrissur- 680 003, kerala
ph: +91 487-2381066, 2381039
website: www.greenbooksindia.com
e-mail: info@greenbooksindia.com

(malayalam)
verukalum chirakukalum
(philosophy)
by
p.n. das

first published may 2011
reprinted may 2012

cover design : rajesh chalode

branches:
thrissur 0487-2422515
palakkad 0491-2546162
kannur 0497-2763038
thiruvananthapuram 9846670899

isbn : 978-93-80884-13-4

GBPL/363/2011/rp[1]

മുഖക്കുറി

ഒരേസമയം മുകളിലോട്ടും കീഴ്പോട്ടും സഞ്ചരിക്കുന്ന അരയാൽവേരുകളെപ്പോലെ നമ്മുടെ ബോധധാരയിലേക്ക് ആത്മസഞ്ചാരം നടത്തുന്നതാണ് ഈ പുസ്തകത്തിന്റെ പൊതുസ്വഭാവം.
ഏറ്റവും പ്രാചീനരായ ഋഷിമാർ മുതൽ ആധുനിക ചിന്തകർ വരെ ഈ ഗ്രന്ഥത്തിൽ സാന്നിദ്ധ്യമരുളുന്നു. ഈ കൃതിയുടെ അച്ചടക്കപൂർണമായ വായനാനുഭവം സമാനതകളില്ലാത്തതാണ്. ഓഷോയും കൃഷ്ണ മൂർത്തിയും രമണ മഹർഷിയും ഗാന്ധിജിയും എല്ലാം കടന്നുവരുന്നു. ചുരുക്കത്തിൽ ആത്മാനുഭവത്തിന്റെ ഒരു കൊച്ചുകടൽ. ഇറങ്ങിനോക്കുമ്പോഴാകട്ടെ അറ്റമില്ലാത്ത ആഴവും. നൂതനമായ ശൈലിയും സമഗ്രമായ ഉള്ളടക്കവും വൈവിധ്യപൂർണമായ വിഷയക്രമീകരണവുമാണ് ഈ പുസ്തകത്തെ ഏറ്റവും ശ്രദ്ധേയമാക്കുന്നത്. ഗ്രന്ഥകാരന്റെതന്നെ ഭാഷയിൽ നനവുള്ള മണ്ണും ഉയരങ്ങളിലെ ആകാശവും അന്വേഷിക്കുന്ന കൃതി.

കൃഷ്ണദാസ്
മാനേജിങ് എഡിറ്റർ

വേരുകളും ചിറകുകളും

പി.എൻ. ദാസ്

വേരുകൾക്ക് ആഴത്തിൽ പോകുവാൻ നനവുള്ള മണ്ണു വേണം. ചിറകുകൾക്ക് ഉയരത്തിൽ പറക്കുവാൻ ആകാശവും.

പ്രപഞ്ചത്തിന്റെ ആന്തരികസത്തയുമായി, അതിന്റെ പൃഥ്വീതത്ത്വവുമായി ബന്ധമില്ലാത്ത ഒരാൾക്ക് ഒരിക്കലും സന്തോഷമുണ്ടാകില്ല. അതുപോലെ വിശ്വത്തിന്റെ വിശാല വിഹായസ്സിൽ, അതിന്റെ അനന്തനീലിമയിൽ, അതിന്റെ ആകാശതത്ത്വവുമായി ബന്ധമില്ലാത്ത ഒരാൾക്ക് ജീവിതത്തിന്റെ ദിവ്യത ഒരിക്കലും അനുഭവിക്കാനാകില്ല.

ആധുനികകാലത്ത് മനുഷ്യന് വേരുകളില്ല; ചിറകുകളും.

നിത്യദുഃഖിയും വിഷാദിയും ക്രോധിയും നിഷ്ക്കരുണനുമായ മനുഷ്യന് നഷ്ടപ്പെട്ടുപോയ വേരുകളും ചിറകുകളും വീണ്ടെടുക്കാൻ സാധിക്കും എന്ന പ്രതീക്ഷ പകർന്നുതന്നത് ധ്യാനമായിരുന്നു. നല്ലൊരു ധ്യാനം കഴിയുമ്പോൾ കണ്ണുകൾക്ക് ഒരല്പം കൂടി വെളിച്ചം കിട്ടിയതായി, ചെവിയ്ക്ക് ഒരല്പംകൂടി ശ്രവണശേഷി കൂടിയതായി, മൂക്കിനു കുറച്ചുകൂടി ഘ്രാണശക്തി വർദ്ധിച്ചതായി തോന്നാറുണ്ട്. ബുദ്ധിയും മനസ്സും ഒരല്പംകൂടി തെളിഞ്ഞുവരുന്നതായി, ഉള്ളിലെ സംഘർഷങ്ങളുടെ കാർമേഘങ്ങൾ മാഞ്ഞുപോകുന്നതായി തോന്നാറുണ്ട്.

ഓരോ മനുഷ്യന്റെയും ഉള്ളിൽ ഒരല്പം കൂടി വിശാലത, ക്ഷമ, സഹനം, നന്ദി ഉണ്ടാവുമ്പോൾ അവർക്ക് ഭൂമിയിൽ ജീവിതവും ബന്ധങ്ങളും പാടെ മാറുന്നതായി അനുഭവപ്പെടാൻ തുടങ്ങുന്നു. അതുണ്ടായിക്കഴിഞ്ഞാൽ ഒരാൾ തന്റെ ചിന്തകൾക്കും ആശയങ്ങൾക്കും പ്രാധാന്യം കൊടുക്കുന്നതുപോലെത്തന്നെ തന്റെ

ഒപ്പമുള്ളവരുടെ ചിന്തകൾക്കും പ്രാധാന്യം കൊടുത്തുകൊണ്ട് രമ്യമായി ജീവിക്കുമ്പോൾ, ഭിന്ന ആശയങ്ങളും ചിന്തകളും ഉള്ളവർ തമ്മിൽ ലോകത്തിൽ ഇന്നു നിലനിന്നുവരുന്ന സംഘർഷം, ഹിംസാപരമായ പെരുമാറ്റം പ്രകടമായിത്തന്നെ അവസാനിക്കുന്നു.

യേശു ഭൂമിബന്ധിതനായ, ജീവിതത്തിന്റെ ആഴങ്ങളുമായി പ്രണയത്തിലായിരുന്ന, മനുഷ്യകുലത്തിന്റെ വേരുകൾവരെ പോയ ഒരാളായിരുന്നു. ബുദ്ധൻ, ആകാശത്തിന്റെ അനന്തതയിൽ, സ്വാതന്ത്ര്യത്തിൽ പറക്കാനുള്ള ചിറകുകളായിരുന്നു. ആധുനികകാലത്ത് മനുഷ്യകുലത്തിന് വേരുകളും ചിറകുകളും ഒരേ സമയത്ത് പകർന്നേകിയ ദാദാ ലേഖരാജ് അബു പർവ്വതത്തിലിരുന്ന് മനുഷ്യകുലത്തിനാകെ സ്വാസ്ഥ്യം പകരുന്ന ധ്യാനത്തിന്റെ പ്രായോഗികമായ അറിവ് പകർന്നുകൊടുത്തുകൊണ്ട് സമീപകാലത്ത് പ്രവർത്തിക്കുകയുണ്ടായി. അവിടെനിന്നു കിട്ടിയ എളിയ ഉൾക്കാഴ്ച ഉണ്ടായിരുന്നില്ലെങ്കിൽ ഈ കുറിപ്പുകൾ ഇതുപോലെ എഴുതാനാകുമായിരുന്നില്ല. അത്തരം ഒരു എളിയ വ്യക്തതയിൽ, പ്രഭാതത്തിലെ ധ്യാനം കഴിഞ്ഞ്, അതിന്റെ സ്വച്ഛതയിലിരുന്നാണ് ഈ കുറിപ്പുകൾ എഴുതിയത്. തുടർന്ന് 'ജീവിതഗാന'വും 'ഒരു തുള്ളി വെളിച്ച'വും എഴുതുകയുണ്ടായി.

വേരുകളും ചിറകുകളും വായിക്കുന്ന പ്രിയമുള്ള വായനക്കാരോട് ഒരപേക്ഷയുണ്ട്. ഇത് നിങ്ങൾക്ക് എങ്ങനെ അനുഭവപ്പെട്ടുവെന്ന്, ഇത് നിങ്ങൾക്കെന്തു തന്നുവെന്ന് ദയവായി ഒരു കത്തിടണം. അത് ഇത്തരം രചനകൾ തുടർന്നെഴുതാനുള്ള ഒരു വലിയ പ്രചോദനമാകും.

സസ്നേഹം

പി.എൻ. ദാസ്

ഉള്ളടക്കം

സ്നേഹത്തിന്റെ പൂ, കനി, വേര്

ദൈവം സ്വന്തമായി നടത്തുന്ന ഒരു കടയിൽ സാധനം വാങ്ങാൻ ഒരു സ്ത്രീ വന്നു. കടയുടെ മുൻവശത്തുതന്നെ ദൈവം ഇരിക്കുന്നുണ്ടായിരുന്നു. ദൈവം ചോദിച്ചു:

"മകളെ, നിനക്കെന്താണ് വേണ്ടത്?"

"എനിക്ക് ആരോഗ്യവും സൗന്ദര്യവും വേണം. പിന്നെ സമ്പത്തും സൗഭാഗ്യവും..."

ദൈവം ചിരിച്ചുകൊണ്ടു പറഞ്ഞു: "മകളെ, ഇതു നാലും നിനക്ക് വേണം. അല്ലേ? പക്ഷേ, ഇവ 'റെഡിമെയ്ഡാ'യി കിട്ടില്ല. പകരം ഇതെല്ലാം നേടാൻ ഉതകുന്ന ഒരു വിത്ത് നിനക്കു ഞാൻ തരാം. സ്നേഹം എന്നാണതിന്റെ പേര്. ഇതു നീ നിന്റെ ഹൃദയത്തിൽ പാകി, മൗനത്തിന്റെ ജലം പകർന്ന് വളർത്തണം. ഉണർന്നിരിക്കുന്ന ഒരു നിമിഷംപോലും ഇതിനെ മറക്കരുത്, ക്രമേണ ഉറക്കത്തിലും ഇതു നിന്റെ മനസ്സിലുണ്ടാകും. കോപത്തിന്റെ മിന്നൽ തട്ടിയാൽ, അശ്രദ്ധയുടെ കാറ്റടിച്ചാൽ, അസൂയയുടെ തീ പറ്റിയാൽ, അഹങ്കാരത്തിന്റെ വെയിലേറ്റാൽ ഈ വിത്ത് മുളയ്ക്കില്ല. അതുകൊണ്ട് ഇവയൊന്നും ബാധിക്കാതെ നീ ഈ ബീജം മുളപൊട്ടുന്നത്, അതിൽനിന്ന് ആദ്യത്തെ തളിരിലകൾ വരുന്നത്, ഇളംതണ്ടുകൾ പൊടിച്ചുവരുന്നത് ശ്രദ്ധയോടെ നോക്കിയിരിക്കണം. സ്നേഹത്തിന്റെ സസ്യം വേഗം വേഗം വളർന്നു വരാൻ സഹനത്തിന്റെ മണ്ണ് എപ്പോഴും അതിന്റെ ചുവട്ടിൽ ഉണ്ടാവണം. കരുണയുടെ നിലാവിൽ അത് വളരെ വേഗം വളർന്ന് പൂവിടും, കായ്ക്കും... സ്നേഹത്തിന്റെ ഇളംചെടി ഹൃദയത്തിനകത്ത് വേരോടാൻ തുടങ്ങുന്നതോടെ, മകളേ, നീ ആരോഗ്യവതിയാകും, സുന്ദരിയാകും, സമ്പന്നയാകും, സൗഭാഗ്യവതിയാകും..."

രണ്ട്

സ്നേഹം ഒന്നുമാത്രമാണ് ദൈവത്തോടടുത്തെത്തി നില്ക്കുന്ന ഒരേയൊരനുഭവം. എന്തെന്നാൽ സ്നേഹത്തിൽ ഏകമെന്നത്

അനുഭവപ്പെടുന്നു. സ്നേഹം ഉള്ളിലില്ലാത്ത ഒരാൾക്ക് ലോകത്തെങ്ങും സ്നേഹമില്ലെന്നു തോന്നും.

ഒരടിസ്ഥാന നിയമമുണ്ട്. നിങ്ങൾക്ക് അനുഭവിക്കാവുന്ന ചിലതുകൊണ്ട് തുടങ്ങുക. കാരണം, അപ്പോൾ മാത്രമേ അജ്ഞാതമായതിന് അതുവഴി പ്രവേശിക്കാനാവൂ. ദൈവം എല്ലായിടവും ഉണ്ട് എന്ന് ചിന്തിക്കേണ്ടതില്ല. എല്ലാവരുടേയും നേരെ ഒരാൾക്ക് സ്നേഹമുണ്ടായാൽ മതി. മരങ്ങളുടെ നേരെ, മൃഗങ്ങളുടെ നേരെ, പക്ഷികളുടെ നേരെ, മനുഷ്യരുടെ നേരെ യഥാർത്ഥമായ സ്നേഹം തോന്നണം. അനുകമ്പാപരമായ വികാരം, സ്നേഹം സൃഷ്ടിക്കുന്നു. കാരണം; സ്നേഹം അതെത്ര കുറച്ചായാലും അതു നിങ്ങൾക്കനുഭവപ്പെടുന്നു.

ജീവിതം മറ്റേതു കലകളെക്കാളും മഹത്തായ ഒരു കലയാകുന്നു. ഒരാൾ അന്ത്യം വരെ ഈ കലയിൽ ശ്രദ്ധാലുവായിരിക്കണം; അതു പഠിച്ചിരിക്കണം. പ്രപഞ്ചം ഒരു മഹാവിദ്യാലയം. സ്നേഹത്തോടെ ജീവിക്കുകയെന്ന വിഷയമാണവിടെ പഠിക്കാനുള്ളത്. ജീവിച്ചിരിക്കുന്ന ഓരോ നിമിഷത്തിലും തൃപ്തിയുള്ളവനാവുക; മരിക്കുമ്പോഴും തൃപ്തിയോടെ കണ്ണടയ്ക്കുക. ഇതാണ് ഒരാൾ അഭ്യസിക്കേണ്ടത്.

ബോധോദയ പാഠം

ഇഹാസനേ ശുഷ്യതു മേ ശരീരം
ത്വഗസ്ഥിമാംസം പ്രളയം ച യാതു
അപ്രാപ്യബോധിം ബഹുകല്പദുർലഭം
നൈവാസനാത് കായമിതശ്ചിലിഷ്യതി.

(ഈയിരുളിലെന്റെ തോലും എല്ലും മാംസവും ചുക്കിച്ചുളിഞ്ഞു നശിക്കട്ടെ. എന്തു വന്നാലും ബോധോദയം ഉണ്ടാകാതെ ഞാനീ ഇരിപ്പിൽ നിന്നിളകില്ല.) - ഗൗതമബുദ്ധൻ

'ഭഗവാൻ ബുദ്ധനെപ്പോലെ ത്യാഗിയായൊരാൾ പൃഥ്വിയിൽ വേറെ ജനിച്ചിട്ടില്ല' - സ്വാമി വിവേകാനന്ദൻ

ബോധോദയം നേടിയൊരാൾ സുഖത്തോടെന്നപോലെ ദുഃഖത്തോടും ഒരു തുല്യ അകലത്തിലായിരിക്കും. ഇതിലേക്കെത്താൻ ബുദ്ധൻ ആറു വർഷം വരെ ഓരോ ഗുരുക്കന്മാരെ അന്വേഷിച്ചു പോവുകയുണ്ടായി. താത്ത്വികമായ അറിവുകളൊന്നും അയാളെ തൃപ്തനാക്കുകയുണ്ടായില്ല. അയാൾക്കു വേണ്ടത് അനുഭവമായിരുന്നു.

അനുഭവിച്ചവയെല്ലാം അയാൾ ഒടുവിലുപേക്ഷിച്ചു. അപ്പോൾമുതലാണ് അയാളിൽ ശരിയായ വെളിച്ചം ഉദിക്കുന്നത്! ഒരു സഹായവുമില്ലാതെ, ഒരു പുസ്തകത്തിന്റെ സഹായവുമില്ലാതെ അയാൾ തന്നെ കണ്ടെത്തി.

ഏഴു ദിനരാത്രങ്ങൾ ബുദ്ധൻ പൂർണ നിശ്ശബ്ദനായിരുന്നു.... യഥാർത്ഥമായത് വിനിമയം ചെയ്യാൻ വാക്കുകൾ എത്ര അപര്യാപ്തമാണ്! സ്വർഗ്ഗത്തിൽ ദേവതകൾ ഏഴു നാളുകളിലും ബുദ്ധനെ ഉറ്റുനോക്കുകയായിരുന്നു. അയാളെ അറിയുന്നവർ അവർ മാത്രമായിരുന്നു. അവർ അയാളോടു സംസാരിക്കാനാവശ്യപ്പെടുന്നു.

പൂവ് അതിന്റെ പരിമളം പകർന്നു കൊടുക്കാതെ അപ്രത്യക്ഷമാകരുത്. ബുദ്ധന് തന്റെ സുഗന്ധം, തന്റെ അനുഭൂതി പകർന്നുകൊടുക്കാൻ സമയമായി. എന്നാൽ ബുദ്ധന് ഒരക്ഷരവും ഉരിയാടാനില്ലായിരുന്നു. ദേവകൾ ഏഴുനാളിലും പ്രാർത്ഥിച്ചു: 'സ്നേഹത്തെക്കുറിച്ചുള്ള

നിങ്ങളുടെ തത്ത്വങ്ങൾ ദയവായി ഓർത്താലും...!" പക്ഷേ, ബുദ്ധന് അതു പറയാനായില്ല.

ബോധോദയത്തിനു ശേഷമുള്ള ബുദ്ധന്റെ ആദ്യ മൊഴികൾ, "അപ്പ ദീപോ ഭവഃ" എന്നായിരുന്നു. "നീ തന്നെ നിന്റെ വെളിച്ചമാകുന്നു...!" എന്നാണിതിന്റെ അർത്ഥം. അന്നുമുതൽ തന്റെ അവസാന ശ്വാസംവരെ അദ്ദേഹം തനിക്കു കിട്ടിയ ബോധത്തിന്റെ നിലാവ് മാനവ രാശിക്കു മുന്നിൽ പരത്തുവാൻ തുനിഞ്ഞു. അന്നു പറയാനാവാത്തത് തുടർന്നുള്ള വർഷങ്ങളിൽ അദ്ദേഹം പറയാൻ ശ്രമിച്ചു.

ബോധോദയം നേടിയ ഒരാളിൽ എവിടെയും ഇരുണ്ട കോണുകളില്ല. എല്ലാം പ്രഭാതത്തിലെന്നതുപോലെയാകുന്നു. സൂര്യൻ ഉദയ ചക്രവാളത്തിൽ... രാത്രിയും ഇരുട്ടും അവ്യക്തതയുമെല്ലാം അപ്രത്യക്ഷമായി. രാത്രിയുടെ നിഴലുകളും മറഞ്ഞു. ഭൂമി വീണ്ടും ഉണർന്നെണീറ്റിരിക്കുന്നു...! ബുദ്ധനാവുകയെന്നാൽ ഒരാളുടെ ഉള്ളിൽ ഒരുദയത്തെ കാണുകയെന്നതത്രെ. മനുഷ്യബോധത്തിന്റെ പരമമായ പ്രവൃത്തി ഇതൊന്നു മാത്രം.

ഓരോ മനുഷ്യനിലും ബോധോദയത്തിനായി കാത്തുനിൽക്കുന്ന അജ്ഞാതനായ ഒരു ബുദ്ധനുണ്ട്. എല്ലാ തരത്തിലുമുള്ള 'അഹം ബോധ്യ'ങ്ങളും മുഴുവനായി വെടിഞ്ഞ് പൂർണശുദ്ധ ബോധത്തിലെത്തുമ്പോൾ മാത്രമാണ് ബോധത്തിന്റെ വിളക്ക് സ്വയം എരിയാൻ തുടങ്ങുക. എത്ര വ്രതങ്ങൾ നോറ്റാലും പുണ്യഗ്രന്ഥങ്ങളുരുവിട്ടാലും ആചാര്യന്മാരെ പൂജിച്ചാലും തീർത്ഥാടനങ്ങൾ പോയാലും ഇതുണ്ടാവില്ല. ഓരോ ദിവസത്തിന്റെയും മുഴുവൻ നേരങ്ങളിലും ശാന്തവും കരുണവുമായ മനസ്സോടെ ജീവിക്കുന്ന ഒരാളിൽ ബോധോദയത്തിന്റെ സാധ്യത തീർച്ചയായും ഉണ്ട്!

ബുദ്ധൻ ഭിക്ഷുക്കളോടു പറയാറുള്ള ഒരു സ്ഥിരം വചനമുണ്ട്. "നിങ്ങളും ഞാനും തമ്മിൽ ഒരേയൊരന്തരം മാത്രമാണുള്ളത്. ഞാൻ ഇന്നലെ വരെ ഉറങ്ങുകയായിരുന്നു. ഇന്നുണർന്നു. നിങ്ങളിപ്പോഴും ഉറങ്ങുകയാണ്; പക്ഷേ, നാളെ ഉണരും...!"

ഹൃദയപാഠം

ഭൂമിക്ക് ഏഴു തലമുണ്ട്. സ്വർഗ്ഗത്തിനുമുണ്ട് ഏഴു തട്ട്. പക്ഷേ, ദൈവ ത്തിനവ തീരെ ചെറിയതുതന്നെ. മനുഷ്യഹൃദയം അത്ര ചെറുതല്ല! ദൈവം അതിനുള്ളിലിരുന്നുകൊള്ളും. അതിനാൽ, മനുഷ്യഹൃദയത്തെ ആരും മുറിപ്പെടുത്തരുത്. അങ്ങനെ ചെയ്താൽ മുറിയുന്നതു ദൈവമാ യിരിക്കും - കസൻദ്സാക്കിസ്: സെയിന്റ് ഫ്രാൻസിസ്

ശിഷ്യനായ ലിയോവിനോട് സെയിന്റ് ഫ്രാൻസിസ് ഒരവസരത്തിൽ ഇപ്രകാരം മൊഴിഞ്ഞു: "ലോകം മുഴുവൻ നിങ്ങൾ ദൈവത്തെ തേടി നടന്നത് ഓർമ്മയുണ്ടോ? എന്നിട്ടും കണ്ടില്ല. കാരണം; അവിടന്ന് നിങ്ങ ളുടെ ഹൃദയത്തിലാകുന്നു..."

ഹൃദയം നിശ്ശബ്ദമാകുമ്പോൾ അതു ചിലതു മൊഴിയുന്നു. മനസ്സ് നിശ്ശബ്ദമാകുമ്പോൾ അത് ഒന്നും മൊഴിയുന്നില്ല. വാക്കുകളത്രെ മന സ്സിന്റെ വാഹനം; നിശ്ശബ്ദതയത്രെ ഹൃദയത്തിന്റെ വാഹനം. നിശ്ശ ബ്ദത വാക്കുകളില്ലാത്ത ഒരു ഭാഷയാകുന്നു. പക്ഷേ, ഒരുവൻ അതു പഠിക്കേണ്ടതുണ്ട്. മനസ്സിന്റെ ഭാഷ ഒരാൾ പഠിക്കുന്നതുപോലെ ത്തന്നെ ഹൃദയഭാഷയും ഒരാൾ പഠിക്കുകതന്നെ വേണം. എങ്ങനെ നിശ്ശബ്ദനാകണം. വാക്കുകളറ്റവനാകണം എന്ന് ഒരാൾ അറിയണം.

മനസ്സ് പ്രവൃത്തി നിർത്തുമ്പോൾ, ഉടൻ മുഴുവൻ ഊർജ്ജവും ഹൃദയത്തിലെത്തുന്നു. മനസ്സ് പ്രവർത്തിക്കാതിരിക്കുമ്പോൾ ഹൃദയം പ്രവർത്തിക്കുന്നു. ഹൃദയം പ്രവർത്തിക്കുമ്പോൾ അപ്പോൾ മാത്രം ഒരാളെ വല്ലതും പഠിപ്പിക്കാനാവുന്നു. യഥാർത്ഥ പാഠം ഹൃദയം വഴി മാത്രമേ പഠിപ്പിക്കാനാവൂ.

എല്ലാടവും തിരഞ്ഞ് ഒന്നും കണ്ടെത്താതെ ഒടുവിൽ ഒരു പഥികൻ, അന്വേഷി, ഹൃദയപടിവാതിലിൽ അണയുന്നു. അതുപോലെ നാം ഹൃദയത്തിലെത്തണം. അതിലേയ്ക്കൊരാൾ അധികമായടുക്കു മ്പോൾ നിശ്ശബ്ദതയെ അയാൾക്ക് അധികമായറിയാനാവും. സെൻതാവോ ദർശനത്തിൽ യാഥാർത്ഥ്യത്തിലേക്കുള്ള വാതിൽ ഭാഷയല്ല, നിശ്ശബ്ദതയാകുന്നു.

പല പ്രത്യയശാസ്ത്രങ്ങളും തലകൊണ്ടാണ് ആളുകളെയറിയുന്നത്. അതുകൊണ്ടാണവ വേഗം അപ്രത്യക്ഷമാകുന്നത്. സ്കൂളുകളിൽ വെച്ച് ഹൃദയംകൊണ്ടു നേടുന്നത് മാത്രമാവും ബാക്കിയാവുന്നത്. ഭാഷയും സാഹിത്യവും മറ്റു വിഷയങ്ങളെ അപേക്ഷിച്ച് ഹൃദയം കൊണ്ടുകൂടിയാണ് അറിയുന്നത്. അതുവഴി മാത്രമാവും കുട്ടികളുടെ (മുതിർന്നവരുടെയും) ഹൃദയത്തിൽ മൂല്യങ്ങൾ നിക്ഷേപിക്കപ്പെടുക. കണക്കുവഴിയല്ല കവിത വഴിയാണ് കുട്ടികളെ നല്ല മനുഷ്യരാക്കാനാവുക.

ജീവിതത്തെ എല്ലാ ഇന്ദ്രിയങ്ങളെക്കൊണ്ടും കേൾക്കുകയെന്നത് ഏതെങ്കിലും ഒരുന്ദ്രിയം കൊണ്ടുമാത്രം കേൾക്കുന്നതും തമ്മിലുള്ള അന്തരം എത്ര വലുതാണ്! മസ്തിഷ്കം കൊണ്ടുമാത്രം കേൾക്കുന്നതും ഹൃദയംകൊണ്ടു കൂടി കേൾക്കുന്നതും ഒരേ വിഷയത്തെ രണ്ട് വിഷയമാക്കുന്നു. രണ്ടുകൊണ്ടും കേൾക്കുന്ന ഒരാൾ രണ്ടു കാലിലും നിൽക്കുകയാണ്. ഒന്നുകൊണ്ടു മാത്രം കേൾക്കുന്നവൻ സംവേദനത്തിന്റെ താഴ്ന്ന് പ്രതലത്തിലും. അതുകൊണ്ട് യാഥാർത്ഥ്യം അയാൾക്ക് ആപേക്ഷികമായേ അറിയാനാവൂ.

എന്തെങ്കിലുമൊന്ന് ഒരാളുടെ തലയിലെത്തിയാൽ അതു വളരെ വേഗം തന്നെ അയാളുടെ തലയിൽനിന്നു പുറത്തുപോകുന്നു. എന്നാൽ, എന്തെങ്കിലുമൊന്ന് ഒരാളുടെ ഹൃദയത്തിനുള്ളിലെത്തിയാൽ ഈ ലോകം മുഴുവൻ അയാളുടെ ഹൃദയത്തിലുള്ളത് പുറത്തുകളയണമെന്നു വിചാരിച്ചാൽപോലും അതു നടക്കില്ല!

ധ്യാനിക്കാൻ വളരെ നല്ലതൊന്നുമല്ല തല. ധ്യാനത്തിന്റെ തുടക്കത്തിൽ തല മോശമല്ല. എന്നാൽ ധ്യാനം തലയിൽ മാത്രം തങ്ങുകയും ഹൃദയത്തിലേക്കു നീങ്ങാതിരിക്കുകയും ചെയ്താൽ അതു പതുക്കെ ശുഷ്കമാവും. ചിന്തയ്ക്കു പകരം ഹൃദയ സംവേദനം, അനുഭൂതി, സ്നേഹം, അന്തർജ്ഞാനം എന്നീ തലങ്ങൾ ശരീരത്തിനും മനസ്സിനും അപ്പുറത്തേക്ക് ഒരാളെ ക്ഷണിക്കുന്നു. ഇവിടെ ധ്യാനം ആരംഭിക്കുന്നു.

"വാക്കും ചിന്തയുമറ്റ മൗനം സംസർഗ്ഗത്തിനും അടുപ്പത്തിനുമിടയാക്കും. പ്രത്യേകിച്ച് ഹൃദയം സ്നേഹനിർഭരമായിരിക്കുമ്പോൾ." ധ്യാനഗുരുവായിരുന്ന ആന്റണി ഡിമെല്ലോ മൊഴിയുന്നു.

ദൈവപാഠം

'ലക്ഷങ്ങളിലൊരാൾ മാത്രം ദൈവത്തെ പ്രേമിക്കുന്നു. അവരിലൊരാൾ മാത്രം ദൈവത്തെ അനുസരിക്കുന്നു; തന്നെത്തന്നെ ദൈവത്തിനു സമർപ്പിക്കുന്നു. ദൈവത്തെ പ്രേമത്തിലൂടെ അറിയുക. എന്തെന്നാൽ പ്രേമം ദൈവികമായ അവസ്ഥയിൽ അനന്തമാകുന്നു...' - മെഹർബാബ

ഈ പ്രേമം ഉള്ളിലുദിയ്ക്കാൻ തുടങ്ങുമ്പോൾ ഈശ്വരൻ നമുക്കൊപ്പമാണ്. പക്ഷേ, നാം അവന്റെ ഒപ്പമല്ല എന്നാണ് ഒരാളറിയുക. ഈ പ്രേമം തീവ്രമാവുമ്പോൾ 'ഒരു നിലയ്ക്ക് ദൈവം നമ്മുടെ കൈകാലുകളേക്കാൾ നമുക്കടുത്താണ്' എന്ന് അയാൾക്കനുഭവപ്പെടാൻ തുടങ്ങുന്നു. തുടർന്ന്, ഒരു സൂഫി കവി കണ്ടെത്തിയതുപോലെ, 'അദ്ദേഹത്തിന്റെ ധൂളി ഇവിടെയുണ്ട്, എന്നാൽ അദ്ദേഹം അനന്തതയിലാണ്' എന്നും അയാൾ തിരിച്ചറിയുന്നു.

അണുശാസ്ത്ര വിദഗ്ദ്ധനായ ഒരാൾക്ക് ചന്ദ്രനിലേക്കു പോകുന്ന റോക്കറ്റിന്റെ പ്രവർത്തനത്തെപ്പറ്റി പ്രാഥമിക വിദ്യാഭ്യാസം മാത്രം ലഭിച്ച ഒരു കുട്ടിയോട് വിശദീകരിച്ചു കൊടുക്കാനാവുമോ? ഇല്ല. ദൈവികതയെപ്പറ്റി ഒരു ശരാശരി മനസ്സുമായി വിനിമയം ചെയ്യുക പ്രയാസമാണ്.

"നാമെന്താണോ, എന്നത് നമുക്ക് ദൈവം തന്ന സമ്മാനമാകുന്നു. നാം എന്തു ചെയ്യുന്നുവെന്നത് നാം ദൈവത്തിനു നൽകുന്ന സമ്മാനവും!" എന്ന് ലൂയിസ് നിസർ. തന്നെത്തന്നെ ദൈവത്തിനു നൽകിയ നിരവധി പേർ ഉണ്ടായിട്ടുണ്ട്. ശ്രീരാമകൃഷ്ണദേവൻ അങ്ങനെയുള്ള ഒരാളായിരുന്നു. അതുകൊണ്ട്, രാത്രി ഉറങ്ങാൻ കിടക്കുമ്പോൾ ഓരോ ദിവസവും അദ്ദേഹം കരയുമായിരുന്നു. എത്രതന്നെ പ്രാർത്ഥിച്ചിട്ടും സ്നേഹമയിയായ ജഗദംബയെ ജീവനോടെ കാണാനാവുന്നില്ലല്ലോ എന്നോർത്തായിരുന്നു അദ്ദേഹം കരഞ്ഞത്.

ദൈവത്തിനോടുള്ള പ്രേമം തന്റെ സഹജാതർക്കുനേരെ അളവില്ലാതെ ചൊരിഞ്ഞ സൂർദാസ് മറ്റൊരു തരത്തിലുള്ള ദൈവാന്വേഷിയായിരുന്നു. അദ്ദേഹത്തിന്റെ പ്രാർത്ഥന, തന്നെ ദൈവത്തിന്റെ

ദാസന്റെ ദാസനായി മാറ്റണമേ എന്നായിരുന്നല്ലോ. സൂർദാസ് മൊഴിയുന്നു. "ദൈവത്തിന് എന്റെ സേവനം ആവശ്യമില്ല. എന്തെന്നാൽ അദ്ദേഹത്തിന് എന്നേക്കാൾ സമർത്ഥരായ എത്രയോ ഭക്തന്മാർ ഉണ്ട്. പക്ഷേ, അദ്ദേഹത്തിന്റെ ഏറെ ഭക്തന്മാർക്കും തീരാത്ത ദുരിതങ്ങളുണ്ട്. അതിനാൽ അവരെ ശുശ്രൂഷിക്കുകയും പരിചരിക്കുകയും വേണ്ടിയിരിക്കുന്നു... ഞാനവരെ സേവിക്കാനാണാഗ്രഹിക്കുന്നത്."

രണ്ട്

അതിവേഗം ദൈവത്തെ കാണാനാഗ്രഹിച്ച ഒരു ശിഷ്യൻ ഗുരുവിനോടു പോംവഴിയാരാഞ്ഞു.

ഗുരു മൊഴിഞ്ഞു: "നീ പോയി ആ വിളക്ക് കത്തിക്കൂ..."

ശിഷ്യൻ അതിനു ശ്രമിച്ചു. പക്ഷേ, എത്രതന്നെ ശ്രമിച്ചിട്ടും അതു കത്തിക്കാൻ സാധിച്ചില്ല. വിളക്കിൽ നിറയെ വെള്ളമാണ്!

ഗുരു ശിഷ്യനോട്, വെള്ളം മുഴുവൻ വാർത്ത് തിരിയിൽ നിന്ന് വെള്ളം നല്ലതുപോലെ പിഴിഞ്ഞ് തിരിയുണക്കി, വിളക്കിലെ നനവ് മുഴുവൻ തുടച്ച്, വിളക്കിലെണ്ണയൊഴിച്ച്, തിരി അതിലിട്ട് കത്തിക്കാൻ പറഞ്ഞു.

വെള്ളം ആഗ്രഹം, തിരിയെ ഉണക്കുന്ന വെയിൽ ത്യാഗം, വിളക്കിലെ ദീപശിഖ ജ്ഞാനം. ഗുരു മൊഴിഞ്ഞു: "നിനക്കീ ഉപദേശം ധാരാളം മതിയാവും. പോകൂ, വിളക്ക് കൊളുത്തൂ!"

ഓരോ മനുഷ്യനും ബോധപ്രകാശത്തിന്റെ ഏറ്റക്കുറവുകളിൽ നിന്നുകൊണ്ട് ഒരേ സത്യത്തെ നോക്കുമ്പോൾ അത് പലതായി തോന്നുന്നു. ദൈവത്തെ ഭിന്ന മാനസികാവസ്ഥകളിലുള്ള വിശ്വാസികൾ ഭിന്നമായ പല 'വസ്തു'ക്കളായി പ്രതിഭാസങ്ങളായി കണ്ടു. പരമമായ ഒന്നിനെ വികലമായി, വികൃതമായി, തെറ്റായി കാണുമ്പോൾ സത്യത്തിനു സംഭവിക്കുന്ന മാറ്റം എത്ര ഭയങ്കരമായിരിക്കും? ഇതു കണ്ടു ഞെട്ടിയ ബുദ്ധൻ ഈശ്വരൻ ഇല്ലെന്നുവരെ പ്രഖ്യാപിച്ചു.

ബുദ്ധൻ പറഞ്ഞു: "മനുഷ്യന്റെ അജ്ഞതയ്ക്കു തുടക്കമില്ല; മറിച്ച് അതിനൊരു അന്ത്യമുണ്ട്. അവബോധത്തിനാകട്ടെ തുടക്കമുണ്ട്, പക്ഷേ ഒടുക്കമില്ല!"

ആഴമേറിയ സത്യം, യഥാർത്ഥമായ ജ്ഞാനം വാക്കുകൾ വഴി പകരാനാവില്ല. പ്രപഞ്ചരഹസ്യങ്ങളെക്കുറിച്ചുള്ള പല ചോദ്യങ്ങൾക്കും ഉത്തരമായി ബുദ്ധൻ അവലംബിച്ച മൗനം ഇതിന്റെ അടിസ്ഥാനമായി ചൂണ്ടിക്കാണിക്കപ്പെടുന്നു.

പൂർണ്ണ നിശ്ശബ്ദതയിൽ മാത്രമെ മനസ്സിന്റെ ആഴവും വ്യാപ്തിയും പരമമായി ഉപയോഗിക്കാനാവൂ. ചിന്ത, അറിവ്, അനുഭവങ്ങൾ, ഓർമ്മകൾ എന്നിവയിൽ നിന്നെല്ലാം മുഴുവനായി അകലുമ്പോൾ മനസ്സ് നിശ്ശബ്ദമാകുന്നു. ഒരാൾ പരമമായതിനെ അറിയുമ്പോൾ അയാളൊരു ഓടത്തണ്ടാണ്. നിശ്ശബ്ദതയിലിരുന്ന് അയാൾ അനന്തതയ്ക്കു കടന്നുപോകാനുള്ള ഒരു വഴിയായി മാറുന്നു. ഒരൊഴിഞ്ഞ ഓടത്തണ്ട്, ഒരു മുരളി. അത്തരമൊരു ബോധാവസ്ഥയിലാണ് ബുദ്ധന് വിശ്വത്തോടാകെ, ചരാചരത്തോടാകെ മൈത്രിയുദിച്ചത്.

ഗാഢനിദ്രയിൽ, പൂർണസുഷുപ്തിയിൽ ഒരാളുടെ മനസ്സ് സർവ്വ ഇന്ദ്രിയങ്ങളുമായുള്ള സ്ഥൂലവും സൂക്ഷ്മവുമായ ബന്ധങ്ങൾ മുറിച്ചുകളയുന്നു. പരമമായ ശാന്തിയിൽ, സ്വാസ്ഥ്യത്തിൽ, വിശ്രമാവസ്ഥയിൽ ഇരിക്കുന്ന അത്തരം ഒരന്തഃകരണത്തിൽ ഉണർന്ന്, കണ്ണുതുറന്ന് ഇരിക്കുമ്പോൾ, അയാളുടെ മനസ്സ് ഭൗതികതയുടെ യാതൊന്നും പുരളാത്ത തെളിഞ്ഞൊരു ബോധമാണ്. സുഖദുഃഖങ്ങൾ, ന്യായാന്യായങ്ങൾ, ചേരിതിരിവുകൾ, താരതമ്യങ്ങൾ ഒന്നും പുലർത്താത്ത നിശ്ചലവും നിശ്ശബ്ദവുമായ ഒരതീത മനസ്സാണ്. അത്തരം മനസ്സുകൊണ്ടേ അപ്പുറത്തുള്ള ഒന്നിലേയ്ക്കു സഞ്ചരിക്കാനാവൂ. ഇത്തരം മനസ്സുകൊണ്ട് ധ്യാനത്തിന്റെ നൗകയിൽ അപ്പുറത്തേക്കു പോകാൻ ഒരാൾക്കു കഴിയുന്നു. അത്തരം നിമിഷത്തിൽ മാത്രം ദൈവികത ഒരനുഭൂതിയായി ഒരാളുടെ മനസ്സിലേക്കിറങ്ങിവരുന്നു.

മൗനപാഠം

ഒരു നിമിഷനേരത്തേക്കുള്ള ഉൾക്കാഴ്ചയ്ക്ക് ഒരു ജീവിതകാലം മുഴുവനുള്ള അനുഭവങ്ങളെക്കാൾ വ്യക്തിയെ നവീകരിക്കാനാവുന്നു. നിശ്ശബ്ദതയിൽനിന്നാണ്, ആന്തരിക മൗനത്തിൽനിന്നാണ് അത്തരം ഉൾക്കാഴ്ച ഉണ്ടാകുന്നത്.

മെഹർബാബ മുപ്പതുവർഷം മൗനത്തിലായിരുന്നു. മഹാവീരൻ, രമണമഹർഷി, നിസർഗദത്ത മഹാരാജ്, ജെ. കൃഷ്ണമൂർത്തി, ഓഷോ എന്നിവരെല്ലാം മൗനത്തിൽനിന്ന് ദൈവഭാഷ അറിഞ്ഞവരായിരുന്നു.

റഷ്യൻ ആത്മീയഗുരു ഗുർജിഫ്, തൊണ്ണൂറ് ദിവസങ്ങൾ പൂർണമായ മൗനത്തിലിരിക്കാൻ കഴിയുന്നവർക്ക് മാത്രമാണ് തന്റെ വിചാരങ്ങൾ പങ്കിട്ടത്. ജ്ഞാനം തേടി എത്തുന്നവർ ഭൂരിപക്ഷവും ഇതിൽ പരാജയപ്പെട്ട് മടങ്ങിപ്പോവുകയാണ് പതിവ്. ഒരിക്കൽ എട്ടൊൻപത് പേർ ആവേശത്തോടെ ഗുർജിഫിന്റെ ഉപാധികൾ സ്വീകരിച്ച് തൊണ്ണൂറ് ദിവസത്തെ മൗനത്തിലിരിക്കാൻ തയ്യാറായി വന്നു.

ഒരു കുഗ്രാമത്തിലെ വിജനമായ സ്ഥലം. അവിടെയുള്ള ഒഴിഞ്ഞ ഒരു വലിയ വീട്ടിൽ ഇവരെ അദ്ദേഹം എത്തിച്ചു. അവർക്കാവശ്യമായ ഭക്ഷണം, മറ്റ് ആവശ്യങ്ങളെല്ലാം നിറവേറ്റാനുള്ള സൗകര്യങ്ങൾ അവിടെയുണ്ടായിരുന്നു. ഓരോരുത്തർ ഒറ്റയ്ക്ക് ഒരു മുറിയിൽ ഇരിക്കണം. വായിക്കാനോ എഴുതാനോ ഉള്ള ഒന്നും ഉണ്ടാവില്ല. മുറിയിൽ ഇരിക്കാം, കിടക്കാം, നടക്കാം, ജനൽ തുറന്നിടാം. പുറത്ത് ആകാശം, പ്രകൃതി. അതിനുനേരെ നോക്കാം. അടുത്ത മുറിയിൽ ഉള്ളവരെ പരസ്പരം കണ്ടാലും കാണാത്തതുപോലെ.

ഓരോ വ്യക്തിയും തന്റെ ജീവിതത്തിലാദ്യമായി തന്റെ ഒപ്പം ആവുകയാണ്. തന്റെ ദേഹത്തെ, മനസ്സിനെ, ആന്തരിക സത്തയെ ഒരാൾ ഏറ്റവും അടുത്തുവെച്ച് കാണാൻ, അറിയാൻ തുടങ്ങുകയാണ്.

ഇത്, രാവും പകലും ഉറക്കത്തിലും ഉണർവിലും ഉള്ള ഈ ഏക നാവൽ, നിശ്ശബ്ദനാവൽ പലർക്കും താങ്ങാനായില്ല.

90 ദിവസം കഴിഞ്ഞ് ഗുർജിഫ് അവിടെയെത്തി. ഓരോ മുറിയും ഒഴിഞ്ഞുകിടക്കുന്നത് അയാൾ ഒരു മന്ദഹാസത്തോടെ നോക്കി. എന്നാൽ ഒരു മുറിക്കകത്ത് ഗാഢമായി മൗനത്തിൽ എല്ലാം മറന്ന് ഒരാൾ ഇരിക്കുന്നുണ്ടായിരുന്നു - ഓസ് പിൻസ്കി.

ഗുർജിഫ് സ്നേഹത്തോടെ അദ്ദേഹത്തെ ഒന്നു തൊട്ടു, തന്റെ ഒപ്പം വരാൻ ആംഗ്യം കാണിച്ചു. അവർ ആ ഗ്രാമത്തിൽനിന്ന് ഒരു മഹാനഗരത്തിലാണ് എത്തിയത്. അവരിരുവരും ഒരക്ഷരം ഉരിയാടിയില്ല.

90 ദിവസത്തെ മൗനം ഓസ് പിൻസ്കിയുടെ ഉള്ളിലെ മുറിവുകളെയൊക്കെ ഉണക്കുകയും ഉപബോധത്തിന്റെ അടിത്തട്ടു വരെ ശാന്തമാക്കുകയും ഇന്ദ്രിയങ്ങളെ മുഴുവൻ തണുപ്പിക്കുകയും ചെയ്തിരുന്നു. അയാൾ സ്വശരീരത്തെ, മനസ്സിനെ മുൻപൊരിക്കലും അനുഭവിക്കാത്ത തരത്തിൽ പൂർണമായ ഉണർവോടെ, ആനന്ദത്തോടെ തിരിച്ചറിയുകയായിരുന്നു.

ഗുർജിഫ് നഗരത്തിന്റെ ഹൃദയഭാഗത്ത്, മനുഷ്യനിർമിതമായ എല്ലാതരം ശബ്ദങ്ങളുടേയും ഒത്ത നടുക്ക്, ഒരൊഴിഞ്ഞ ഭാഗത്ത് വന്നുനിന്നു. ഓസ് പിൻസ്കിയോട് ചുറ്റും നോക്കാൻ പറഞ്ഞു. അയാൾ അപ്പോൾ 90 ദിവസങ്ങൾകൊണ്ടുണ്ടാക്കിയ തന്റെ മൗനം കൊണ്ട് നിശ്ചലമായ കണ്ണുകൾ വിടർത്തി ചുറ്റും നോക്കി. അദ്ദേഹം ഈ അനുഭവത്തെപ്പറ്റി ഇപ്രകാരം എഴുതി: 'അത്യാശ്ചര്യകരമായ ഒരനുഭവമായിരുന്നു അത്. മരിച്ച മനുഷ്യർ തിരക്കിൽ, ശബ്ദങ്ങളിൽ മുങ്ങി വർത്തമാനം പറഞ്ഞും ചിരിച്ചും ലയിച്ചും നടന്നുപോകുന്നു.' ജീവനോടെ നടന്നു പോകുന്ന, ഭൗതികമായ അർത്ഥത്തിൽ ജീവനുള്ള ആ മനുഷ്യരൊക്കെയും ഉള്ളിൽ മരിച്ചു കഴിഞ്ഞവരായി. ഒരു മിന്നൽ വെളിച്ചംപോലെ ഒരുൾക്കാഴ്ച പെട്ടെന്ന് അയാൾക്കുണ്ടാവുകയാണ്. മുന്നിൽ ഒരു മന്ദഹാസത്തോടെ തന്റെ കണ്ണുകളിലേക്കു നോക്കി നിൽക്കുന്ന ഗുർജിഫ് ഒരാളിൽമാത്രം ജീവൻ തുടിക്കുന്നത് അയാൾ കണ്ടറിഞ്ഞു.

ആന്തരിക മൗനത്തിന്റെ അഭാവത്തിൽ ശബ്ദങ്ങളുടെ ലോകത്തിൽ എപ്പോഴും തിന്നുകയും കുടിക്കുകയും നടക്കുകയും പ്രവർത്തിക്കുകയും ചെയ്യുന്നതുകൊണ്ട് മാത്രം ഒരാൾ ജീവിച്ചിരിക്കുന്നു

എന്ന് പറയുന്നതിലെ ഫലിതം ചെറിയ അളവിലെങ്കിലും നാം വ്യക്തികൾ സ്വന്തം നിലയിൽ അറിയണം.

ദിവസത്തിൽ രാവിലെയും രാത്രിയും പതിനഞ്ച് മിനുട്ടു നേരമെങ്കിലും പൂർണ മൗനത്തിലിരിക്കുന്നത് ശീലമാക്കുക. ആഴ്ചയിൽ ഒരു ദിവസം ഒന്നോ രണ്ടോ മണിക്കൂർ മൗനത്തിലിരിക്കുക. കഴിയുമെങ്കിൽ മാസത്തിൽ ഒരു ദിവസം മൗനത്തിലിരിക്കുക. ഇത് മനസ്സിനും ശരീരത്തിനും ഒരു നല്ല ശുശ്രൂഷയായി മാറുന്നു. ഉൾക്കാഴ്ച വർധിപ്പിക്കുന്നു. ശരീരത്തിന്റെ, മനസ്സിന്റെ കാര്യക്ഷമത വർധിപ്പിക്കാൻ മൗനം സഹായിക്കുന്നു.

ശ്രദ്ധയുടെ പാഠം

ഗ്രീക്ക് തത്ത്വചിന്തകനായ പൈത്തഗോറസ് മനസ്സിന്റെ രഹസ്യരീതികളെ അറിയാൻ ഈജിപ്തിലെ ആത്മീയഗൂഢ വിദ്യാലയത്തിലെത്തി. പക്ഷേ, അധികൃതർ അദ്ദേഹത്തിനു തുടക്കത്തിൽ പ്രവേശനം അനുവദിച്ചില്ല.

അവർ പറഞ്ഞു: "ഒരു സവിശേഷമായ അഭ്യസനത്തിനും ഉപവാസത്തിനും ശ്വസനരീതിക്കും വിധേയമാകുന്നവർക്കേ ഇവിടെ പ്രവേശനം നൽകുകയുള്ളൂ."

ഇത് പൈത്തഗോറസിന് ഇഷ്ടപ്പെട്ടില്ല.

അദ്ദേഹം പറഞ്ഞു: "അറിവിനുവേണ്ടിയാണ് ഞാൻ വന്നത്. ഏതെങ്കിലും തരത്തിലുള്ള അച്ചടക്കരീതി പരിശീലിക്കുവാനല്ല."

"നിങ്ങൾ ഭിന്നനല്ലെങ്കിൽ നിങ്ങൾക്ക് അറിവു പകരാൻ ഞങ്ങൾക്കാവില്ല. യഥാർത്ഥത്തിൽ അറിവിലല്ല, അനുഭവത്തിലാണ് ഞങ്ങൾ ഊന്നുന്നത്. ജീവിക്കുന്നതിലും അനുഭവിക്കുന്നതിലുമാണ് അറിവ് സഫലമാകുന്നത്. അതിനായി 40 ദിവസങ്ങൾ നീളുന്ന ഉപവാസവും പ്രത്യേക രീതിയിലുള്ള അഭ്യസനങ്ങളും നിങ്ങൾ പരിശീലിക്കണം. ഇതിനു തയ്യാറാണെങ്കിൽ മാത്രമെ ഇവിടെ ചേർക്കൂ" ആചാര്യൻ തീർത്തു പറഞ്ഞു.

ഒടുവിൽ പൈത്തഗോറസ് ഈ നിബന്ധനകൾക്കു വിധേയനായി. പ്രവേശനം ലഭിക്കുകയും ചെയ്തു.

ഈ പരിശീലനത്തിനുശേഷം പൈത്തഗോറസ് പറഞ്ഞു:

"ഞാൻ പുനർജനിച്ചിരിക്കുന്നു. പുതിയ ആളായിരിക്കുന്നു. എന്റെ മുഴുവൻ സമീപനവും ബുദ്ധിപരമായിരുന്നു. ഈ ശുദ്ധീകരണത്തിലൂടെ, എന്റെ കേന്ദ്രം ബുദ്ധിയിൽനിന്ന് ഹൃദയത്തിലേക്കു മാറിയിരിക്കുന്നു. ഇപ്പോൾ എനിക്കു കാര്യങ്ങൾ നന്നായി മനസ്സിലാക്കാൻ കഴിയുന്നു. ഈ പരിശീലനത്തിനു മുമ്പ് എനിക്കു ബുദ്ധികൊണ്ട്, തലകൊണ്ട് മാത്രമാണ് മനസ്സിലാക്കാൻ കഴിഞ്ഞിരുന്നത്."

പൈത്തഗോറസ് ഈ വിദ്യയുമായി ഗ്രീസിലേക്കു പോയി. യഥാർത്ഥത്തിൽ അദ്ദേഹം പാശ്ചാത്യ രാജ്യങ്ങളിലുള്ള മുഴുവൻ ആത്മീയ ഗൂഢവിദ്യയുടെയും പ്രഭവകേന്ദ്രമായി. പാശ്ചാത്യ മിസ്റ്റിസിസത്തിന്റെ പിതാവ്.

ഈ നേട്ടങ്ങളിലേക്ക് അദ്ദേഹത്തെ എത്തിച്ചത് ലളിതമായ ഒരഭ്യാസമായിരുന്നു - 'ശ്രദ്ധയുടെ പാഠം.' ഇതു പരിശീലിക്കുന്നവർ ശാരീരികമായി, മാനസികമായി പൂർണ ഏകാഗ്രതയിലെത്തുന്നു. മൂന്നാഴ്ച തുടർച്ചയായി ഇതു ചെയ്തുകൊണ്ടിരുന്നാൽ ഇതു നൽകുന്ന അനുഭവം കൃത്യമായി ഒരാൾക്കറിയാൻ കഴിയുന്നു.

രണ്ട്

ശ്രദ്ധയുടെ പാഠം അഭ്യസിക്കുന്നത് ഇപ്രകാരമാണ്, കണ്ണുകൾ പാതി അടയ്ക്കുക, പുരികങ്ങളുടെ നടുക്കുള്ള ബിന്ദുവിൽ ശ്രദ്ധ കേന്ദ്രീകരിച്ചുകൊണ്ട് ഒരു പ്രതിമ പോലെ നിശ്ചലനായി ഇരിക്കുക. രണ്ടു കണ്ണുകൾ കൊണ്ടും നോക്കുന്നതിനു പകരം പുരികങ്ങൾക്കു നടുവിലുള്ള സങ്കല്പ നേത്രം കൊണ്ട്, താന്ത്രികഭാഷയിൽ, മൂന്നാം കണ്ണു കൊണ്ട് നോക്കുന്നതുപോലെ നോക്കിയിരിക്കുക.

ശ്രദ്ധാലുവാകാനുള്ള ഏറ്റവും ലളിതമായ സമ്പ്രദായങ്ങളിലൊന്നാണിത്. ശരീരത്തിന്റെ മറ്റൊരു ഭാഗത്തും നിങ്ങൾക്ക് ഇതുപോലെ എളുപ്പം ശ്രദ്ധാലുവാകാൻ കഴിയില്ല.

ആധുനികശാസ്ത്രം മൊഴിയുന്നു. കണ്ണിന്റെ രണ്ടു പുരികങ്ങൾക്കിടയ്ക്ക് നിലകൊള്ളുന്ന പീനിയൽ ഗ്ലാൻഡ് ശരീരത്തിലെ വളരെ ശ്രദ്ധേയമായ ഗൂഢശക്തികൾ ഉറങ്ങിക്കിടക്കുന്ന ഭാഗമാകുന്നു. ടിബറ്റൻ യോഗികൾ മൂന്നാംകണ്ണ് എന്ന് അതിനെ വിളിക്കുന്നു. മൂന്നാം കണ്ണ് എല്ലാ മനുഷ്യരിലുമുണ്ടെങ്കിലും ഇത് പ്രവർത്തിക്കുക എന്നത് പ്രയാസകരമാണ്. അതു താനേ പ്രവർത്തിക്കുകയില്ല. അതു പ്രവർത്തിക്കുവാനായി നിങ്ങൾ ചിലതു ചെയ്യണം. ഈ അഭ്യാസം അതിനുള്ളതാണ്. മൂന്നാംകണ്ണ് തുറക്കുവാൻ അതിനു പതിവായി ഭക്ഷണം വേണമത്രേ. അതിനുള്ള ഭക്ഷണമെന്തെന്നോ? 'ശ്രദ്ധ'.

തന്ത്രശാസ്ത്രത്തിൽ പറയുന്നു, ഈ മൂന്നാംകണ്ണ് എത്രയോ ജന്മങ്ങളായി ഭക്ഷണം കിട്ടാതെ വിശന്നിരിക്കുകയാണ്. ഒരാൾ അതിനെ ശ്രദ്ധിക്കുകയാണെങ്കിൽ മൂന്നാംകണ്ണിനു നേരെ പൂർണ്ണ ശ്രദ്ധയോടെ കൂടുതൽ നേരം മൗനത്തിൽ മുഴുകി. ശാന്തമായ മനസ്സോടെ, സ്നേഹത്തോടെ ഇരിക്കുകയാണെങ്കിൽ അവ വീണ്ടും ജീവനുള്ളതാകുന്നു. ശ്രദ്ധയാണ് മൂന്നാംകണ്ണിന്റെ ഒരേയൊരു ഭക്ഷണം.

അതുകൊണ്ട് ഒരാളുടെ ബുദ്ധിക്കപ്പുറത്തേക്ക്, ഉപബോധത്തിലേക്ക്, ഉള്ളിലെ ശുദ്ധമായ ശക്തികളിലേക്ക് പോകണമെങ്കിൽ ഇരുപുരികങ്ങൾക്കും നടുവിൽ മൂന്നാംകണ്ണിൽ ശ്രദ്ധാലുവായി, നിശ്ചലനായി, നിശ്ശബ്ദനായി ഇരുന്നു ശീലിക്കുക. തുടക്കത്തിൽ കാലത്തും രാത്രിയും പത്തു മിനിറ്റു വീതം ചെയ്യുക. മൂന്നാഴ്ച കൃത്യമായി ഇരിക്കുമ്പോൾ നിങ്ങളുടെ നോട്ടം അചഞ്ചലമാകുന്നു. നോട്ടം ചലിക്കാതാകുമ്പോൾ, ഒന്നിൽ ഉറച്ചുനിൽക്കുമ്പോൾ നിങ്ങൾ ശരിയായ ബിന്ദുവിലാണെന്ന് ഉറപ്പിക്കാം.

ശീലം കൊണ്ട് ഒരാൾക്ക് മണിക്കൂറുകളോളം ഇങ്ങനെ ഇരിക്കാൻ സാധിച്ചാൽ അയാളുടെ ഏകാഗ്രത വർധിക്കുന്നു. ഓർമ്മശക്തി വർധിക്കുന്നു. ഇത് അയാളുടെ തലച്ചോറിനെയും ഹൃദയത്തെയും മുഴുവനായി ഉപയോഗിക്കാൻ അയാളെ പ്രാപ്തനാക്കുന്നു.

ശ്വസനത്തിന്റെ പാഠം

സ്നേഹം നിങ്ങൾക്ക് ഭൂമിയിലേക്കുള്ള വേരുകൾ തരുന്നു. സ്വാതന്ത്ര്യം നിങ്ങൾക്ക് ജീവിതത്തിനപ്പുറത്തേക്കുള്ള ചിറകുകളും.

പിറക്കുന്ന നിമിഷം മുതൽ മരിക്കുന്നതുവരെ തുടർച്ചയായി നാം ശ്വസിച്ചുകൊണ്ടിരിക്കുന്നു. ശ്വാസത്തെ പ്രാണൻ, ജീവൻ എന്നാണ് പറയുന്നത്.

ശ്വസനം ഒരാളെ പ്രപഞ്ചവുമായി ബന്ധിപ്പിക്കുന്നു. ശരീരമെന്നത് ഒരാളിലേക്കു വന്ന പ്രപഞ്ചമാണ്. ഒരാളുടെ ശരീരം പ്രപഞ്ചത്തിന്റെ ഭാഗമാകുന്നു. ശരീരത്തിലുള്ളതെല്ലാം പ്രപഞ്ചത്തിന്റെ ഭാഗമാകുന്നു. വിശ്വവുമായി ഏറ്റവും അടുത്ത ഒരു കവാടമാണിത്. ശ്വസനമാണ് അതിലേക്കുള്ള പാലം.

ശ്വസനത്തിന്റെ രഹസ്യമറിഞ്ഞാൽ ഒരാളുടെ ജീവിതം നീളുന്നു.

ചിന്ത ക്രമരഹിതമാകുമ്പോൾ ശ്വസനവും ക്രമരഹിതമാകുന്നു. ഒരു ക്ഷണനേരം ശ്വസനം നിർത്തുമ്പോൾ ചിന്തകളും ഇല്ലാതാകുന്നു. ഒരാളുടെ ചിന്തയെ സ്വാധീനിക്കുവാൻ ശ്വസനത്തിനു കഴിയും. ഒരാളുടെ മനസ്സിൽ കോപമുണ്ടാകുമ്പോൾ അയാളുടെ ശ്വസനതാളം മാറുന്നു. ശ്വസനം അസ്വസ്ഥമാകുന്നു; രക്തപ്രവാഹത്തിന്റെ വേഗം കൂടുന്നു. ശരീരത്തിൽ ഭിന്നമായ ചില രാസവസ്തുക്കൾ ഉണ്ടാക്കപ്പെടുന്നു.

ഗൗതമബുദ്ധൻ ബോധോദയത്തിലെത്തിയത് 'ശ്വസന ശ്രദ്ധ'യിലൂടെയത്രെ. അദ്ദേഹം പറഞ്ഞു.

"നിങ്ങളുടെ ശ്വസനക്രിയ ശ്രദ്ധിക്കുക. ശ്വാസം അകത്തേക്കു പോകുമ്പോൾ മനസ്സ് ഒപ്പം പോകുക. ശ്വാസം പുറത്തേക്കു പോകുമ്പോൾ മനസ്സ് ഒപ്പം പോകുക. ശ്വസിക്കുന്നതിൽ ശ്രദ്ധിക്കുമ്പോൾ ശ്വസനത്തെപ്പറ്റി ചിന്തിക്കുന്നതേയില്ല. അഞ്ചുമിനുട്ടോളം ഇതു തുടരുക. അപ്പോൾ മനസ്സിലെ ചിന്തകൾ ഒന്നൊന്നായി ഒഴിഞ്ഞു പോകുന്നു. ഒടുവിൽ മനസ്സ് ശൂന്യമാകുന്നു.

ശ്വസന പാഠത്തിൽ ശ്രദ്ധിക്കേണ്ടത്. പ്രാണവായു ഉള്ളിലേയ്ക്കു പതുക്കെ കടക്കാനനുവദിക്കുക. ശ്വസന വായുവിനൊപ്പം താഴോട്ടു താഴോട്ടു നാഭിവരെ പോകുക. ശ്വസനവായുവിന്റെ മുന്നിൽ മനസ്സ് പോകരുത്. അതിന്റെ പിന്നിലും മനസ്സ് പോകരുത്. ശ്വസനവായു വിന്റെ ഒപ്പം മാത്രം മനസ്സു പോകുക.

രണ്ട്

കൊറിയക്കാരിയായ ഒരു ബുദ്ധഭിക്ഷുകി ശ്വസനാഭ്യാസം മറ്റൊരു തരത്തിൽ ചെയ്യാമെന്നു പറഞ്ഞിട്ടുണ്ട്. ഈ അഭ്യാസവും മാറ്റി ചെയ്തു നോക്കുക.

"ഉള്ളിലേക്കു ശ്വസനവായു പതുക്കെ പ്രവേശിക്കുമ്പോൾ ശരീര ത്തിന്റെ മുഴുവൻ ഭാഗവും ശീതളമാകുന്നതായി സങ്കൽപ്പിക്കുക. ഉച്ഛ്വ സിക്കുമ്പോൾ ഒരു പുഞ്ചിരി മെല്ലെ മെല്ലെ മനസ്സിലും മുഖത്തും വിരിഞ്ഞു വരുക."

ഇതു ശീലിക്കുകയാണെങ്കിൽ, മുഖത്ത് ഒരു മൗനമന്ദഹാസം, ദയ ഉണ്ടായിരിക്കുമെന്നു അവർ പറയുന്നു.

സാക്ഷിപാഠം

'**അ**വലോകിതൻ' എന്നത് ബുദ്ധന്റെ മറ്റൊരു പേരാണ്. 'മുകളിൽ നിന്നു നോക്കുന്നവൻ', സഹസ്രാരപത്മത്തിലിരുന്നു നോക്കുന്നവൻ എന്നൊക്കെ ഇതിനർത്ഥമുണ്ട്.

സാക്ഷി ഭാവത്തിലുള്ള നിരീക്ഷണം പരിവർത്തനം ഉണ്ടാക്കുന്നു. ലോകത്തിലെ മഹത്തായ ഒരു പ്രതിഭാസമാണിത്. സ്വാഭാവികമായി ഒരാൾ കാണുന്നതെന്തും അയാളുടെ നിലപാടിനാൽ, അയാളിരിക്കുന്ന സ്ഥലത്തിനാൽ മലിനമായിരിക്കും. ശരീരത്തിന്റെ തലത്തിൽ മാത്രം ജീവിക്കുന്ന ഒരാൾ ആ നിലപാടിൽനിന്നാണ് എന്തും നോക്കുന്നത്; അതിനപ്പുറത്ത് അയാൾക്കു കാണാനാവില്ല. ഒരാളുടെ കാഴ്ചയിലെ വസ്തുക്കൾ, എവിടെനിന്നാണോ അയാൾ നോക്കുന്നത്, അതിനെ ആശ്രയിച്ചാണവ കാണപ്പെടുന്നത്.

മറ്റുള്ളവരെ നോക്കുന്നത് എളുപ്പം. കാരണം ഇന്ദ്രിയങ്ങളെല്ലാം പുറത്തേക്കു തുറന്നിട്ടിരിക്കയാണ്. സ്വയം നോക്കുന്നത്, തന്നിലേക്കു നോക്കിയിരിക്കുന്നത് കഠിനം.

ഒരാളൊന്നുകിൽ സന്തുഷ്ടനാവാം. അല്ലെങ്കിൽ ദുഃഖിതനാവാം. സന്തോഷം വരുന്നു, പോകുന്നു. ദുഃഖം വരുന്നു, പോകുന്നു. ഒന്ന് അവിടെയുണ്ട് എപ്പോഴുമെപ്പോഴും. അത് അയാളിലെ സാക്ഷി, നിരീക്ഷകൻ ആകുന്നു.

ഒരാൾ പതുക്കെ പതുക്കെ സാക്ഷിയായി, നിരീക്ഷകനായി കേന്ദ്രിതനാവുന്നത് നല്ലതാണ്. പകലുകൾ വരുന്നു, രാത്രികൾ വരുന്നു, വിജയങ്ങൾ വരുന്നു, തോൽവികൾ വരുന്നു, സുഖം വരുന്നു, ദുഃഖം വരുന്നു. ഒരാൾ സാക്ഷിയായാണിരിക്കുന്നതെങ്കിൽ അയാളെ ജീവിതത്തിന്റെ ഒന്നും ബാധിക്കുന്നില്ല. സുഖത്തോടെന്ന പോലെ ദുഃഖത്തോടും സ്തുതിയോടെന്നപോലെ നിന്ദയോടും ബന്ധമറ്റവനായി, കേവലം സാക്ഷി മാത്രമായി നിരീക്ഷിക്കാൻ ഒരാൾക്കാവുമ്പോൾ അയാൾ ആത്മീയതലത്തിൽ ഉയർന്ന വിതാനത്തിലാണ്.

സാക്ഷിയായി നോക്കുമ്പോൾ ഉണ്ടാകുന്ന മാറ്റത്തെ അറിയാൻ, നമ്മിലെ തീക്ഷ്ണമായ വികാരങ്ങളിൽ ചിലതിനെ നിരീക്ഷിച്ചു നോക്കുക. കോപത്തെ, അതിന്റെ ഉത്ഭവത്തിനു നേരെ കൃത്യമായി നിരീക്ഷിക്കുമ്പോൾ കോപം അപ്രത്യക്ഷമാകുന്നു. വെറുപ്പിനെ ഇതു പോലെ നിരീക്ഷിക്കുമ്പോൾ വെറുപ്പ് അപ്രത്യക്ഷമാകുന്നു.

മനസ്സിൽ പൊന്തിവരുന്ന ചിന്തകളെ സാക്ഷിയായി നിരീക്ഷിക്കുന്ന അഭ്യാസം ഇങ്ങനെയുമാകാം: നിരത്തിലൂടെ നീങ്ങുന്ന രണ്ടു കാലു കളുടെ പിറകെ ഓടുന്ന ഒരു നായയെ പോലെ ചിന്തകളുടെ പിറകെ പോകുക. ഒരു ജാലകത്തിന്റെ അരികത്തിരുന്ന് നിരത്തിലൂടെ നീങ്ങു ന്നവരെ നോക്കുന്നതുപോലെ സ്വന്തം ചിന്തകളെ നിരീക്ഷിക്കുക.

"വിചാരങ്ങളില്ലാതാക്കാനുള്ള എളുപ്പമാർഗ്ഗം വിചാരിക്കുന്നുവെന്ന കാര്യത്തെപ്പറ്റി ബോധവാനാകുക" എന്നതത്രെ. ചിന്തിക്കുന്നുവെന്ന കാര്യത്തെപ്പറ്റി ബോധമുണ്ടാകുന്നതോടെ ചിന്തകൾ തന്നെ നിലച്ചു പോകുന്നു - ജെ. കൃഷ്ണമൂർത്തി.

ഒരാൾ തന്റെ മനസ്സിനെ നിരീക്ഷിക്കുന്നതിലൂടെ എല്ലാം മാറ്റപ്പെ ടുന്നു. തന്റെ ബുദ്ധത്വം ദർശിക്കുന്നു. തന്റെ പരമമായ സൗന്ദര്യം, ആനന്ദം, പരമമായ അസ്തിത്വം, മഹത്തായ ഉണർവ്. ഇതിലേക്ക് എങ്ങനെ വരാനാവുമെന്ന് ഓഷോ പറയുന്നു: "എല്ലാ കർമങ്ങളും നല്ലതും ചീത്തയുമൊക്കെ മനസ്സാണുണ്ടാക്കുന്നത്. മനസ്സിന്റെ സ്ക്രീനിൽ ഒരാൾ കാണുന്ന സിനിമ പോലെയാണത്. ഒരിക്കൽ ഒരാൾ ഉണർന്നാൽ ഈ ഫിലിം അപ്രത്യക്ഷമാകുന്നു. പൊടുന്നനെ അവിടെ ഒഴിഞ്ഞ ഒരു സ്ക്രീൻ. പൂർണമായും നിശ്ശബ്ദം! ഒന്നും ചലിക്കാതെ. പരിപൂർണ നിശ്ശബ്ദത."

ഒരാൾ സാക്ഷിയായി നിരീക്ഷിക്കുമ്പോൾ മനസ്സ് ശൂന്യമാകുന്നു. നിരീക്ഷിക്കൽ അവസാനിക്കുന്നു. ആ വാതിൽ വഴി ശൂന്യത; അതിന്റെ പരമാനന്ദം അയാളിലേക്കു കടക്കുന്നു. കേവലം സാക്ഷി യായി നിരീക്ഷിക്കുക മാത്രം ചെയ്യുക. ഒരാൾക്കുള്ളിൽ പുതിയ തെന്തോ ഉണ്ടായതായി അയാൾക്കനുഭവപ്പെടുന്നു.

ഭൂമിപാഠം

ഭൂമിക്കു കണ്ണുകളില്ല. ഒരു പൂവിന്റെ കണ്ണിലൂടെ, ഒരു പുഴുവിന്റെ കണ്ണിലൂടെ ഭൂമി ലോകത്തെ നോക്കുകയാണ്... ഭൂമി അതിന്റെ ആയിരം ഒച്ചകളിലൂടെ ഈശ്വരനെ വാഴ്ത്തുന്നു!... -സാമുവൽ ടെയിലർ കോൾറിഡ്ജ്

നാം തുപ്പുകയും ചവിട്ടിത്തേയ്ക്കുകയും മലിനമായതു മുഴുവൻ വലിച്ചെറിയുകയും ചെയ്യുന്ന ഭൂമി നമുക്കെന്താണ് തരുന്നത്? ദാഹജലം, അന്നം, ഷഡ്രസങ്ങളിലുള്ള കായ്കനികൾ, ദിവ്യപരിമളമുള്ള പൂക്കൾ... മരണം വരെ ഭൂമി, മണ്ണ് നമ്മെ കാത്തു പോരുന്നു. മരിച്ചു കഴിഞ്ഞാലും മണ്ണ് നമ്മെ പരമമായ തരത്തിൽ ഏറ്റുവാങ്ങുന്നു....

ഏതെങ്കിലുമൊരു വ്യക്തിയിൽ നിന്ന് ഇതിന്റെ ലക്ഷത്തിലൊന്ന് സ്നേഹം കിട്ടിയാൽ അയാളുടെ നേരെ ഒരാൾ എന്നെന്നും കൃതജ്ഞനായിരിക്കും. അത്തരം ഒരു കൃതജ്ഞത ഭൂമിയുടെ നേരെ ഒരാളുടെ ഉള്ളിലുണ്ടെങ്കിൽ അയാൾ ഈ ഭൂമിയെ തൊട്ടുവണങ്ങിയ ശേഷമല്ലാതെ തന്റെ ഒരു കർമ്മവും തുടങ്ങുകയില്ല.

ജൂത വിശുദ്ധൻ റാബിബുനാം ഒരു പുലരിയിൽ തന്റെ ശിഷ്യന്മാരുടെ കൂടെ ഒരു ഗ്രാമത്തിലൂടെ നടന്നുപോകുകയായിരുന്നു. ഭൂമി നനഞ്ഞിരുന്നു. ഒരിളംകാറ്റ് ഇടവിട്ട് വീശുന്നുണ്ടായിരുന്നു. ഉദയസൂര്യന്റെ ആദ്യകിരണങ്ങൾ മണ്ണിൽ വീണു തുടങ്ങിയിരുന്നു. ഏറെ നടന്നപ്പോൾ ഒരു കാരണവുമില്ലാതെ അദ്ദേഹം കുനിഞ്ഞ് ഒരുപിടി മണ്ണുവാരി. അതിന്റെ നേരെ പ്രേമപൂർവം ഒന്നു നോക്കി. അനന്തരം അതെടുത്ത അതേസ്ഥലത്തുതന്നെ ഭദ്രമായി വെക്കുകയും ചെയ്തു. ഗൂഢമായ ഒരു മഹാരഹസ്യം തിരിച്ചറിഞ്ഞതിന്റെ നിർവൃതി ആ കണ്ണുകളിൽ ഓളംവെട്ടി. ശിഷ്യന്മാർക്ക് ഒന്നും മനസ്സിലായില്ല. റാബിബുനാം ആർദ്രമായ മന്ദഹാസത്തോടെ ആകാശത്തേക്കു തലയുയർത്തി; പ്രാർത്ഥിക്കുന്ന സ്വരത്തിൽ ഇങ്ങനെ മന്ത്രിച്ചു:

“ഈയൊരു പിടി മണ്ണ് ഈ പ്രത്യേക സ്ഥലത്തുതന്നെ ഇരിക്കണമെന്ന് ദൈവം ആഗ്രഹിക്കുന്നു! ഇതിനെ ഇവിടെ നിന്നു മാറ്റാൻ

ഞാനാര്?" അദ്ദേഹം അതിരറ്റ കനിവോടെ മണ്ണിലേക്ക് ഇമവെട്ടാതെ നോക്കി നിന്നു.

ഭൂമിക്കു നേരെയുള്ള ഈ കൃതജ്ഞത മറന്നുപോയ ഒരു മനുഷ്യ രാശിയാണ് ഭൂമിയെ, ഒരിക്കൽ സ്വർഗ്ഗമായിരുന്ന ഭൂമിയെ ഇന്ന് ഇക്കാണുന്ന തരത്തിൽ നരകമാക്കിയത്. ഭൂമിയിലെ മുഴുവൻ നദികളെയും മലിനമാക്കിയത്.

ഇത് ഹൃദയം കൊണ്ടറിഞ്ഞ ഏകാകിയായ ഒരു മനുഷ്യൻ, ജെ.കൃഷ്ണമൂർത്തി പറയുന്നു. "നിങ്ങളിലാരെങ്കിലും വെളുപ്പിന് സൂര്യവെളിച്ചം ജലതരംഗങ്ങളിൽ പ്രതിഫലിക്കുന്നത് നോക്കിനിന്നിട്ടുണ്ടോ എന്നെനിക്കറിയില്ല. വെളിച്ചം എത്ര അസാധാരണമാംവിധം മൃദുലമാകുന്നുവെന്നും ഇരുണ്ട ജലപ്രവാഹം എത്ര അതുല്യമായി നൃത്തം ചെയ്യുന്നുവെന്നും ആകാശത്തിലെ ഒരേയൊരു പ്രഭാത താരകം എങ്ങനെ തിളങ്ങിക്കൊണ്ടിരിക്കുന്നുവെന്നും നിങ്ങൾ എന്നെങ്കിലും ശ്രദ്ധിക്കുകയുണ്ടായോ? അഥവാ, ദൈനംദിന കാര്യങ്ങളിൽ നിങ്ങളത്ര തിരക്കിലായതുകൊണ്ട്, നിങ്ങളിതു മറക്കുകയാണോ? അതല്ല ഈ പൃഥ്വിയുടെ - നാമൊക്കെയും പുലർന്നുപോരുന്നതിവിടെയല്ലേ - സമ്പന്നമായ സൗന്ദര്യത്തെ നിങ്ങളൊരിക്കലും അറിഞ്ഞിട്ടില്ലെന്നോ? നാം നമ്മെ കമ്മ്യൂണിസ്റ്റോ, ഹിന്ദുവോ, ബൗദ്ധനോ, ക്രൈസ്തവനോ, ഇസ്ലാമോ എന്ന് ഏതു പേരിൽ വിളിച്ചാലും നാം അന്ധരോ, മുടന്തരോ, നല്ല നിലയിലുള്ളവരോ, സന്തുഷ്ടരോ ആരു തന്നെയായാലും ഈ ഭൂമി നമ്മുടേതാകുന്നു! നിങ്ങൾക്ക് മനസ്സിലാകുന്നുണ്ടോ? ഇത് നമ്മുടെ ഭൂമിയാകുന്നു. മറ്റാരുടേതുമല്ല! ഇത് ധനികനായ മനുഷ്യന്റെ മാത്രം ഭൂമിയല്ല... ഇത് നമ്മുടെയൊക്കെ ഭൂമിയാകുന്നു... നിങ്ങളുടെയും എന്റെയും" (പെൻഗ്വിൻസ് കൃഷ്ണമൂർത്തി റീഡർ).

ആകാശം, ഭൂമി, നൃത്തം വയ്ക്കുന്ന മരങ്ങൾ, ഒഴുകുന്ന പുഴകൾ, നിശ്ശബ്ദമായ ഭൂഭാഗങ്ങൾ. ഇവയുടെ വിമൂകവും സചേതനവുമായ ഭാഷ അറിയാൻ കഴിയുമ്പോഴാണ് ഒരാൾ യഥാർത്ഥത്തിൽ ജീവിതത്തെ, പ്രപഞ്ചത്തെ വായിക്കുന്നത്.

മനുഷ്യന്റെ ഭോഗപരതയും ആർത്തിയും നിറഞ്ഞ മനസ്സിൽ നിന്ന് ഭൂമിയെപ്പറ്റിയുള്ള ഓർമ്മപോലും മുഴുവനായി അറ്റുപോയി. അതിന്റെ ഭാഗമായി മനുഷ്യന്റെ ഉള്ളിലുദിച്ച തെറ്റായ വികസന സങ്കല്പങ്ങൾ. അതു നടപ്പാക്കാനായി നാം പണിത വമ്പൻ അണക്കെട്ടുകൾ, രാസവിഷം കണ്ണടച്ച് മണ്ണിലിട്ടു നടത്തിയ ഹരിതവിപ്ലവം, ആണവ

പരീക്ഷണങ്ങൾ, ഭൂമിയുടെ സ്വാഭാവിക സ്വരൈക്യത്തെ ഭംഗപ്പെടുത്തുന്ന തരത്തിലുള്ള പടുകൂറ്റൻ എടുപ്പുകൾ ഇവയെല്ലാം ചേർന്ന് മനുഷ്യന്റെ ആവാസവ്യവസ്ഥയെ, ഭൂമിയെ പരിഹാരമില്ലാത്ത ഒരു മഹാവിനാശത്തിനു മുന്നിലെത്തിച്ചിരിക്കുന്നു.

ഭൂമി: “വാനമേ! ഞാൻ നിന്നെ ചുംബിക്കാനാഗ്രഹിക്കുന്നു!...” ഇതുകേട്ട ഒരു വൃക്ഷം ആകാശത്തിനുനേരെ ഉയർന്നുപോകുന്നു... ഇതുകേട്ട ചിത്രകാരനായ വാൻഗോഗ് തന്റെ വൃക്ഷങ്ങൾ, നക്ഷത്രങ്ങളെ സ്പർശിക്കുന്നതായി വരച്ചിട്ടു.

ജലപാഠം

എല്ലാ സംസ്കൃതികളിലും ജലം അമ്മയുടെ പ്രതീകമാകുന്നു. രോഗികൾ സദാ സ്ത്രൈണമായ, മാതൃത്വപരമായ പരിസരം ആവശ്യപ്പെടുന്നു. ജലത്തിന് അത് നല്കാനാവുന്നു. ചില പ്രത്യേക വേളകളിൽ, ഉദാഹരണമായി ഗർഭാവസരത്തിലും പ്രസവാവസരത്തിലും ജലത്തോടുള്ള ആകർഷണം ഗാഢമാണ്. വെള്ളം, ഗർഭിണികളെ സ്വപ്നം കാണുന്നവരാക്കുന്നു. വെള്ളം നമ്മെയൊക്കെയും സ്വപ്നാലുക്കളാക്കുന്നു. ജലം സർവ മനുഷ്യർക്കിടയിലും ശക്തമായ ഒരാകർഷണം ഉണ്ടാക്കുന്നതാണ്.

ജലത്തിന്റെ സാന്നിധ്യം, സ്പർശം, നാദം ഇവയ്ക്ക് മനുഷ്യശരീരത്തെ, മനസ്സിനെ സാന്ത്വനിപ്പിക്കാൻ കഴിയുന്നു. മനസ്സ് തളർന്ന ഒരാൾക്ക് ഒഴുകുന്ന പുഴയ്ക്കരികിൽ ഇരിക്കുമ്പോൾ പറഞ്ഞറിയിക്കാനാവാത്ത സാസ്ഥ്യം ലഭിക്കുന്നു. കടലിന്റെ, തടാകത്തിന്റെ, പുഴയുടെ സാന്നിധ്യം മനുഷ്യന്റെ മനസ്സിനെയും ശരീരത്തെയും ശീതളമാക്കുന്നു. എന്തെന്നാൽ ജലം ജീവന്റെ ഉറവിടമാകുന്നു (ഛാന്ദോഗ്യോപനിഷത്ത്). ഈ കൃതിയിൽ ശ്വേതകേതു 25 ദിവസങ്ങൾ ഉപവസിക്കുന്നതായിപ്പറയുന്നു. ജീവിതം ജലത്താൽ ഉണ്ടാക്കപ്പെട്ടിരിക്കുന്നു. ജലംകൊണ്ടു മാത്രം ഒരാൾക്ക് ഏറെനാൾ പുലരാനാവും. ഇതു പറയാനാണ് ശ്വേതകേതുവിന്റെ അച്ഛൻ അയാളോട് ഉപവാസം ചെയ്യാൻ നിർദ്ദേശിക്കുന്നത്. ഉപവസിക്കുമ്പോൾ വേണ്ടത്ര ജലം കുടിച്ചാൽ അപകടം വരില്ല. മനുഷ്യശരീരത്തിന്റെ 80 ശതമാനവും ജലമാകുന്നു.

ദാഹിച്ച് തളർന്നുവരുന്ന ഒരാൾക്ക് ക്ഷീണവും ദാഹവുമകറ്റാൻ ഒരു ഗ്ലാസ് തണുത്ത വെള്ളത്തേക്കാൾ നല്ലതായി മറ്റൊന്നുമില്ല. സൂര്യൻ ഉദിച്ചുവരും മുൻപ് പച്ചവെള്ളത്തിൽ കുളിച്ചാലുണ്ടാകുന്ന സുഖം മറ്റൊന്നുകൊണ്ടും ഉണ്ടാവില്ല.

സമുദ്രങ്ങൾ, പുഴകൾ, അരുവികൾ, തിരകൾ, ഇവയെല്ലാം ലോകത്തെങ്ങും കവിതയിലെ പ്രധാനപ്പെട്ട ഒരു വിഷയമാണ്. അമേരിക്കൻ

പ്രകൃതിചിന്തകൻ ഹെൻറി ഡേവിഡ് തോറോ വാൾഡൻ നദിക്കരയിലെ ഒരു കുടിലിൽ പാർത്തുകൊണ്ടാണ് 'വാൾഡൻ' എന്ന മഹത്തായ പുസ്തകമെഴുതിയത്. പുഴ മനസ്സിനെയും ശരീരത്തെയും ശീതളമാക്കുന്നു. അപ്പോൾ മനസ്സും ചിന്തയും വാക്കുകളും സാന്ത്വനപരമാകുന്നു. ഹെർമൻ ഹെസ്സേയുടെ സിദ്ധാർത്ഥ എന്ന നോവലിൽ നദി ഒരു കഥാപാത്രമാണ്. നദിയുടെ ആമന്ത്രണങ്ങളിൽ നിന്ന് ജീവിതത്തിന്റെ രഹസ്യത്തിനായി കാതോർക്കുന്ന സിദ്ധാർത്ഥനെ നാം മറക്കില്ല.

ജൈനയോഗി, സൂര്യോപാസകൻ ഹീരാരത്തൻ മനേക് കേവലം വെള്ളം മാത്രം കുടിച്ചുകൊണ്ടാണ് 413 ദിവസങ്ങൾ നീണ്ടുനിന്ന ഉപവാസം നടത്തിയത്. അദ്ദേഹം 'സൗരോർജ്ജ ജലം' ഉണ്ടാക്കി കുടിക്കുന്ന ഒരു രീതി പറയുന്നുണ്ട്. സ്ഫടികക്കുപ്പിയിൽ വെള്ളമെടുത്ത് സൂര്യവെളിച്ചത്തിൽ ആറോ ഏഴോ മണിക്കൂർ വയ്ക്കുകയും വൈകുന്നേരം അത് എട്ടു മണിക്കൂറോളം മൺപാത്രത്തിൽ സൂക്ഷിച്ചുവച്ചതിനുശേഷം അത് ഒരു ഉത്തമപാനീയമായി കുടിക്കുകയും ചെയ്യുക. രോഗം ബാധിച്ച് ക്ഷീണിതരായ രോഗികൾ ഇത്തരത്തിലുള്ള ജലം കുടിക്കുമ്പോൾ അതവർക്ക് ഒരു പൈസയും ചെലവില്ലാതെ കഴിക്കാവുന്ന ഒരു എനർജി ടോണിക്കാവുന്നു. മരുന്നുകൾകൊണ്ട് മാറാത്ത ക്ഷീണം ഇതുകൊണ്ട് മാറുന്നതായി അനുഭവസ്ഥർ പറയുന്നു.

ഒരു മഹാനായ സെൻ ഗുരു താൻ കുളിച്ചതിനു ശേഷം ബാക്കി വന്ന ഇത്തിരി വെള്ളം ഒരു ശിഷ്യൻ ബക്കറ്റ് കഴുകി ഒഴിച്ചുകളഞ്ഞതറിഞ്ഞ് വളരെ വികാരവിക്ഷുബ്ധനാവുന്ന ഒരു കഥയുണ്ട്. വേനലിന്റെ തീയിൽ സസ്യസോദരങ്ങൾ വെന്തെരിയുമ്പോൾ ഒരു തുള്ളി വെള്ളം എത്ര അമൂല്യമാണെന്ന് ആ കഥയിൽ ഗുരു ശിഷ്യനെ ഓർമ്മിപ്പിക്കുന്നുണ്ട്.

ജലത്തെപ്പറ്റിയുള്ള ഗുരുവിന്റെ ഉള്ളിൽത്തട്ടിയ ആ മൊഴികൾ ശിഷ്യനിൽ ബോധോദയം ഉണ്ടാക്കിയതായാണ് കഥയവസാനിക്കുന്നത്. ജലസംരക്ഷണത്തിൽ നാം ജീവിക്കുന്നവരൊക്കെ എത്ര പിറകിലാണെന്ന് ആ ധ്യാനഗുരു നമ്മെ ഓർമ്മിപ്പിക്കുന്നു. പല്ലുതേപ്പ്, ഭക്ഷണം കഴിഞ്ഞുള്ള വായ കഴുകൽ, കുളി ഇവയ്ക്കൊക്കെ നാം ധൂർത്തടിക്കുന്നത് എത്രയധികം ആളുകൾ ഉപയോഗിക്കേണ്ട വെള്ളമാണ്.

ജർമ്മൻ പ്രകൃതിചികിത്സാചാര്യനായ ലൂയി കൂനി രോഗശമനത്തിനുള്ള ഉത്തമ മാധ്യമമായി ജലത്തെ ഉപയോഗിച്ചു. കഠിനമായ

ഏതു രോഗങ്ങളും ജലചികിത്സ വഴി മാറ്റാമെന്ന് തന്റെ ധാരാളം ചികിത്സാനുഭവങ്ങളെ മുൻനിർത്തി അദ്ദേഹം എഴുതി. "ഏതു രോഗങ്ങളുടെയും ആസ്ഥാനം മനുഷ്യന്റെ ഉദരമാണ്. അതുകൊണ്ട് രോഗചികിത്സ തുടങ്ങേണ്ടത് വയറിനെ ചികിത്സിച്ചുകൊണ്ടാകണം." ഉദരത്തെ, അടിവയറ്റിനെ, നാഭിയെ തണുപ്പിച്ചുകൊണ്ട് വെള്ളത്തിൽ അരമണിക്കൂർ ഇരുന്ന് നേർത്ത തുണികൊണ്ട് പതുക്കെ തടവുന്നത് ദേഹത്തിനാകെ നല്കുന്ന സാന്ത്വനം അപാരമത്രെ. ഒഴിഞ്ഞ വയറോടെ ഇപ്രകാരം വെള്ളത്തിലിരുന്ന് വയർ തടവുമ്പോൾ ദഹനക്ഷയം, ഉദരവ്യാധികൾ ശമിക്കുന്നു. വളരെ പഴകിയ മലംവരെ ഇളകിപ്പോകുന്നു. യുവാക്കളിൽ കണ്ടുവരുന്ന സ്ഖലനരോഗത്തിന് ഇത് വളരെ ഫലപ്രദമാണ്. ബാത്ത് ടബ്ബിൽ കാൽഭാഗം വെള്ളം നിറച്ച് നട്ടെല്ല് തണുപ്പിച്ചുകൊണ്ട് ഇരുപതു മിനിട്ടു നേരം കിടന്നാൽ ഉറക്കം വരാത്ത രോഗികൾക്ക് വേഗം ഉറക്കം കിട്ടുന്നു. നട്ടെല്ലു തണുപ്പിച്ച് കുളിച്ചതിനു ശേഷം പൂർണസ്നാനം ചെയ്യണം. കരകളെ, പരിസരങ്ങളെ, അതിൽ കാലാകാലമായി അടിഞ്ഞുകൂടിക്കിടക്കുന്ന മാലിന്യങ്ങളുടെ പർവതങ്ങളെ ഒന്നായി വിഴുങ്ങിക്കൊണ്ട് രൗദ്രമായി ഒഴുകിക്കൊണ്ടിരിക്കുന്ന വർഷകാല നദിയുടെ പ്രവാഹത്തെപ്പറ്റി ജെ. കൃഷ്ണമൂർത്തി പറയുന്നുണ്ട്. ഇവിടെ നദി പാപനാശിനിയാണ്.

വൃക്ഷപാഠം

"ഒരു വിത്തു പാകുക
ഭൂമി നിങ്ങൾക്കൊരു പൂ തരുന്നു!..."

-ഖലീൽ ജിബ്രാൻ

ഭൂമിയിലെ ഏറ്റവും വലിയ അത്ഭുതം ഇതല്ലേ? അതുകൊണ്ടത്രെ ജോയ്സ് കിൽമൻ മൊഴിയുന്നു:

"ഒരു വൃക്ഷംപോലെ മനോഹരമായ ഒരു കവിതയും നിങ്ങൾക്കു കാണാനാവില്ല!"

"ഒരു വൃക്ഷം നട്ടുപിടിപ്പിക്കുന്നവൻ അനേകം തലമുറകളോടു കരുണ കാട്ടുകയാണ്" എന്ന് ഹെൻറി വാൻ സൈക്

"ഭൂമിക്കു മീതെ ഒരു ദേവതയെപ്പോലെ പിറന്ന അല്ലയോ വൃക്ഷമേ!..." എന്നാണ് അഥർവവേദം വൃക്ഷത്തെ സംബോധന ചെയ്യുന്നത്.

"ജീവൻ നൽകുന്ന സസ്യങ്ങളാൽ ഞാനീ ലോകത്തെ മുഴുവൻ നിലനിർത്തും. അവയെന്റെ ദേഹത്തിൽനിന്നുണ്ടാകും!" മാർക്കണ്ഡേയ പുരാണത്തിൽ ദുർഗ മൊഴിയുന്നു.

ഭൂമി ഗന്ധവതിയത്രെ. അത് ഔഷധസസ്യങ്ങളെ വളർത്തുന്നു, ജലത്തെ വഹിക്കുന്നു. അപ്സരസ്സുകളാൽ, ഗന്ധർവന്മാരാൽ പങ്കിടപ്പെടുന്നു. ഔഷധികളെല്ലാം മധുമതികൾ, മധുപൂർണങ്ങൾ, അവ മാതാപിതാക്കളെപ്പോലെ പൂജിക്കപ്പെട്ടു - അഗ്നിപുരാണം.

ഒരു സംഗീതകാരൻ വനത്തിലൂടെ നടത്തിയ ഒരു യാത്രയെപ്പറ്റി പറഞ്ഞതോർക്കുന്നു: "കാട്ടിലൂടെ നടന്നുപോകുമ്പോൾ വൃക്ഷമുത്തച്ഛന്മാരെ കാണാം. ആയിരവും അതിലധികവും പ്രായമുള്ളവ. ചില വൃക്ഷങ്ങൾ ഒരല്പം പോലും സ്നേഹമില്ലാതെ വെറുപ്പും കോപവുമായി നിൽക്കുന്നതു കാണാം. അതിന്റെയൊന്നുമരികെ ഒരു പക്ഷിപോലും വന്നിരിക്കില്ല. വേറെ ചില വൃക്ഷങ്ങളുണ്ട്. സ്നേഹത്തോടെ നൃത്തം ചെയ്യുന്നവ, ആനന്ദത്തോടെ പൊട്ടിച്ചിരിക്കുന്നവ,

ജീവജാലങ്ങളെയാകെ മാടിവിളിക്കുന്നവ. അവയ്ക്കുനേരെ മുഴുവൻ ജീവികളും പക്ഷി-പ്രാണികുലങ്ങളും ആകൃഷ്ടരാവുന്നു."

ഭൂമിയെ വാസയോഗ്യമാക്കിയത് വൃക്ഷങ്ങളും പുല്ലുകളുമാണ്. അവയുടെ വേരുകളാണ് മണ്ണിനെ ജീവനുള്ളതാക്കുന്നത്.

രണ്ട്

ഇലകൾ മുഴുവൻ കൊഴിഞ്ഞ് ശൂന്യതയിലേക്ക് മിഴിച്ചു നിൽക്കുന്ന ഒരു ബദാംവൃക്ഷത്തിനു മുന്നിൽ അതിനെ ആലിംഗനം ചെയ്തു കൊണ്ട് നിൽക്കുകയായിരുന്നു. ഫ്രാൻസിസ് പുണ്യവാളൻ. സൃഷ്ടിയുടെ ഒരു മഹാസത്യത്തെ രഹസ്യമാക്കിവെച്ചിരിക്കുന്ന ഒരാളോടെന്നപോലെ ആ വൃക്ഷത്തെ ആഴത്തിൽ നോക്കി അദ്ദേഹം മൊഴിഞ്ഞു: "പ്രിയ സോദരീ, ബദാം മരമേ, ദൈവത്തെപ്പറ്റി ദയവായി എന്നോടു പറയൂ!"

ഉടൻ ബദാംമരം തളിർക്കുകയും പൂക്കുകയും പരിമളം പൊഴിക്കുകയും ചെയ്തുകൊണ്ട് ആനന്ദോന്മത്തയായി, മണ്ണിലുറച്ചുനിന്നു കൊണ്ട് ഒരു നൃത്തത്തിലെന്നപോലെ ആടിക്കൊണ്ടിരിക്കുകയും ചെയ്തു... ഫ്രാൻസിസ് പുണ്യവാളനെപ്പോലെ ഒരാളോട് ഈശ്വരനെപ്പറ്റി ഒരു പാവം വൃക്ഷത്തിന് അങ്ങനെയല്ലാതെ എങ്ങനെയാണ് പറയാനാവുക?

ഒരു വൃക്ഷത്തിന്റെ, ബോധിവൃക്ഷത്തിന്റെ ചുവട്ടിലിരിക്കെ ബോധോദയത്തിന്റെ മഹാദീപ്തി ലഭിച്ച ഗൗതമബുദ്ധന്റെ അന്ത്യത്തിലും അദ്ദേഹത്തിന് വൃക്ഷകുലത്തിനു നേരെയുള്ള ഹൃദയബന്ധം വെളിപ്പെടുകയുണ്ടായി. ഹിമാലയപരിസരത്തുള്ള ഒരാശ്രമത്തിൽ വച്ചാണിതുണ്ടായത്. അതിന്റെ മുറ്റത്തുവെച്ച് ബുദ്ധൻ ആനന്ദനോടു പറഞ്ഞു: "നോക്കൂ, എനിക്കു പോകാനുള്ള സമയമായി. എന്റെ ദേഹം ഈ രണ്ടു സാലമരങ്ങൾക്കിടയിൽ സംസ്കരിക്കുക..."

കാലപ്രവാഹത്തിൽ വൃക്ഷവുമായുള്ള മനുഷ്യന്റെ ഹൃദയബന്ധം അറ്റുപോയി. അങ്ങനെയാണവൻ മരങ്ങളെ മുഴുവൻ നിർവികാരനായി വെട്ടിമുറിച്ചിടാൻ തുടങ്ങിയത്. "ഒരു വൃക്ഷച്ഛായയിൽ ഒരിക്കൽ അഭയം തേടിയ ഒരാളും അതിന്റെ ഒരു ചില്ലപോലും മുറിക്കില്ല. അത്തരത്തിൽ ചെയ്യുന്നവൻ നന്ദികെട്ടവനത്രെ. മരങ്ങൾ നട്ടുവളർത്തിക്കൊണ്ട് അവയ്ക്കു സംരക്ഷണം നൽകുന്നവർ, ജീവികൾക്ക് ഭക്ഷണവും പാർപ്പിടവും ഒരുക്കുന്നവർ വാഴ്ത്തപ്പെടുന്നവരാകുന്നു!...."
(ബുദ്ധജാതകകഥ)

മൃഗപാഠം

ഭൂമിയിലെ എല്ലാ സൃഷ്ടികളെയും ഓരോ മൺതരിയെയും സ്നേഹിക്കുക. ഓരോ ഇലയെയും ഓരോ പ്രകാശരശ്മിയെയും സ്നേഹിക്കുക. മൃഗങ്ങളെയും മരങ്ങളെയും കിളികളെയും സ്നേഹിക്കുക. എല്ലാറ്റിനെയും സ്നേഹിക്കുക. അപ്പോൾ കാര്യങ്ങളിലെ ദിവ്യരഹസ്യം നിങ്ങൾക്കറിയാനാവുന്നു. ഒരിക്കൽ നിങ്ങളതറിഞ്ഞുകഴിഞ്ഞാൽ ഓരോ ദിവസവും നിങ്ങൾക്കതിന്റെ തെളിഞ്ഞ വെളിച്ചം കിട്ടുവാൻ തുടങ്ങുന്നു. ഒടുവിൽ, മുഴുവൻ ലോകത്തെയും സ്നേഹിക്കുന്ന, വിശ്വസ്നേഹം എന്നൊക്കെ നാം ഭംഗിയിൽ പറഞ്ഞു കേൾക്കുക മാത്രം ചെയ്യുന്ന നമ്മുടെതല്ലാത്ത ഒരനുഭവം നമ്മുടെ സ്വന്തം അനുഭവമായി വളരുന്നു. മൃഗങ്ങളെ സ്നേഹിക്കുക. ദൈവം അവയ്ക്ക് കറപുരളാത്ത സന്തോഷം നൽകിയിരിക്കുന്നു. അതുകൊണ്ട് അവയ്ക്കു പ്രയാസമുണ്ടാക്കിവയ്ക്കരുത്!... അവയെ മർദ്ദിക്കരുത്. അവയെ അവയുടെ സന്തോഷത്തിൽനിന്ന് ആട്ടിയകറ്റരുത്..." -ഡൊസ്റ്റൊയവ്സ്കി

സെയിന്റ് ഫ്രാൻസിസ് മരണപ്പെടുന്ന ദിവസം ഒരു കഴുതപ്പുറത്തു യാത്ര ചെയ്യുകയുണ്ടായി. അന്ന് ഇതുമായി ബന്ധപ്പെട്ട് അദ്ദേഹം പറഞ്ഞത് സ്മരണീയം. അദ്ദേഹം കഴുതയെ സംബോധന ചെയ്തുകൊണ്ടു മൊഴിഞ്ഞു: 'കഴുത സോദരാ! ദയവായെന്നോടു പൊറുത്താലും!... ഞാൻ നിന്റെ പുറത്ത് സഞ്ചരിക്കുകയായിരുന്നല്ലോ. ഞാനെന്റെ കുറ്റം ഏറ്റുപറയുന്നു. ഒരു സോദരന്റെ പുറത്തു കയറി ഞാൻ സഞ്ചരിച്ചത് ഒട്ടും ശരിയല്ല. ഞാൻ മരിക്കുന്നതിനു മുമ്പ് നീയത് പൊറുക്കണം!....' ഒരു സഹോദരനോടെന്നപോലെയാണ് അദ്ദേഹം കഴുതയോട് സംസാരിച്ചത്.

നാമൊക്കെയും നമുക്കു ചുറ്റുമുള്ള ചരാചരത്തിന്റെ ഭാഗമാകുന്നു. മരങ്ങൾ, മൃഗങ്ങൾ, പക്ഷികൾ എന്നിവ നമ്മുടെ സോദരരും സോദരികളുമാണ്. ഇതാണ് നമ്മുടെ യഥാർത്ഥ കുടുംബം. ഒരല്പം ധാരണയോടെ ഉണർന്നിരുന്നാൽ ഒരാൾക്കിത് ഉള്ളിൽ നിന്നുതന്നെ തോന്നാൻ തുടങ്ങും.

കൃഷ്ണന്റെ ജീവിതത്തിലും കുട്ടിയായിരിക്കെതന്നെ മൃഗങ്ങളുമായി സാഹോദര്യപ്പെടുന്നതിന്റെ അനുഭവങ്ങൾ കാണാം. പൈക്കളെ

മേയ്ക്കുന്നിടത്തേക്ക് തന്നെയുംകൊണ്ടുപോകണമെന്ന് കണ്ണൻ അമ്മയോട് ഒരു നാൾ കരഞ്ഞു പറഞ്ഞു. അതിന് യശോദ, 'നിന്റെ പട്ടുപോലുള്ള കുഞ്ഞിക്കാലുകൾ കൊണ്ട് കല്ലും മുള്ളും നിറഞ്ഞ ആ വഴികളിൽക്കൂടി എങ്ങനെയാണ് നീ പോവുക? നല്ല ഒരു ജോഡി പാദരക്ഷ ഞാനുണ്ടാക്കിത്തരാം. അതിനുശേഷം പോകാം' - എന്നു പറയുന്നു. അപ്പോൾ കണ്ണൻ 'നാം സേവിക്കുന്ന പൈക്കളുടെ പാദങ്ങളിൽ പാദരക്ഷയൊന്നുമില്ലല്ലോ. അപ്പോൾ അവരുടെ സേവ ചെയ്യുന്ന നാം അവർക്ക് ഒഴിഞ്ഞുമാറാൻ പറ്റാത്ത കല്ലിലും മുള്ളിലും നിന്നു രക്ഷനേടാൻ എന്തിനു ശ്രമിക്കുന്നു' എന്നു ചോദിക്കുന്നുണ്ട്. ഇങ്ങനെയായിരുന്നു കൃഷ്ണന്റെ വിചാരവും പെരുമാറ്റവും. കൃഷ്ണൻ ഗോകുലത്തിൽ നിന്നു പുറത്തേക്കുപോകുന്ന അവസരങ്ങളിൽ ഗോകുലത്തിലെ കന്നുകളും കിടാങ്ങളുമെല്ലാം നിശ്ചലമായി നിന്നു കണ്ണീർ തൂകിയതിൽ അതിശയമില്ല.

രമണമഹർഷിയുടെ ആശ്രമം, പട്ടികൾ, പശുക്കൾ, വാനരന്മാർ, അണ്ണാനുകൾ, മയിലുകൾ തുടങ്ങിയ പല ജന്തുക്കളുടെയും ആവാസകേന്ദ്രമായിരുന്നു. തന്നെ കാണാനെത്തുന്ന ആളുകളോടു കാണിക്കുന്ന ശ്രദ്ധയും പ്രേമവും ഈ പക്ഷിമൃഗാദികളോടും അദ്ദേഹം കാട്ടിയിരുന്നു. മഹർഷി ഒരിക്കലും അവയെ 'അത്' 'ഇത്' എന്ന് പറഞ്ഞില്ല. 'അവൻ' 'അവൾ' എന്നൊക്കെയാണ് പറയുക. പട്ടികളെ സ്നേഹവായ്പോടെ അന്വേഷിക്കുന്നത്, 'ഇന്ന് കുട്ടികൾക്ക് ആഹാരം കൊടുത്തുകഴിഞ്ഞോ?' എന്നാണ്. ഉച്ചഭക്ഷണ സമയം ആദ്യം പട്ടികൾക്ക്, പിന്നീട് യാചകർക്കും ഒടുവിൽ ഭക്തർക്കും എന്ന ക്രമത്തിലാണ് ആശ്രമത്തിൽ ആഹാരം കൊടുത്തിരുന്നത്.

ഒരിക്കൽ ഒരു പെൺകുരങ്ങ്, കുഞ്ഞുമായി മഹർഷിയുടെ അരികെ വന്നു. അന്തേവാസികളാവട്ടെ കുരങ്ങനെ ഓടിക്കാൻ നോക്കി. മഹർഷി അപ്പോൾ പറഞ്ഞു: 'അവൾ വരട്ടെ. തടയേണ്ട. അവളുടെ മകളെ കാണിക്കാനും നിങ്ങളെപ്പോലെ എന്റെ അനുഗ്രഹം വാങ്ങാനുമാണ് അവൾ വന്നത്.

സമയപാഠം

1440 മിനുട്ടുകളാണ് ഒരു ദിവസത്തിന്, അഥവാ 86400 സെക്കന്റുകൾ. ഭൂമിക്കു മീതെ യുഗങ്ങളായി ഇതേ സമയദൈർഘ്യമാണ് ഓരോ ദിവസത്തിനും. എന്നിട്ടും സമീപകാലത്ത് മാനവരാശിയുടെ അവബോധത്തിൽ സമയം ചെറുതായിക്കൊണ്ടിരിക്കുന്നു, അഥവാ സമയം പോരാതെ വരുന്നു. ഇതിന്റെ ഫലമായി നാം സദാ തിരക്കിട്ടവരാവുന്നു. ധൃതി, വെപ്രാളം, വേഗതകാരണമുള്ള സംഘർഷം, അശാന്തി, അസൂയ നമ്മുടെ ജീവിതത്തിന്റെ ഒരു ഭാഗമായിരിക്കുന്നു. 'എനിക്ക് സമയമില്ല', 'സമയം പറന്നുപോകുന്നു' എന്നു പറയാത്തവരാരും പുതിയ ലോകത്തില്ല. പണത്തിന്റെയോ സ്വാതന്ത്ര്യത്തിന്റെയോ അഭാവമല്ല, സമയത്തിന്റെ അഭാവത്തെപ്പറ്റിയാണ് ജനങ്ങൾ സദാ പരാതി പറയുന്നത്.

സമയപാഠം ആധുനിക മനുഷ്യന്റെ ബോധത്തിൽ പ്രവർത്തിക്കുന്നില്ല. 'പൂർണ്ണ വിശുദ്ധൻ ആരാണ്?' എന്ന ചോദ്യത്തിനു വർത്തമാനകാലത്തിൽ മുഴുവനായി ഉണർന്നിരിക്കുന്നവൻ! എന്ന് ഗൗതമബുദ്ധൻ മറുപടി പറയുന്നുണ്ട്. വർത്തമാനകാലത്തിൽ ഉണർന്നിരിക്കുന്ന ഒരാൾ സമയപ്രവാഹത്തിന്റെ അനന്തതയ്ക്ക് മുന്നിൽ, മഹാകാലത്തിനു മുന്നിൽ അടിപതറി വീണുപോകില്ല.

'സമയം മനുഷ്യന്റെ മനശ്ശാസ്ത്രപരമായ ഒരു ശത്രുവാകുന്നു' എന്ന് ജിദ്ദു കൃഷ്ണമൂർത്തി പറയുന്നത് സമയപാഠത്തിൽ ദാർശനിക തലത്തിലുള്ള വലിയൊരു കണ്ടെത്തലായിരുന്നു. 'അനശ്വരമായ വർത്തമാനകാലത്തിൽ ജീവിക്കുക' എന്നാണ് അദ്ദേഹം പറയുന്നത്.

മനുഷ്യന്റെ പൊതുവായ പ്രകൃതം ഒരു കാൽ ഭൂതകാലത്തിലും മറ്റൊന്ന് ഭാവിയിലും വച്ചുകൊണ്ട് വർത്തമാനത്തിൽ ജീവിക്കാതെ കടന്നുപോകുക എന്നതത്രേ. മൃഗം ഭൂതകാലത്തിലാണ്, അത് ഭൂതകാലം വച്ചാണ് കഴിയുന്നത്. മൃഗത്തിന് ഭാവിയെ

പ്പറ്റി ഒരാശയവുമില്ല. തൊട്ടടുത്ത ചില മണിക്കൂറുകളല്ലാതെ വരാൻ പോകുന്ന ഒരു കാലം അതിനു കാണാനാകില്ല.

അവികസിത സമൂഹം, പ്രിമിറ്റീവ് ആയ ജനവർഗ്ഗം, ഭൂതകാല ത്തിൽ ജീവിക്കുന്നു, ഇന്ത്യയെപ്പോലെ. വികസിത സമൂഹം ഭാവി യിലും, അമേരിക്കയെപ്പോലെ. ഭൂതകാലത്ത് ജീവിക്കുന്നതിനേക്കാൾ ഭേദം ഭാവിയിൽ ജീവിക്കുന്നതാണ്.

മരണാനന്തര ജീവിതത്തെപ്പറ്റി അഭിപ്രായമാരാഞ്ഞപ്പോൾ ജിദ്ദു കൃഷ്ണമൂർത്തി, 'എന്റെ മുഖ്യവിഷയം മരിക്കുന്നതിനു മുമ്പുള്ള ജീവിതം എങ്ങനെ മനോഹരമാക്കാം എന്നതാണ്' എന്നു പറയു ന്നുണ്ട്. 'അനശ്വര വർത്തമാനത്തിൽ പൂർണ്ണ ശ്രദ്ധയോടെ പുലരുക' എന്നാണ് അദ്ദേഹം തന്റെ പ്രഭാഷണങ്ങളിൽ പറഞ്ഞുകൊണ്ടിരു ന്നത്. പഴയ മനുഷ്യർ ഭൂതകാലത്തിൽ അല്ലെങ്കിൽ ഭാവിയിൽ ജീവി ക്കുന്നവരാണ്. അതുകൊണ്ടുതന്നെ വർത്തമാനകാലത്ത് ജീവിക്കാ ത്തവർ പഴയതിനോട് അനുസരണയുള്ളവനായിരിക്കുകയെന്നാൽ മരി ച്ചതിനോട് അനുസരണയുള്ളവരായിരിക്കുക എന്നത്രേ. കാരണം പഴ യത് ജീവിച്ചുകഴിഞ്ഞതാകുന്നു. 'പുതിയ മാനവൻ വർത്തമാനകാല ത്തോട് അനുസരണയുള്ളവനായിരിക്കും, വർത്തമാനത്തോട് അനു സരണയുള്ളവനാകുക എന്നാൽ ഭൂതകാലത്തോട് പ്രക്ഷോഭം ചെയ്യു ന്നവനാവുക എന്നത്രേ.'

ജീവിതത്തിൽ അനിവാര്യമായ കടുത്ത ദുരന്തങ്ങളുണ്ടായവർ, തിരുത്താനാവാത്ത കൊടുംപാതകം ചെയ്തവർ അതിന്റെ തന്നെ ഓർമ്മയിൽ, ഭൂതകാലത്തിൽ മുഴുകിയാണ് ജീവിക്കുന്നത്. ഇതവ രുടെ ജീവിതത്തെ എത്ര അസുന്ദരവും വിരൂപവും ആക്കുന്നുവെന്ന് അവരറിയുന്നില്ല. കാരണം ദുഃഖത്തിലും വേദനയിലും കുറ്റബോധ ത്തിലും നിരന്തരം ജീവിച്ചുകൊണ്ടിരിക്കുന്ന ഒരാൾ ജീവിതത്തിന്റെ സൗന്ദര്യത്തെ, സ്നേഹത്തെ, മഹത്ത്വത്തെ, കാണാനാവാത്ത തര ത്തിൽ ഒരു മരവിപ്പിലെത്തിയവനാണ്. ഇത്തരക്കാർ വിഷാദരോഗി കളും സിനിക്കുകളുമായി മാറുന്നു.

മറിച്ച് ഭൂതകാലത്തെ പൂർണ്ണമായി മറന്ന്, മനസ്സിലെ ഓർമ്മകൾ മുഴുവൻ നീക്കി, അതിന്റെ ഒരു പൊടിപോലും ബാക്കിവയ്ക്കാതെ പുതിയൊരു മനസ്സോടെ ജീവിക്കാൻ തുടങ്ങുമ്പോൾ 'ജീവിതം ഹാ, എത്ര മഹത്തായതാണ്!' എന്ന് ഒരാൾ ജീവിതത്തിലാദ്യമായി അറി യാൻ തുടങ്ങുന്നു.

ധ്യാനത്തിന്റെ പ്രസക്തി ഇവിടെയാണ്. ധ്യാനത്തിലാവുമ്പോൾ ഒരാൾ പൂർണ്ണമായും വർത്തമാനത്തിലാണ്. വർത്തമാനകാലത്ത്

ജീവിക്കാനുള്ള നല്ലൊരു വഴിയായി ധ്യാനത്തിന്റെ പാത മനുഷ്യനു മുന്നിൽ തുറന്നുകിടക്കുന്നു. നിരീശ്വരവാദികൾക്കുപോലും ചെയ്യാവുന്ന ഒരു ധ്യാനരീതി ബുദ്ധൻ പഠിപ്പിക്കുന്നുണ്ട്. 'സ്വന്തം ശ്വസന ക്രമത്തിൽ പൂർണ്ണ ശ്രദ്ധയോടെയിരിക്കുവാൻ'. മനസ്സിന് ഒരു പ്രത്യേകതയുണ്ട്. ഒരു നിശ്ചിത സമയത്ത് ഒന്നിലധികം സംഗതികൾ ഒരാൾക്ക് ശ്രദ്ധവയ്ക്കാനാവില്ല. ശ്വസിക്കുന്നതിലും ഉച്ഛ്വസിക്കുന്നതിലും മാത്രം ശ്രദ്ധിക്കുമ്പോൾ മനസ്സ് മറ്റൊരു ചിന്തയിലേക്കും വഴുതിപ്പോകുന്നില്ല. അപ്പോൾ മനസ്സ് വർത്തമാനകാലത്തിൽത്തന്നെ ഉറച്ചുനിൽക്കുന്നു. ഇതൊരു ശീലമാക്കിയാൽ മനസ്സിന്റെയുള്ളിൽ പതുക്കെ മാറ്റം സംഭവിക്കുന്നു.

ഈ അഭ്യാസം ഒരാളെ വർത്തമാനത്തിൽ, 'ഇവിടെ' നിർത്തുന്നു. ഇങ്ങനെ ജീവിക്കുമ്പോൾ 'ഓരോ ദിനവും ഒരു നല്ല ദിനമാവുന്നു എന്ന് ഒരാൾ അറിയുന്നു.'

സത്യപാഠം

സത്യത്തിനുവേണ്ടി
എല്ലാം ത്യജിക്കാൻ കഴിയും.
പക്ഷേ, സത്യം ഒന്നിനുവേണ്ടിയും
ത്യജിക്കാനാവില്ല!

-സ്വാമി വിവേകാനന്ദൻ

സത്യമറിയുന്നവർ അതിനെ സ്നേഹിക്കാൻ പഠിക്കുന്നു. സത്യത്തെ സ്നേഹിക്കുന്നവർ അതിൽ ജീവിക്കാൻ പഠിക്കുന്നു. ഒരു കവിയും ഒരു പുസ്തകവും സത്യത്തെ മുഴുവനായി ഉൾക്കൊള്ളുന്നില്ല. സത്യം ജീവിക്കുന്ന ഒരു വസ്തുവാകുന്നു. വിവരണാതീതമായ ഒന്നാകുന്നു.

സത്യം തെളിയിക്കാൻ കഴിയില്ല. സത്യം സ്വയംതന്നെ അതിനെ തെളിയിക്കുന്നു. സത്യസന്ധനായ ഒരാൾ 'ഞാൻ സത്യമാണ് പറയുന്നത്' എന്ന് ഒരിക്കലും സത്യം ചെയ്യില്ല. ധനത്തിലേക്കുള്ള വഴി പലതാണ്. പക്ഷേ, സത്യത്തിലേക്കുള്ള വഴി ഒന്നു മാത്രമാണ്. സത്യമില്ലാത്ത ഒരാളെ വഞ്ചിക്കുന്നത് വളരെ എളുപ്പമാണ്. എന്തെന്നാൽ, ഉള്ളിൽ അശുദ്ധിയുള്ള ഒരാൾക്ക് സത്യവും അസത്യവും തമ്മിലുള്ള അന്തരം തിരിച്ചറിയാനാവില്ല.

'സത്യം, ശിവം, സുന്ദരം' എന്നത് ദിവ്യതയെപ്പറ്റിയുള്ള ഭാരതീയമായ ഒരു മഹാസങ്കല്പമത്രെ. ഇതിലൊന്നാമതായി പറയുന്നത് സത്യത്തെപ്പറ്റിയാണ്. അതുകൊണ്ടാവണം 'സത്യമാണീശ്വരൻ' എന്നു മനീഷികൾക്കു തോന്നുന്നത്. സത്യത്തിലിരിക്കുന്ന ഒരാൾക്കേ 'ശിവ'മായി, മംഗളകാരിയായി ഇരിക്കാനാവൂ. അപ്പോഴേ അയാൾക്ക് സുന്ദരനാകാനാവൂ. സത്യം മാത്രം ഒരാളെ സുന്ദരനാക്കില്ല. ശിവം മാത്രം ഒരാളെ സുന്ദരനാക്കില്ല. സത്യവും ശിവവുമായിരുന്നാൽ മാത്രം പോര, സുന്ദരമാവുകകൂടി വേണം. ഈ മൂന്നു മൂല്യങ്ങളുമാണ് മൃഗാവസ്ഥയിൽനിന്ന്, മാനവാവസ്ഥയിൽനിന്ന് മനുഷ്യനെ അതിരറ്റവനാക്കുന്നത്, ദിവ്യനാക്കുന്നത്.

സത്യത്തിന്റെ ശക്തി, മായയെ തരണം ചെയ്യാൻ ഒരാളെ പ്രാപ്ത നാക്കുന്നു. മഹാത്മാഗാന്ധിയുടെ അതുല്യ വ്യക്തിത്വത്തെ രൂപീക രിക്കുന്നതിന് അദ്ദേഹത്തെ സഹായിച്ച പ്രാഥമികമായ മൂല്യം സത്യ മായിരുന്നല്ലോ.

'പരമസത്യം നിങ്ങളെ നൃത്തമാടിക്കുന്നു' എന്ന് ധ്യാനമഹാഗുരു ദാദാ ലേഖരാജ്. എന്തെന്നാൽ, സത്യത്തിന്റെ വഴിയിൽ പോകുന്ന ഒരാൾക്ക് എപ്പോഴും ഭയരഹിതനായും എല്ലാതരം ചിന്തകളിൽനിന്ന് അകന്നവനായും പുലരാനാവുന്നു. അത്തരമൊരാൾ സദാ ആനന്ദ നൃത്തമാടുന്നു.

സമുദ്രമധ്യത്തിൽ ഒരു സർപ്പഫണത്തിൽനിന്നു നൃത്തംവയ്ക്കുന്ന കൃഷ്ണന്റെ ചിത്രം യഥാർത്ഥത്തിലെന്താണ്? സ്ത്യത്തിന്റെ ശക്തി യിൽ കൃഷ്ണന് സർപ്പഫണം ഒരു നർത്തനവേദിയായി മാറുകയാണ്! സാഹചര്യങ്ങളെത്ര ഭീതിജനകമായാലും വിഷമാർന്നതായാലും അടു പ്പങ്ങളും ബന്ധങ്ങളും എത്ര പിടിച്ചുവലിക്കുന്നതായാലും സത്യ ത്തിന്റെ ശക്തിയിൽ ഇരിക്കുന്ന ഒരാൾക്ക് അത്തരം പ്രതികൂലമായ ഇടങ്ങളിലെല്ലാം ഒരു 'സ്റ്റേജാ'ക്കി മാറ്റി അവിടെനിന്നുകൊണ്ട്, എല്ലാം മറന്ന് നൃത്തം ചെയ്യാനാവുന്നു; ആനന്ദത്തോടെ കർമ്മം തുടരാൻ കഴിയുന്നു. അസത്യത്തിൽ, അന്യായത്തിൽ ആണ്ടു മുങ്ങിക്കിടക്കുന്ന ഒരു ലോകത്തിൽ നേരിന്റെ വിജയത്തിനായി അസത്യത്തിനെതിരെ പൊരുതുന്ന ഒരാളാണ് യഥാർത്ഥ കൃഷ്ണൻ. നാഗത്തെ വിശ്രമത്തി നുള്ള ഒരു ശയ്യയാക്കി മാറ്റുന്നത് ഒരു മഹാവിജയത്തിന്റെ പ്രഖ്യാപന മത്രെ.

സത്യത്തിന്റെ നൗക അതിഭയങ്കരമായ കാറ്റിലും കോളിലും ആടി യുലഞ്ഞ് പാറക്കെട്ടിൽ ചെന്നടിച്ചേക്കാം. പക്ഷേ, അതൊരിക്കലും മുങ്ങിപ്പോവില്ല! ചിന്തയിൽ, വാക്കിൽ, കർമ്മത്തിൽ സത്യത്തിന്റെ ശക്തിയിൽ അചഞ്ചലനായി ഇരിക്കുന്നവനുള്ളതാണ് സത്യത്തിന്റെ മഹാവരദാനങ്ങൾ.

സൗന്ദര്യപാഠം

മനുഷ്യബോധത്തിന്റെ പരമമായ വികാസത്തെ സൂചിപ്പിക്കുന്ന ഒരു സങ്കല്പമുണ്ട്: 'സത്യം, ശിവം, സുന്ദരം' എന്ന സങ്കല്പമാണത്. ലോകത്തിലെ മുഴുവൻ മതങ്ങളും - ഏതാണ്ട് മുന്നൂറോളം മതങ്ങൾ - ഇവയെല്ലാം മനുഷ്യനെ സത്യവും ശിവവുമായ മാർഗ്ഗത്തിൽ സഞ്ചരിക്കുവാൻ പ്രേരിപ്പിക്കുകയായിരുന്നു.

ശിവം എന്ന വാക്കിന്റെ അർത്ഥം 'നന്മ, മംഗളകരം' എന്നൊക്കെയാണ്. ലോകത്തിൽ ഇന്നുവരെയുണ്ടായ എല്ലാ മതങ്ങളും മനുഷ്യനെ സത്യത്തിന്റെ, നന്മയുടെ മാർഗ്ഗത്തിൽ സഞ്ചരിക്കുവാൻ പ്രചോദിപ്പിക്കുകയായിരുന്നു. അതുകൊണ്ട് ഈ മതങ്ങളിലെല്ലാം സദാചാരനിഷ്ഠകൾ, സന്മാർഗ്ഗനിയമങ്ങൾ എന്നിവയ്ക്ക് വലിയ പ്രാധാന്യം ലഭിച്ചു.

സുന്ദരമായതിലേക്കുള്ള മനുഷ്യവംശത്തിന്റെ യാത്ര എവിടെയോ മുറിഞ്ഞു പോയിരിക്കുന്നു. സത്യവും ശിവവും കഴിഞ്ഞ് 'സുന്ദര'ത്തിലേക്ക് വരാൻ മനുഷ്യരാശിക്ക് കഴിയാതായിരിക്കുന്നു.

മതങ്ങളുടെ പേരിൽ ലോകം മുഴുവൻ പെരുകിവരുന്ന ഹിംസ, സംഘർഷം, ചെറുതും വലുതുമായ യുദ്ധങ്ങൾ, മനുഷ്യൻ മനുഷ്യനു നേരെ നടത്തിവരുന്ന ഹത്യകൾ ഇതെല്ലാം ഒരു കാര്യം സൂചിപ്പിക്കുകയാണ്. മനുഷ്യന്റെ സുന്ദരഭാവം, സൗന്ദര്യത്തിന്റെ സത്യം മനുഷ്യരാശിയുടെ നീണ്ട പ്രയാണത്തിൽ ഇനിയും നേടാത്ത ഒരു സ്വപ്നമായി തുടരുകയാണ്.

ലോകത്തിലെ ധ്യാനഗുരുക്കന്മാർ ഓർമിപ്പിക്കുന്ന ഒരു യാഥാർത്ഥ്യമുണ്ട്; 'സത്യം, ശിവം, സുന്ദരം' എന്ന സങ്കല്പത്തിലെ 'സുന്ദരം' എന്നതിലേക്കു വരാൻ മനുഷ്യരാശിക്കു കഴിഞ്ഞില്ലെങ്കിൽ ഭൂമിയിൽ പെരുകിവരുന്ന ഹിംസയും അക്രമങ്ങളും ശമിക്കുകയില്ല.

ലോകത്തിലെ മുഴുവൻ മതങ്ങളും ആത്യന്തികമായി ധ്യാനത്തെയാണ് നിർദ്ദേശിക്കുന്നത്. "ധ്യാനത്തിലൂടെ മനുഷ്യന്റെ ആന്തരികമായ സൗന്ദര്യം പ്രഫുല്ലമായാൽ പുതിയ സഹസ്രാബ്ദത്തിൽ

പുതിയ ഒരു മനുഷ്യരാശി, പുതിയൊരു ലോകം പിറവിയെടുക്കും." ധ്യാനഗുരു ദാദാ ലേഖരാജ് മൊഴിയുന്നു. മനുഷ്യവംശത്തിന്റെ സംസ്കൃതിയെ ഗ്രസിച്ച രോഗങ്ങൾക്കൊക്കെയുമുള്ള അവസാനത്തെ 'ആന്റിബയോട്ടിക്' അതു മാത്രമാണെന്ന് അദ്ദേഹം പറയുന്നു.

മനുഷ്യനെ സുന്ദരനല്ലാതാക്കുന്ന വലിയൊരു ശത്രു നമ്മുടെയൊക്കെയുള്ളിൽ സ്ഥിരമായി പാർക്കുന്നുണ്ട്: കോപം. ഇത് നമ്മുടെ ശരീരത്തിലെ വൈദ്യുതി പോലെയാകുന്നു. കോപത്തിന്റെ ഊർജ്ജം പുറപ്പെട്ടാൽ അതുകൊണ്ട് എന്താണ് ഉണ്ടാകുന്നത് എന്ന് ആർക്കും പറയാനാവില്ല. ഒന്നുകിൽ അയാൾ എതിരാളിയെ വധിക്കുന്നു. അല്ലെങ്കിൽ അയാൾ തന്നെത്തന്നെ നശിപ്പിക്കുന്നു. ഒരാൾ കോപിക്കുമ്പോൾ അയാൾക്കു ചൂടുപിടിക്കുന്നു. അപ്പോൾ പലരും അയാൾക്ക് ശത്രുക്കളായി മാറുന്നു. എന്നാൽ ഈ കോപത്തിന്റെ ഊർജ്ജം തന്നെ നേർവിപരീതമായിത്തീരുമ്പോൾ, സ്നേഹത്തിന്റെ ഊർജ്ജമായി മാറുന്നു. അപ്പോൾ ഏതൊരാളും ഒരു ബുദ്ധനാകുന്നു. ബുദ്ധൻ എന്നാൽ ബോധോദയം നേടിയവൻ.

കോപം സ്നേഹമായി പരിവർത്തിക്കപ്പെടുമ്പോൾ എല്ലാം ശീതളമാകുന്നു. ചൂടുള്ള വൈദ്യുതി തന്നെയാണ് 'എയർകണ്ടീഷനിംഗി'നും ഉപയോഗിക്കുന്നത്. അവിടെ ആകെ ശീതളമാക്കുകയാണ്. കോപത്തിന്റെ വൈദ്യുതി സ്നേഹത്തിന്റെ എയർകണ്ടീഷനിംഗിലേക്ക് മാറുമ്പോൾ ലോകത്തിന്റെ മുഖമാകെ മാറുകയാണ്. സ്നേഹം ആന്തരികമായ ഒരു എയർകണ്ടീഷനിംഗ് ആകുന്നു. ഈ മാറ്റം ഒരാളുടെ മനസ്സിൽ ഉണ്ടാകുമ്പോൾ അയാൾക്ക് എല്ലാം ശീതളവും സുന്ദരവുമായിത്തീരുന്നു. ലോകത്തിൽ ഒരൊറ്റ ശത്രുവും അപ്പോൾ അയാൾക്കില്ല. കാരണം, കോപത്തിന്റെ കണ്ണിലൂടെ നോക്കിയപ്പോൾ ശത്രുക്കളായി തോന്നിയവരെല്ലാം സ്നേഹത്തിന്റെ കണ്ണിലൂടെ നോക്കിയപ്പോൾ അയാളുടെ മിത്രങ്ങളായി മാറുന്നു. "ഒരു ടൺ ക്രോധത്തെ ഇല്ലാതാക്കാൻ ഒരൗൺസ് സ്നേഹം മതി' എന്ന് ദാദാലേഖരാജ് ഓർമ്മിപ്പിക്കുന്നു.

ആനന്ദപാഠം

പരമമായ ആനന്ദം ഇന്ദ്രിയങ്ങൾക്ക് അതീതമായ സന്തോഷമാകുന്നു. അത് ഒരാളുടെ ഉള്ളിലുണ്ടെങ്കിൽ അയാൾക്ക് ഒറ്റക്കൈ കൊണ്ടു കൊട്ടാം... -ധ്യാനഗുരു ദാദാലേഖരാജ്

ആനന്ദമാണ് മനുഷ്യനെ സുന്ദരനാക്കുന്നത്! എത്ര വിരൂപനായാലും അതിരറ്റ ആനന്ദത്തിൽ മുഴുകിയിരിക്കുമ്പോൾ അയാൾ ഏറ്റവും സുന്ദരനാണ്. എത്ര സുന്ദരനായാലും ഒരാൾ വികാരങ്ങളിൽ, ചിന്തകളിൽ എരിയുകയാണെങ്കിൽ അയാളേറെ വിരൂപനാണ്. നോക്കൂ ലോകത്തിലെ മുഴുവൻ കുട്ടികളും സുന്ദരികളും സുന്ദരന്മാരുമാണ്. എന്തെന്നാൽ അവർക്ക് ഞാനെന്ന ചിന്തയോ ദേഹബോധമോ ഇന്നലകളെപ്പറ്റിയുള്ള കുറ്റബോധമോ നാളയെപ്പറ്റിയുള്ള ഉൽക്കണ്ഠയോ ഇല്ല.

മറ്റെന്തുണ്ടായിട്ടും ഒരാളുടെയുള്ളിൽ ആനന്ദമില്ലെങ്കിൽ പ്രയോജനമെന്ത്? ഭൗതികമായ ഒന്നുകൊണ്ടും യഥാർത്ഥ ആനന്ദം ഉണ്ടാവില്ല. ആത്മാവിലും ശരീരത്തിലും ആനന്ദമുണ്ടാകുമ്പോൾ ഒരാളുടെ ശരീരം, മനസ്സ് അതിരറ്റ ഒരുപകരണമായി മാറുകയാണ്.

സന്തോഷിച്ചിരിക്കുമ്പോഴും പ്രകടമായ ഒരു ദുഃഖവുമില്ലാതിരിക്കുമ്പോഴും മനുഷ്യന്റെ സത്തയുടെ ആഴത്തിൽ ദുഃഖം നേരിയ തരത്തിലെങ്കിലുമുണ്ട്.

ബോധമനസ്സിലും ഉപബോധമനസ്സിലും പൂർണമായി ആനന്ദം നിറഞ്ഞൊഴുകുന്നത്, സച്ചിദാനന്ദത്തിൽ ലയിക്കുന്നത് തീർത്തും അലൗകികമായ ഒരനുഭവമാകുന്നു. ഈ ആനന്ദം ഒരാളുടെ ശരീരത്തെ, ഇന്ദ്രിയങ്ങളെ, മനസ്സിന്റെ സത്തയെയാകെ ശീതളമാക്കുകയാണ്. ക്രോധവും ദുഃഖവും അസൂയയും സംഘർഷവും കൊണ്ടു ചുട്ടു പഴുത്തിരിക്കുന്ന ശരീരത്തെ ഇത് തണുത്ത വെള്ളത്തിൽ മുക്കിയെടുക്കുന്നതുപോലെ കഴുകി തണുപ്പിക്കുകയാണ്.

ഈ ആനന്ദം പതിവായി ധ്യാനത്തിലൂടെ, ആന്തരിക മൗനത്തിലൂടെ നേടാൻ കഴിഞ്ഞാൽ ഭൗതികമായ ചെറിയ സന്തോഷങ്ങളുടെ,

താത്ക്കാലിക സുഖങ്ങളുടെ പിറകെ ഒരാൾക്ക് ഓടേണ്ടി വരില്ല. ഈ ആനന്ദം വിലമതിക്കാനാകാത്തതാണ്. ധ്യാനത്തിലൂടെ മാത്രം കിട്ടുന്ന ഈ അനുഭൂതിയിലേയ്ക്കണയാൻ ഏതൊരാൾക്കും കഴിയും. ചിട്ട യായി അഭ്യസിക്കുകയല്ലാതെ ഇതിലേക്ക് കുറുക്കു വഴികളില്ല. നിരാ ശയിൽ, ഭയത്തിൽ, സംഘർഷത്തിൽ തളർന്നിരിക്കുന്ന സോദരർക്ക് അത്യാനന്ദത്തിന്റെ ഈ ഇഞ്ചക്ഷൻ (ധ്യാനം) നൽകൂ എന്ന് ധ്യാന ഗുരു ദാദാലേഖരാജ് പറയുന്നു...

ആനന്ദം മനസ്സിലെ മുഴുവൻ സംഘർഷങ്ങളേയും കഴുകിക്കള യുന്നു. അപ്പോളവിടെ സ്വാസ്ഥ്യത്തിന്റെ, സന്തോഷത്തിന്റെ മൗന മായ ഒരു ചിരിയുയരുകയാണ്. ഈ ചിരി മഹത്തായ ഒരു വിശ്രാന്തി യരുളുന്നു. ഇത് അപാരമാം വിധം ആരോഗ്യദായകമാകുന്നു. ഒരൊറ്റ നിമിഷം കൊണ്ട് ആനന്ദം ഒരാളെ മുഴുവനായും സംഘർഷങ്ങൾക്കു മപ്പുറത്തേക്ക് കൊണ്ടുപോകുന്നു. ഇപ്പോൾ അയാളുടെ ഓരോ സെല്ലു കളും ആനന്ദിക്കുകയാണ്, ചിരിക്കുകയാണ് നിശ്ശബ്ദമായി. ഇതത്രെ ചിരിക്കാതുള്ള ചിരി. ഗൗതമബുദ്ധന്റെ മൗനമന്ദഹാസത്തിൽ ഈ ആനന്ദമാണ് പ്രസരിക്കുന്നത്.

സ്വാതന്ത്ര്യത്തിന്റെ പാഠം

സെൻ ഗുരുക്കന്മാർ മൊഴിയുന്നു 'സാധാരണനാവുക, അപ്പോൾ നിങ്ങൾ അസാധാരണനാവുകയാണ്, സ്വതന്ത്രനാവുകയാണ്!' സാധാരണനാവുക എന്നത് വളരെ അസാധാരണമായ ഒരു മൂല്യമാകുന്നു. കാരണം, സാധാരണക്കാരല്ലാത്തവർ പല 'അഹംയാത്ര'കളിലുമാവും - പണത്തിന്റെ, അധികാരത്തിന്റെ, അറിവിന്റെ.

ഒരു മീൻപിടിത്തക്കാരൻ, ഒരു കൃഷിക്കാരൻ, ഒരാശാരി - പ്രാധാന്യമൊന്നുമില്ലാത്തവർ. പൂർണ സാധാരണക്കാർ, ഒരു നേട്ടത്തിനായും ഓടാത്തവർ. യേശുവിനെ ആകർഷിച്ചത് ഇത്തരം സാധാരണ മനുഷ്യരായിരുന്നു. ഇവർ ഏറെക്കുറെ സ്വതന്ത്രരായിരുന്നു.

ശരീരത്തെയല്ല അതിനുള്ളിലെ അഹംബോധത്തെ ഉന്മൂലനം ചെയ്യുക - ഇതത്രെ യഥാർത്ഥ സ്വാതന്ത്ര്യം. ഈ സ്വാതന്ത്ര്യത്തിലേക്കെത്താത്തതുകൊണ്ട് ഓരോ ശിശുവും ഈശ്വരനായി ജനിക്കുകയും ഒരു ഭ്രാന്തനായി മരിക്കുകയുമാണ്. അസൂയ, കോപം, മാത്സര്യം, അധികാരക്കൊതി ഇല്ലാത്ത ഒരാളാണ് യഥാർത്ഥ സ്വതന്ത്രൻ.

മനസ്സ്, ബുദ്ധി, സംസ്കാരം ഉൾപ്പെടെയുള്ള എട്ട് ഇന്ദ്രിയങ്ങളിൽ നിന്നും മുക്തനാവുമ്പോഴാണ് ഒരു വ്യക്തി, ജീവിതം ഉണ്ടാക്കുന്ന എണ്ണമറ്റ തടവുകളിൽനിന്ന് സ്വാതന്ത്ര്യം നേടുന്നത്. ഒരു ചിത്രശലഭം ഒരു പൂവിൽ ചെന്നിരുന്ന് അതിന്റെ കേസരങ്ങളെ, ഇതളുകളെ അല്പംപോലും നോവിക്കാതെ തേൻ നുകരുന്നതുപോലെ ജീവിതത്തിന്റെ ഓരോ ആവശ്യങ്ങളും നിറവേറ്റുവാൻ ശ്രമിക്കുന്ന മനുഷ്യനെപ്പറ്റി ബുദ്ധൻ പറയുന്നുണ്ട്. പൂർണ്ണ സ്വതന്ത്രനായ മനുഷ്യൻ അയാളത്രെ. ബുദ്ധൻ, ലവോത്സു, യേശു, നബി, ഗുരുനാനാക്ക്, കബീർ, ജെ. കൃഷ്ണമൂർത്തി, ദാദാലേഖരാജ് എന്നിവർ ഇത്തരം ഒരു സ്വാതന്ത്ര്യസമരം ഉള്ളിൽ നടത്തിയവരത്രെ.

ഒരു രാജ്യത്തെ മറ്റൊരു രാജ്യം അടക്കി ഭരിക്കുന്നതിൽനിന്ന് സ്വാതന്ത്ര്യം തേടുകയെന്നത് സ്ഥൂലമായ സ്വാതന്ത്ര്യം. പരമപ്രധാനം ഇത്. എന്നാൽ ഇത്തരത്തിൽ സ്വതന്ത്രരായാലും ഉള്ളിന്റെയുള്ളിൽ

ഒരാൾ സ്വതന്ത്രനല്ലെങ്കിൽ ജീവിതത്തിന്റെ പരമമായ രഹസ്യം അയാളൊരിക്കലും അറിയുന്നില്ല.

ഒരു തടവുകാരൻ തന്റെ ചങ്ങലകളെ, ജയിലിന്റെ മതിലുകളെ തിരിച്ചറിയാതിരിക്കുകയാണെങ്കിൽ അവനിലെ സ്വാതന്ത്ര്യേച്ഛയുടെ ഉറവിടം എവിടെയാവും? നാം മനുഷ്യരാശിയിൽ ബഹുഭൂരിപക്ഷവും സ്വയം ചോദിക്കേണ്ട ചോദ്യമാണിത്.

ഒരു കുഞ്ഞുതാറാവിനെ ഒരാൾ ഒരു കുപ്പിയിലാക്കി. പുറത്തേക്കു വരാനാവാത്ത വിധം അതിൽ അത് വളർന്നു വലുതായി. കുപ്പി പൊട്ടിക്കാതെ, താറാവിനെ നോവിക്കാതെ അതിനെ എങ്ങനെ സ്വതന്ത്രനാക്കാനാവും? മനോഹരമായ ഒരു സെൻ ഗൂഢപ്രശ്നമാണിത്. കുഞ്ഞുതാറാവ്, മനുഷ്യന്റെ സ്വതന്ത്രമായ ആത്മാവിനെ, കുപ്പി, മനുഷ്യന്റെ മനസ്സിനെ പ്രതീകവത്കരിക്കുന്നു.

സെന്നിൽ ഈ പഴക്കമേറിയ ഗൂഢപ്രശ്നം റിക്കോ എന്ന ഗുരു നാൻസെന്നോട് ഉന്നയിക്കുന്നു. നാൻസെൻ പ്രതികരിക്കുന്നു. അദ്ദേഹം ഉച്ചത്തിൽ കയ്യടിച്ചുകൊണ്ട് ഉറക്കെ പറയുന്നു 'റിക്കോ കണ്ടോളൂ!... അതേ ഗുരോ.'

'കാണൂ, താറാവതാ പുറത്ത്!' നാൻസെൻ മൊഴിഞ്ഞു.

മനുഷ്യന്റെ അവബോധം അവന്റെ മനസ്സിന്റെ ഘടനയ്ക്കകത്ത് അടച്ചു പൂട്ടപ്പെട്ടിരിക്കുകയാണ്. ഒരാളുടെ മനസ്സിന്റെ ഘടന മതമൗലികവാദത്തിന്റെയും അന്യമതവിരോധത്തിന്റെയും ശിലകൾ കൊണ്ടാണെങ്കിൽ കുഞ്ഞുതാറാവ്, അയാളുടെ സ്വതന്ത്രമായ ആത്മാവ് അതിനകത്തുനിന്നുതന്നെ മരിക്കുകയാണ്. 'താറാവതാ പുറത്ത്' എന്നു പറയണമെങ്കിൽ മനസ്സിന്റെ ഘടന അത്രയേറെ ഉദാരമായിരിക്കണം. സ്വതന്ത്രമായിരിക്കണം.

'അറിഞ്ഞതിൽ നിന്നുള്ള സ്വാതന്ത്ര്യം' എന്നത് ജെ. കൃഷ്ണമൂർത്തിയുടെ ഉദാത്തമായ ഒരു കണ്ടെത്തലായിരുന്നു. മനസ്സിനെ പൂർണ്ണമായും തുറന്നിട്ടുകൊണ്ട് ഒരു തരത്തിലുള്ള കണ്ണടകളും വയ്ക്കാതെ ജീവിതത്തെ കാണുവാനും സംവദിക്കാനും ഒരാൾക്കു കഴിയണം. വായിച്ച പുസ്തകങ്ങൾ, മതങ്ങൾ, അനുഷ്ഠാനങ്ങൾ, അനുഭവങ്ങൾ ഇതൊക്കെയും വ്യക്തികളെ പ്രത്യേക തരത്തിൽ വ്യവസ്ഥ ചെയ്യുന്നു. അത്തരത്തിലുള്ള മനസ്സിൽ അറിവുകളൊക്കെയും അടിമത്തമായി മാറുന്നു. ഓരോ മതത്തിലും പെട്ടവർ അവരുടെ മതമാണ് ഏറ്റവും നല്ലത് മറ്റൊക്കെയും മോശം എന്നു വിചാരിക്കുമ്പോൾ ഉണ്ടാകുന്ന സംഘർഷമാണ് ഇന്ന് ലോകത്തെങ്ങും ഉയർന്നുവരുന്ന ചെറുതും വലുതുമായ യുദ്ധങ്ങളായി പ്രത്യക്ഷപ്പെടുന്നത്. ഇതില്ലാതാകണമെങ്കിൽ അറിഞ്ഞതിൽ നിന്നൊക്കെയും നാം സ്വതന്ത്രരാവണം. യഥാർത്ഥമായ സ്നേഹം, സർവരുടെയും നേരെയുള്ള മൈത്രി ഉദിച്ചുവരുന്നത് ഇത്തരമൊരു മനസ്സിൽ നിന്നത്രെ.

പൂർണതയുടെ പാഠം

ഓം പൂർണമദഃ പൂർണമിദം
പൂർണാൽ പൂർണമുദച്യുതേ
പൂർണസ്യ പൂർണമാദായ
പൂർണമേവാവശിഷ്യതേ...

ഈ മന്ത്രത്തിലെ അവസാനത്തെ രണ്ടു വരികൾക്കുള്ള സൗന്ദര്യം അഭൗമമാകുന്നു. ലോകത്തിലെ അക്ഷരങ്ങളായ അക്ഷരങ്ങളെല്ലാം ഇല്ലാതാകുമ്പോൾ, ഈ രണ്ടു വരികൾ, അതിലെ അക്ഷരങ്ങൾ ബാക്കിയാവണേ എന്ന് അതിന്റെ അർത്ഥമറിഞ്ഞവർ മോഹിച്ചു പോകും.

'പൂർണതയിൽ നിന്ന് പൂർണം എടുത്താൽ പൂർണം തന്നെ ബാക്കിയാവുന്നു' എന്നാണല്ലോ ഇതിന്റെ അർത്ഥം. ഒന്നിനോട് ഒന്നു ചേർത്താൽ രണ്ടാണ്. ഒന്നിൽ നിന്ന് ഒന്നുപോയാൽ പൂജ്യമാണ്. എന്നാൽ പൂർണത്തോട് പൂർണം ചേർത്താൽ പൂർണം തന്നെ പൂർണത്തിൽ നിന്ന് പൂർണം പോയാലും പൂർണം ബാക്കിയാവുന്നു. അതാണ് പൂർണം!

പൂർണമായവർ മാത്രം പൂർണതയുള്ള ഒരു ലോകം കാണുന്നു. പൂർണവെളിച്ചം, പൂർണജ്ഞാനം, പൂർണസ്നേഹം, ഇതെല്ലാം ചേർന്ന് പൂർണമായിരിക്കുന്ന മനസ്സുകൾ. അത്തരം മനസ്സുകളിൽ നിന്നുദിക്കുന്ന ചിന്തകൾ, വാക്കുകൾ, കർമങ്ങൾ എത്ര ഭിന്നമായിരിക്കും. അല്ലെ? അത്തരം ബോധദീപ്തിയിലെത്തിയ ബുദ്ധന്, പക്ഷേ, പൂർണമായ സത്യത്തെ വാക്കുകൾ കൊണ്ടു പകരാനാവില്ല.

ഒരു ശരത്കാല സന്ധ്യയിൽ ഗൗതമബുദ്ധൻ ഒരു വനത്തിന്റെ നടുവിലൂടെ നടന്നുപോകുകയായിരുന്നു. വഴിയിലുടനീളം മൃതമായ ഇലകൾ കൊണ്ടു മൂടിയിരുന്നു. കാറ്റിൽ ചപ്പിലകൾ ഇളകുകയും പാടുകയും ചെയ്യുന്നുണ്ടായിരുന്നു. ആനന്ദൻ ആ സമയത്തിന്റെ മൗനത്തിൽ മുഴുകി ഗാഢമായ ഒരാന്തരികദാഹത്തോടെ ചോദിച്ചു, "ഞാൻ മുപ്പതു വർഷങ്ങളായി അങ്ങയ്ക്കൊപ്പമുണ്ട്. അങ്ങ് എപ്പോഴും പുതിയ

പുതിയ കാര്യങ്ങൾ മുറിയാതെ പറഞ്ഞുകൊണ്ടിരിക്കുന്നുണ്ട്. പൂർണ മായ സത്യം അങ്ങ് പറഞ്ഞുകഴിഞ്ഞോ? സത്യം പൂർണമായി പറ യാൻ പോകുന്നോ, ഇല്ലയോ?"

ബുദ്ധൻ കുനിഞ്ഞുനിന്ന് തന്റെ കൈകളിൽ മൃതമായ ഇലകളെ ടുത്ത് ആനന്ദനെ കാട്ടിക്കൊണ്ട് മൊഴിഞ്ഞു: "എന്റെ കയ്യിലുള്ള ഈ ഇലകളെ നീ കാണുന്നില്ലേ? ഇപ്പോളീ വനത്തിലാകെയുള്ള വാടി വീണ ഇലകളുടെ നേരെയൊന്നു നോക്കൂ. എന്നാൽ, ഞാൻ പറഞ്ഞ തൊക്കെയും എന്റെ കയ്യിലുള്ള ഏതാനും ജീവനറ്റ ഇലകളെപ്പറ്റി മാത്രമാണ്. പൂർണ സത്യത്തെപ്പറ്റി പറയുകയെന്നത് അസാധ്യമാണ്. അത് അത്ര മഹത്താണ്. ലക്ഷക്കണക്കിന് ഇലകൾ കാറ്റിൽ നൃത്തം വയ്ക്കുകയും മർമ്മരമുണ്ടാക്കുകയും ചെയ്തുകൊണ്ടിരിക്കുന്നു. ഞാൻ പറയുന്നതെന്തും കേവലം പറച്ചിൽ മാത്രമാണ്. അതും കൊണ്ട് പൂർണതയെ തേടി പോകാനുള്ള താത്പര്യം ഉണ്ടാകും. അതു മതി..."

തന്റെ അസ്തിത്വത്തിൽ നിന്ന് അബോധമനസ്സിനെ മുഴുവനായി പുറന്തള്ളിയവൻ പൂർണനാകുന്നു. നോക്കൂ, ഒരാളുടെ അവബോധ ത്തിൽ പത്തിലൊരു ഭാഗം ബോധമനസ്സും ബാക്കി ഒൻപതും അബോധ മനസ്സുമായിരിക്കും. പൂർണമാനവൻ തന്റെ അസ്തിത്വ ത്തിന്റെ പത്തു ഭാഗങ്ങളും മുഴുവനായി ബോധമാർന്നവനാകുന്നു: പൂർണപ്രകാശമുള്ളവനും. അവന്റെ ഹൃത്തിൽ ഇരുളില്ല. അയാളുടെ ഹൃദയത്തിന്റെ ഏറ്റവും അടിത്തട്ടിൽ നിശ്ശബ്ദതയും ശാന്തിയും വെളിച്ചവും മൗനവും മാത്രമാണ്. അത്തരമൊരാൾ പൂർണനത്രെ. അയാൾ പഴയതൊന്നും സൃഷ്ടിക്കുന്നില്ല; ഒരു ചങ്ങലയും. അയാ ളൊരു പുത്തൻ ജീവിതം സൃഷ്ടിക്കുന്നു. അയാൾ പാതയുടെ അറ്റം വരെ പോകുന്നു...!

പ്രകൃതിക്കു മീതെ മനുഷ്യൻ ബുദ്ധികൊണ്ടു നേടിയ വിജയ ങ്ങൾ. അധികമധികം വസ്തുക്കളുടെ ഉത്പാദനം. ഇവയൊക്കെ ചേർന്ന് സഹജീവികളിൽ നിന്ന്, പ്രകൃതിയിൽ നിന്ന്, തന്നിൽ നിന്നു തന്നെയും അന്യമായ ഒരു മനുഷ്യകുലം ഭൂമിയിൽ ഒരു യാഥാർത്ഥ്യ മാകാൻ തുടങ്ങി. മനുഷ്യൻ പോലും ഒരു വസ്തു മാത്രമായി മാറാൻ തുടങ്ങി. അന്നു മുതലാണ് പൂർണത, നിത്യത, അമർത്യത എന്നീ വാക്കുകൾ അവന്റെ വ്യവഹാരത്തിൽ നിന്നു പുറത്തായത്. മനു ഷ്യന്റെ പൂർണതയെപ്പറ്റിയുള്ള മോഹനമായ സങ്കല്പനങ്ങൾ ചിത ലരിച്ചു. മനുഷ്യന്റെ പൂർണതയെന്നാൽ അവൻ വാരിക്കൂട്ടിയുണ്ടാ ക്കിയ വസ്തുക്കളുടെ പൂർണതയായി മാറി.

മനസ്സ് അപൂർണമായ കർമങ്ങളുടെ കൂട്ടിവച്ച ഭൂതകാലമാകുന്നു. അതുകൊണ്ട് എന്തും മുഴുവനായി ചെയ്യുക. അതോടെ അതു തീർന്നു. അപൂർണമാണെങ്കിൽ അത് ഒരാൾക്കൊപ്പം തൂങ്ങി നിൽക്കുന്നു. അതു തുടരാൻ മനസ്സ് അവശ്യപ്പെടുന്നു. അത് പൂർത്തിയാക്കാൻ മനസ്സ് ആഗ്രഹിക്കുകയും ചെയ്യുന്നു. കാര്യങ്ങൾ പൂർത്തിയാക്കാൻ മനസ്സിന് ഒരു വലിയ പ്രേരണയുണ്ട്. അതുകൊണ്ട്, ചെയ്യുന്നതെന്തും പൂർണമായി ചെയ്യുക.

> *"പൂർണതയുള്ള ഒരു മനുഷ്യനുവേണ്ടി തിരയേണ്ടതില്ല. നിങ്ങൾ പൂർണനല്ലെങ്കിൽ അത്തരമൊരാളെ എങ്ങനെ നിങ്ങൾക്ക് തിരിച്ചറിയാനാവും?"* - അക്ബറലി എച്ച്. ജെതാ

സംഗീതപാഠം

"കലകളിൽവെച്ച് ഏറ്റവും ആത്മീയമായതത്രേ സംഗീതം. ആത്മാവിന്റെ ലോകത്തേക്ക് ശ്രവണേന്ദ്രിയം വഴിയുള്ള ഒരു തീർത്ഥാടനമാണിത്"

-ലിൻയൂട്ടാങ് (ചൈന)

ആത്മാവിന്റെ അത്യഗാധതലങ്ങളെ സ്പർശിക്കാൻ സംഗീതത്തിനു മാത്രമെ കഴിയൂ. സംഗീതം ഭാവനയ്ക്കു പറക്കാൻ ചിറകുകളേകുന്നു. സുന്ദര കലാശില്പത്തിൽ നിന്ന് സുന്ദര ചിന്തകളിലേക്കും അതിൽ നിന്ന് സുന്ദര ജീവിതത്തിലേക്കും ഒടുവിൽ പരമമായ സൗന്ദര്യത്തിലേക്കും നമുക്കു ചെന്നെത്താം എന്ന് പ്ലേറ്റോ മൊഴിയുന്നു.

പാടുകയെന്നാൽ സ്നേഹിക്കുക എന്നത്രേ. സ്നേഹിക്കുകയെന്നാൽ പൂർണതയോടെ ജീവിക്കുക എന്നുമാണർത്ഥം. പാടുമ്പോൾ ഒരാൾ നിലച്ചുപോയ സ്നേഹത്തെ വീണ്ടും ഉയിർപ്പിക്കുകയാണ്, പൂർണതയോടെ ജീവിക്കുകയാണ്.

ഒരു ദിവസത്തിന്റെ തിരക്കിലും വെപ്രാളത്തിലും പണിയിലും പൊടിപുരണ്ട് ക്ഷീണിച്ച് ഒരാളുടെ ശരീരത്തിനും മനസ്സിനും 'ഷവറിന്റെ' ചുവട്ടിൽ തണുത്തവെള്ളത്തിൽ കുളിക്കുമ്പോൾ ഉണ്ടാകുന്ന സുഖവും കുളിർമയും അയാളെ ഉന്മേഷഭരിതനാക്കുന്നു. എന്നാൽ നാദം കൊണ്ട്, സംഗീതം കൊണ്ട് ഒരു ഷവറിനു ചുവട്ടിലെന്നതു പോലെ എങ്ങനെ ആന്തരികസ്നാനം ചെയ്യണമെന്ന് നമുക്കത്രയൊന്നും അറിയില്ല. സംഗീതത്തിന്റെ നാദകണങ്ങൾ ഒരാളുടെ അകത്തെ, അയാളുടെ അവബോധത്തെ കഴുകി ശീതളമാക്കുകയാണ്. തുടർന്ന് മാധുര്യമാർന്ന ചില ഈണങ്ങൾ അയാളുടെ സത്തയിൽ നിന്നുതന്നെ ഉണർന്നൊഴുകുമ്പോൾ അത് അയാളുടെ ബോധമനസ്സിനെ മാത്രമല്ല അതിനുമപ്പുറത്തുള്ള തലങ്ങളെക്കൂടി കഴുകി നിർമ്മലമാക്കുകയാണ്. നല്ലൊരു ധ്യാനത്തിലൂടെ, മൗനത്തിന്റെ നീണ്ടൊരു സാധനയിലൂടെ അകവും പുറവും ശീതളമാകുമ്പോൾ വാഗ്രഹിതമായ സംഗീതം വളരെ ആഴത്തിൽ നിന്ന് പതുക്കെ ഉറവെടുക്കുന്നതു

പോലെ അവാച്യമായൊരനുഭവം മറ്റൊന്നില്ല. ഒരു സംഗീതത്തെ മണക്കുവാൻ കഴിയും, രുചിക്കുവാനും.

പാടുമ്പോൾ, മൂളുമ്പോൾ, മന്ത്രിക്കുമ്പോൾ ഉണ്ടാകുന്ന ശബ്ദതരംഗങ്ങൾ, സംഗീതം ഹൃദയത്തിനും മനസ്സിനും ഒരു ടോണിക്കാവുന്നു. നമ്മുടെ മുറിവുകളോട് സംഗീതം സംസാരിക്കുന്നു. എല്ലാ മരുന്നുകളും തോൽക്കുന്നിടത്ത് സംഗീതം ഒരു ദിവ്യൗഷധമാകുന്നു.

സ്വന്തം ആകുലതകളെ നമ്മുടെ തന്നെ മുറിഞ്ഞുപോകാത്ത നാദകണങ്ങളാൽ ചികിത്സിക്കാൻ ശ്രമിക്കുമ്പോൾ സംഗീതം ഒരു ലേപനം തന്നെയാണ്. "ഉള്ളിന്റെ ഉള്ളിലേക്ക് അഗാധമായി ശ്രവിക്കുക എന്നത് തന്നിലെ സംഗീതകാരനെ ഉണർത്തുകയത്രേ", സംഗീതചികിത്സകനായ ജോൺ ജി. കാമ്പസ് മൊഴിയുന്നു.

പാടുന്നത് പ്രകൃതിദത്തമായ ഒരൗഷധമത്രേ. വ്യക്തികളുടെ ഉള്ളിലെ വൈകാരിക തടസ്സങ്ങൾ ശമിപ്പിക്കാൻ അവരെക്കൊണ്ട് പാടിച്ചാൽ മതി. ഒരുവേള ഗന്ധമൊഴിയെ, നാദം മറ്റേതൊരിന്ദ്രിയാനുഭവങ്ങളേക്കാളും നമ്മെ ആദിമമായ ഒരവസ്ഥയിലേക്കു നയിക്കുന്നു.

നമ്മെ അഗാധമായി കേൾക്കുന്നത് അഥവാ മൗനത്തിലും ധ്യാനത്തിലും അന്തർമുഖമാകുന്നത് നമ്മുടെയുള്ളിലെ സംഗീതകാരനെ ഉണർത്തുകയാണ്. നമ്മുടെ ആന്തരികതയുടെ കയങ്ങളെല്ലാം സൂര്യവെളിച്ചമേൽക്കുന്നവയല്ല. അത് വ്യക്തമായി കാണാൻ അതിന്റെ ഇരുളിലേക്ക് ആണ്ടിറങ്ങിപ്പോകണം.

സിദ്ധാർത്ഥ രാജകുമാരനെ ജീവിതത്തിന്റെ ശോകവും യാതനയും അറിയിക്കാതിരിക്കാൻ ശുദ്ധോധന രാജാവ് കൃത്രിമമായി നിർമ്മിച്ചൊരുക്കിയ ആനന്ദോദ്യാനത്തിലാണ് താമസിപ്പിച്ചത്. അവിടം പ്രഭാതം മുതൽ പാതിരവരെ സംഗീത-നൃത്ത-വാദ്യകലകളാൽ ഉണർന്നിരുന്നു. അദ്ദേഹം നിരന്തരം കാണുന്നതും കേൾക്കുന്നതും ജീവിതത്തിന്റെ ശോകം പുരളാത്ത പാട്ടുകളും നൃത്തങ്ങളും കലാപരിപാടികളും. ഒടുവിലൊരു നാൾ എല്ലാ നർത്തകികളും നർത്തകരും ഗായകരും കലാകാരന്മാരും തളർന്നുറങ്ങിപ്പോയ ഒരു പാതിരാവിൽ സിദ്ധാർത്ഥ കുമാരൻ ഉദ്യാനത്തിലെ ഒരു വീണയ്ക്കു മുന്നിൽ വന്നിരുന്നു. അദ്ദേഹം മെല്ലെ അതു കൈയിലെടുത്തു. പ്രപഞ്ചം മുഴുവൻ ഉറങ്ങുന്ന ആ ഏകാന്ത രാവിൽ ആ വീണയുടെ തന്ത്രികളിലൊന്നിൽ അയാൾ മന്ദമായൊന്നു തൊട്ടു. എത്രയും ശോകാർദ്രമായൊരു ഗദ്ഗദം അതിൽനിന്നുയർന്നു. പിന്നെ അയാൾ സഹിക്കാനാവാത്ത വേദനയോടെ അതു മടിയിൽ വച്ചു. തുടർന്നൊരു മഹാത്ഭുതം നടന്നു. ആ വീണയ്ക്കുള്ളിൽനിന്ന് മനുഷ്യകുലത്തിന്റെ മുഴുവൻ വേദനയും

നിറഞ്ഞ രോദനം പതുക്കെ പതുക്കെ ഉയരാൻ തുടങ്ങി. ആ രാത്രിയിൽ ഭൂമിയിലെവിടെയൊക്കെ മനുഷ്യർ നൊന്തു നിലവിളിച്ചുവോ അതു മുഴുവൻ ഭിന്നനാദസ്ഥായിയിൽ വീണയിലൂടെ ഉയർന്നുവരാൻ തുടങ്ങി.

ഒന്നിലേറെപ്പേർ ഒരു നാദവലയമായിരുന്നു പാടുമ്പോൾ അത് അത്രയും പേരുടെ സംഘസത്തയുടെ ഒരു ബഹിർസ്ഫുരണമായി മാറുകയാണ്. ഇത് സംഘത്തിലുള്ളവരെ അന്യോന്യം സഹായിക്കുന്ന നാദത്തിന്റെ ഒരു ഊർജ്ജമായി. ഔഷധിയായി മാറുകയാണ്. ഗൂഢപൈതൃകങ്ങൾ പറയുന്നത് ഓരോ അക്ഷരങ്ങളും ദേഹത്തിലെ ഓരോ ഊർജ്ജകേന്ദ്രത്തെയും (ചക്ര) ഉത്തേജിപ്പിക്കുന്നു എന്നത്രേ.

ഒരാളുടെ സംഗീതാത്മകത, പാടുന്ന നാദം തുറന്നുവരാൻ അയാളുടെ ഹൃദയത്തെ കൂടുതൽ സ്നേഹമാർന്ന തരംഗത്തിലേക്ക് മന്ദം മന്ദം ഉയർത്തുകയേ വേണ്ടൂ. അപ്പോൾ നാദം അലൗകികമാവുകയും വ്യക്തത കൈവരികയും ചെയ്യുന്നു.

സംഗീതവും മൗനവുമാണ് ജീവിതത്തിന്റെ അപ്പുറത്തേക്ക്, സ്ഥലത്തിന്റെ, കാലത്തിന്റെ അപ്പുറത്തേക്ക് തുറന്നുകിടക്കുന്ന രണ്ടു വാതിലുകൾ. പാവനമായ ഒരാകാശത്തിലേക്ക് നോക്കിനോക്കിയിരിക്കുന്നതുപോലെ. അവിടേയ്ക്ക് ഒരാൾക്ക് കേട്ടുകേട്ടിരിക്കാൻ, പരമമൗനത്തിൽ, തന്നെത്തന്നെ മറന്നിരിക്കാൻ ഒരാൾക്കു കഴിയണം.

ഒരു കൃതി അങ്ങനെത്തന്നെ സംഗീതമായിരിക്കുന്നതാണ് സോളമന്റെ ഗാനം. 3000ത്തിലധികം വർഷങ്ങളുടെ പഴക്കമുള്ള ഇത് ഗാനങ്ങളുടെ ഗാനം എന്നാണ് അറിയപ്പെടുന്നത്.

"ഭൂമി അതിന്റെ ആയിരം നാദങ്ങളിലൂടെ ഈശ്വരനെ വാഴ്ത്തുന്നു"

- സാമുവൽ ടെയ്‌ലർ കോളറിഡ്ജ്

വെളിച്ചത്തിന്റെ പാഠം

വെളിച്ചം വെളിച്ചമാണ്. അത് കൂടുതൽ വെളിച്ചം ചോദിക്കുന്നില്ല...

-ജെ. കൃഷ്ണമൂർത്തി
(ദി ഫ്ളൈറ്റ് ഓഫ് ദി ഈഗിൾ)

ബുദ്ധന്റെ അന്ത്യസമയത്ത് അദ്ദേഹം അനുയായികളോട് മൊഴിഞ്ഞു: "നിങ്ങൾ നിങ്ങൾക്കു തന്നെ ഒരു വിളക്കാവുക, വെളിച്ചമാവുക. വെളിച്ചം മറ്റെവിടെയും തിരക്കേണ്ടതില്ല."

നൂറ്റാണ്ടുകൾക്കു മുൻപ് അമൃത മാധുര്യമാർന്ന കണ്ഠങ്ങൾ പാടി: "തമസോ മാ ജ്യോതിർഗമയ!..." "ഇരുളിൽ നിന്നെന്നെ വെളിച്ചത്തിലേക്കു നയിക്കേണമേ!..." ഇരുട്ടിൽ നിന്നു വെളിച്ചത്തിലേക്കു പോകാനുള്ള ആഗ്രഹം ആർക്കാണില്ലാതിരിക്കുക? ഓരോ മനുഷ്യനിലും ജീവനുള്ള ഓരോന്നിലും വെളിച്ചത്തെ തേടാനുള്ള ബീജം ഒളിഞ്ഞിരിക്കുന്നുണ്ട്. എണ്ണമറ്റ ജന്മങ്ങൾ ഇതിന് ഒരവസരമുണ്ടാക്കാനായുള്ള കാത്തിരിപ്പും പ്രാർത്ഥനയുമാകുന്നു.

പെരും കൂരിരുൾ പോലും ഒരു നേർത്ത വെളിച്ചത്തിനു മുന്നിൽ ഭയന്നു മാറുന്നതുപോലെ ആനന്ദകരമായ ഒരനുഭവമുണ്ടോ? ഇരുൾ പിന്നെയും വന്നു കൂടുന്നുവെന്നതും നെടുനിശ പിന്നെയും കടൽ പോലെ വന്നു ചേരുന്നതും നേര്. എന്നാലും അതിനെ നൊടിയിട കൊണ്ട് ഓടിക്കുന്ന ഒരു തുള്ളി വെളിച്ചത്തിന്റെ ശക്തി എത്ര മഹത്തായതാണ്, അല്ലേ? ഭൂമിയാകെ ഇരുളിലും വേദനയിലും. ഒറ്റ വീട്ടിൽ നിന്നും വെളിച്ചം പൊങ്ങുന്നില്ല. അപ്പോൾ അജ്ഞാതമായ ഒരു ഭവനത്തിന്റെ ഒരു മുക്കിൽ നിന്ന് ഒരു ചെറുമെഴുകുതിരി പതുക്കെ കത്തുവാൻ തുടങ്ങി, പതുക്കെ പറയുവാനും: "ഈ പെരുംകൂരിരുളിൽ ഞാനാരുമല്ല എന്നറിയാം. എന്നാലും ഈ അതിരറ്റ ഇരുട്ടത്ത് ഇത്തിരി നേരത്തേക്ക് എന്റേതായി ഇതാ, ഇത്തിരി വെളിച്ചം!..." ടാഗോറിന്റെ ഒരു കവിതയിൽ ഒരു കുഞ്ഞുമെഴുകുതിരി ഇങ്ങനെ പ്രാർത്ഥിക്കുന്നുണ്ട്. ഇതായിരിക്കട്ടെ, നമ്മുടെ കാലത്ത് മനുഷ്യന്റെ ഉള്ളിൽ നിന്നു

യരേണ്ടത്. കാരണം, ലോകത്ത് അത്രയധികം ഇരുട്ടും സംഘർഷവും ഭയവും പൊങ്ങിവരികയാണ്. ഓരോ വ്യക്തിയുടെയും ഉള്ളിൽ ഒരു തുള്ളി വെളിച്ചമെങ്കിലും വീണാൽ ഇന്നു ലോകത്തുള്ള വേദന മാറും; ഇരുട്ടും.

സന്തോഷം പുരണ്ട ഒരു മുഖത്തിനുള്ള പ്രകാശം ഭൂമിയിൽ ഒന്നിനുമില്ല. ഏതിരുട്ടിലും വഴിപോക്കന് അത്തരമൊരു മുഖത്തിന്റെ ഓർമ്മ പോലും വെളിച്ചമാകും. ബുദ്ധന്റേത് അത്തരമൊരു മുഖമായിരുന്നു. രണ്ടായിരത്തഞ്ഞൂറു വർഷങ്ങൾക്കപ്പുറത്തു നിന്നും അത് ദുഃഖരോഗം മൂർച്ഛിച്ച നമ്മുടേതുപോലൊരു കാലത്തിലേക്കു ചരിത്രം വീഴ്ത്തിയ ശോകത്തിന്റെ ഇരുൾപ്പടർപ്പുകൾ വകഞ്ഞുനീക്കി കടന്നുവരുന്നു.

വിക്റ്റർ ഹ്യൂഗോവിന്റെ 'പാവങ്ങൾ' എന്ന നോവലിൽ നീണ്ട കാലത്തെ ജയിൽശിക്ഷ കഴിഞ്ഞ് മരവിച്ച ഒരു മനസ്സുമായി പുറത്തെത്തിയ ജീൻവാൽജീൻ, തനിക്കഭയം നൽകിയ പാതിരിയച്ചന്റെ വീട്ടിൽ നിന്നു മോഷ്ടിച്ച, വെള്ളിയുടെ മെഴുകുതിരിക്കാലുമായി പോലീസിന്റെ പിടിയിലാവുന്നു. പോലീസയാളെ അച്ചന്റെ മുന്നിൽ ഹാജരാക്കുന്നു. കുറ്റബോധത്താലും ആത്മനിന്ദയാലും കുനിഞ്ഞ മുഖവുമായി നിൽക്കുന്ന ജീൻവാൽജീന്റെ നേരെ കരുണ വഴിയുന്ന മുഖത്തോടെ അദ്ദേഹം ഒന്നു നോക്കി. അദ്ദേഹം പോലീസിനോടിപ്രകാരം പറഞ്ഞു: 'നോക്കൂ, ഇദ്ദേഹം കഴിഞ്ഞ രാത്രി എന്റെ അതിഥിയായിരുന്നു. ഈ മെഴുകുതിരിക്കാൽ ഒരു പാരിതോഷികമായി ഞാനയാൾക്കു കൊടുത്തതാണ്. ഇതുകേട്ട പോലീസുകാരൻ ക്ഷമാഭ്യർത്ഥനയോടെ പോവുകയും മങ്ങിയ വെളിച്ചമുള്ള ആ മുറിയിൽ അവരിരുവരും അല്പനേരം എന്തു പറയണമെന്നറിയാതെ മൂകരാവുകയും ചെയ്യുന്നു. ഒടുവിൽ പാതിരിയച്ചൻ നൽകിയ ആ മെഴുകുതിരിക്കാൽ വിറയ്ക്കുന്ന കൈകളോടെ ഏറ്റുവാങ്ങിയ ജീൻവാൽജീൻ ആ പാദങ്ങളിൽ വീണ് കണ്ണീർ വാർക്കുന്നു. ആ നിമിഷത്തിലാണ് യഥാർത്ഥത്തിൽ ജീൻവാൽജീന്റെ ഉള്ളിലെ ഇരുൾ ശോകത്തിന്റെ കടൽ നീങ്ങിയത്; വെളിച്ചം പരന്നത്.

ചിരിയുടെ പാഠം

ചിരിക്കുന്ന, സന്തോഷം പുരണ്ട ഒരു മുഖത്തിനുള്ള പ്രകാശം ഭൂമിയിൽ മറ്റൊന്നിനുമില്ല. അത്തരത്തിലുള്ള മൂന്ന് ഭിക്ഷുക്കൾ ഉണ്ടായിരുന്നു. ചിരിയെ ഒരു മഹാസന്ദേശമായെടുത്തു അവർ. കരയുന്ന മനുഷ്യരുടെ ലോകത്ത് ചിരിയാണ് ജീവിതത്തിന്റെ ധർമ്മം എന്നോർമ്മിപ്പിക്കാനായി അവരൊന്നിച്ച് ഗ്രാമങ്ങൾ തോറും സഞ്ചരിച്ചുകൊണ്ട്, ചിരിച്ചുകൊണ്ട് കടന്നുപോയി. ഓരോ ഗ്രാമച്ചന്തയിലും അവർ എത്തുന്നു, ചിരിക്കാൻ തുടങ്ങുന്നു. വൈകാതെ ഏവരും അവിടെ ഒത്തുചേരുന്നു. വയർ കുലുങ്ങുന്ന തരത്തിൽ, കണ്ണീർ ഒഴുക്കുന്ന തരത്തിൽ അവർ മാറിമാറി ചിരിക്കാൻ തുടങ്ങുന്നു. ഒടുവിൽ ജീവിതത്തിൽ ഒരിക്കൽ പോലും ചിരിക്കാത്തവരുൾപ്പെടെയുള്ളവരെല്ലാം ചേർന്ന് ചിരിയുടെ അത്യാനന്ദത്തിന്റെ ഒരു മഹാസ്ഫോടനം അവിടെ നടത്തുന്നു. വിലമതിക്കാനാവാത്തത് എന്തോ ഒന്നു കിട്ടിയതുപോലെ ആളുകൾ പിരിഞ്ഞുപോകുന്നു.

അങ്ങനെയിരിക്കെ ഭിക്ഷുക്കളിലൊരാൾ മരിക്കുന്നു. അയാളുടെ ശവസംസ്കാരത്തിന് എണ്ണമറ്റ ജനങ്ങൾ വന്നെത്തുന്നു. അവർ കണ്ട കാഴ്ച അമ്പരപ്പിക്കുന്നതായിരുന്നു. മൃതദേഹത്തിന്റെ മുന്നിലിരുന്ന് ആ മുഖത്തേക്കു നോക്കി സംഘത്തിലെ രണ്ട് ഭിക്ഷുക്കളും മതിമറന്ന്, തലതല്ലി പൊട്ടിച്ചിരിക്കുകയാണ്. തങ്ങളുടെ സുഹൃത്തിന്റെ ജഡം, ധരിച്ച കുപ്പായത്തോടെ തന്നെ സംസ്കരിക്കണമെന്നത് അദ്ദേഹത്തിന്റെ അഭിലാഷമായിരുന്നു. ഇത് അവർ, ഭിക്ഷുക്കൾ മൊഴിഞ്ഞു. മൃതദേഹത്തിന് തീ കൊടുത്തപ്പോൾ അവിടെ കൂടിയിരുന്നവരൊക്കെയും സ്തബ്ധരായി. പരേതന്റെ കുപ്പായത്തിനുള്ളിൽ നിന്ന് പല തരത്തിലുമുള്ള പടക്കങ്ങളും മത്താപ്പുകളും കമ്പിത്തിരികളും പൊട്ടുവാനും കത്തുവാനും തുടങ്ങി. അദ്ദേഹം മരിക്കും മുമ്പ് ഇവയൊക്കെ കുപ്പായത്തിന്റെ ഉള്ളിൽ വെച്ചിരിക്കണം. തദവസരത്തിൽ രണ്ടു ഭിക്ഷുക്കളും കൂടിയിരുന്നവരൊക്കെയും ഉറക്കെയുറക്കെ ചിരിച്ചുകൊണ്ട്, തലതല്ലിച്ചിരിച്ചുകൊണ്ട് തങ്ങളുടെ ചിരിതൂകുന്ന ഭിക്ഷുസഹോദരന് അന്ത്യാഭിവാദ്യമർപ്പിച്ചു.

ജപ്പാനിലെ പ്രസിദ്ധ സെൻഗുരു ബൊഗൂജു ജീവിതത്തെ ചിരിയാക്കി മാറ്റിയ ഒരാളായിരുന്നു. അതിരാവിലെ ആശ്രമത്തിലെ അന്തേവാസികൾ ഗുരുവിന്റെ പൊട്ടിച്ചിരി കേട്ടാണ് ഉണരുക. അത് കേൾക്കുമ്പോൾ അവർക്ക് ഉണർവും ഉന്മേഷവും സന്തോഷവും തോന്നിയിരുന്നു.

രാത്രി ഉറങ്ങുന്നതിനു മുൻപും ഗുരുവിന്റെ മുറിക്കകത്തുനിന്നുള്ള പൊട്ടിച്ചിരിയൊച്ച ആശ്രമപരിസരത്തിലെങ്ങും നിശാപ്രാർത്ഥന പോലെ വ്യാപിച്ചിരുന്നു. അത് അന്തേവാസികൾക്കെല്ലാം ഉറങ്ങാൻ സമയമായെന്ന അറിയിപ്പുപോലെയായിരുന്നു.

മരണസമയമായപ്പോൾ ഗുരു ശിഷ്യൻമാരെയെല്ലാം വിളിച്ചു ചേർത്തു. 'പോകാനുള്ള സമയമായി' അദ്ദേഹം ചിരിച്ചുകൊണ്ട് തുടർന്നു. 'ഇനി നാം കാണില്ല. എന്തെങ്കിലും ചോദിക്കാനുണ്ടെങ്കിൽ ചോദിക്കാം.' ശിഷ്യന്മാരെല്ലാം മൂകരായിരുന്നു. ചിരിച്ചുകൊണ്ട് ജീവിച്ച്, ചിരിച്ചുകൊണ്ട് ജീവിതത്തിൽനിന്നു വിരമിക്കുന്ന ഗുരുവിന്റെ മുന്നിൽ അവർക്കാർക്കും ചിരി വന്നില്ല. അവരുടെ കണ്ണുകൾ നനഞ്ഞു. ഒരു ശിഷ്യൻ ചോദിച്ചു. 'ഗുരു പതിവായി കാലത്തും രാത്രിയും ചിരിക്കുന്നതുകേട്ടാണ് ഞങ്ങൾ ഉണർന്നതും ഉറങ്ങിയതും. എന്തുകൊണ്ടാണ് ഗുരു ദിവസവും ഇങ്ങനെ ചിരിച്ചതെന്ന് പറയാമോ?' ഗുരു ഒരു മന്ദഹാസത്തോടെ മൊഴിഞ്ഞു. 'രാവിലെ ഒരു പുതിയ ദിവസവും കൂടി എനിക്കു ജീവിക്കാനായി കിട്ടിയല്ലോ. അതിന്റെ ആനന്ദം, ആശ്ചര്യം എത്രയാണ്! അതോർക്കുമ്പോൾ എങ്ങനെ ചിരി വരാതിരിക്കും?'

'രാത്രി ഉറങ്ങുന്നതിനുമുമ്പുള്ള ചിരി എനിക്ക് തടഞ്ഞുവെക്കാൻ ആവാത്തതാണ്. എന്തെന്നാൽ, ഇത്രയും മനോഹരമായ ഒരു ദിവസം എത്രയും സുന്ദരമായി ജീവിക്കേണ്ട ഒരു ദിവസം മനുഷ്യൻ എത്ര ഗൗരവത്തോടെ തെറ്റായ ഒരു ദിശയിൽ പോരടിച്ചും മത്സരിച്ചും കൊന്നും ജീവിക്കുകയാണ്! ഒരു പകൽ മുഴുവൻ ഭൂമിയിൽ മനുഷ്യർ മുഴുവൻ അന്യോന്യം സ്നേഹിച്ചും മനസ്സിലാക്കിയും പണിയെടുത്തും പാടിയും ആടിയും ജീവിക്കുന്നത് ഒന്നു സങ്കല്പിക്കൂ! അങ്ങനെ സുന്ദരമായി ജീവിക്കുന്നതിനു പകരം, ആനന്ദകരമായി ജീവിക്കുന്നതിനു പകരം, സ്നേഹത്തോടെ ജീവിക്കുന്നതിനു പകരം എത്ര വിരൂപമായി, ദുഃഖകരമായി, സ്നേഹശൂന്യമായി ആയുസ്സിന്റെ പ്രധാനപ്പെട്ടൊരു സമയം പാഴാക്കിയതോർക്കുമ്പോൾ എത്ര വിഡ്ഢിത്തം നിറഞ്ഞതാണെന്റെ മുന്നിൽ അരങ്ങേറുന്ന ജീവിതം എന്നോർക്കുമ്പോൾ ഇന്നു നാം നയിക്കുന്ന ജീവിതത്തിന്റെ നിരർത്ഥകതയെപ്പറ്റിയോർത്ത്

എനിക്കു ചിരിക്കാതിരിക്കാൻ കഴിയുന്നില്ല. ചിരിക്കുമ്പോൾ എന്റെയുള്ളിലെ സംഘർഷങ്ങളും വിഷമങ്ങളുമൊക്കെ നൊടിയിടകൊണ്ട് അപ്രത്യക്ഷമാകുന്നു... ഞാനിതാ മരിക്കുകയാണ്. എന്റെ മരണസമയത്ത് നിങ്ങളെല്ലാവരും പൊട്ടിച്ചിരിച്ചുകൊണ്ട് എന്നെ യാത്രയാക്കുക. ജീവിതകാലം മുഴുവൻ ഞാൻ ചിരിച്ചു. മരണത്തിലും വരാനിരിക്കുന്ന ആശ്ചര്യകരമായ മാറ്റത്തെയോർത്ത് ഞാൻ ചിരിക്കുകയാണ്... ചിരിച്ചുകൊണ്ട് മരണത്തെ സ്വാഗതം ചെയ്യുകയാണ്.

രണ്ട്

വൈദ്യശാസ്ത്ര വിദഗ്ദ്ധനായ നോർമൻ കസിൻസ് 'അനാട്ടമി ഓഫ് ആൻ ഇൽനസ്' എന്ന ശ്രദ്ധേയമായ ഒരു പുസ്തകം എഴുതിയിട്ടുണ്ട്. വൈദ്യംകൊണ്ടല്ലാതെ ചിരികൊണ്ട്, ശുഭവിചാരം കൊണ്ട്, സ്നേഹം കൊണ്ട് എപ്രകാരം രോഗം മാറ്റാനാകും എന്നത് സ്വാനുഭവത്തിലൂടെ വിവരിക്കുകയാണിവിടെ. കഠിനമായ ഒരു മനഃക്ലേശത്തിന്റെ ഫലമായി ഗുരുതരമായൊരു നട്ടെല്ലുരോഗം നോർമന് പിടിപെട്ടു. ആശുപത്രികളെ, വിദഗ്ദ്ധരായ ഡോക്ടർമാരെ, ഔഷധങ്ങളെ ഒക്കെ ആശ്രയിച്ചിട്ടും നോർമന്റെ ആരോഗ്യം അനുദിനം ക്ഷയിച്ചുകൊണ്ടിരുന്നു.

ഇങ്ങനെയിരിക്കെ സ്വന്തം രോഗശാന്തിക്ക് മരുന്നുകൾക്കപ്പുറത്ത് തനിക്ക് എന്തെങ്കിലും ചെയ്യാനാകുമോ എന്ന് അദ്ദേഹം ഉള്ളിൽത്തട്ടി ചിന്തിച്ചു. അപ്പോഴാണ് ഒരു കനേഡിയൻ ഡോക്ടർ ഹാൻസ സെല്ലയേ നടത്തിയ ഒരു ഗവേഷണം നോർമന്റെ ശ്രദ്ധയിൽ പെട്ടത്. മനുഷ്യരുടെ മിക്ക രോഗങ്ങളുടെയും മൂലകാരണം മനഃക്ലേശമാണ്. അതുകൊണ്ട് ശരീരത്തിൽ അമിതമായുണ്ടാകുന്ന ഹൈഡ്രോക്ലോറിക് ആസിഡ് വയറ്റിലേക്ക് ഒഴുകുന്നു. അപ്പോൾ അഡ്രിനൽ ഗ്രന്ഥി അമിതമായി പ്രവർത്തിക്കാൻ ഇടവരുന്നു. ഇതിന്റെ ഫലമായി രക്തധമനികളിൽ സമ്മർദ്ദമേറുന്നു. നോർമൻ സ്വയം ചോദിച്ചു, 'മനഃക്ലേശം എന്റെ ആരോഗ്യത്തെ പ്രതികൂലമായി ബാധിക്കുമെങ്കിൽ എന്റെ ആരോഗ്യത്തിന് അനുകൂലമായ വികാരം എന്നിലുണ്ടാക്കുന്നതിന് എനിക്കു കഴിയില്ലേ? സ്നേഹം, ചിരി, വിശ്വാസം, പ്രത്യാശ മുതലായവ അത്തരം വികാരങ്ങളല്ലേ.'

ഇവയെല്ലാം തന്നിൽത്തന്നെ പരീക്ഷിച്ചുനോക്കാൻ നോർമൻ വിചാരിച്ചു. ഇതുവഴി പൂർണ രോഗമുക്തനായതിനെപ്പറ്റി അദ്ദേഹം എഴുതുന്നു. 'ചിരികൊണ്ടാണ് എന്റെ പരീക്ഷണം ഞാനാരംഭിച്ചത്. വലിയ പൊട്ടിച്ചിരിയുളവാക്കുന്ന സിനിമാപടങ്ങൾ വരുത്തി ഞാൻ

കാണാൻ തുടങ്ങി. വളരെ തമാശ നിറഞ്ഞ രസകരമായ പുസ്തകങ്ങൾ വായിക്കാൻ തുടങ്ങി. പത്തുമിനുട്ടുനേരം നന്നായി കുലുങ്ങിച്ചിരിച്ചാൽ രണ്ട് മണിക്കൂർ നേരം വേദനയില്ലാതെ ഉറങ്ങാനാവുമെന്ന് ഞാൻ കണ്ടുപിടിച്ചു! ചിരി ഒരു സ്വാഭാവിക അനസ്തീഷ്യയാണെന്ന് ഞാൻ കണ്ടെത്തി. സാവധാനം എന്റെ നട്ടെല്ലിലെ ഒരിക്കലും മാറാത്ത നീർക്കെട്ട് കുറഞ്ഞു. ഒരാഴ്ചകൊണ്ട് എന്റെ ശരീരത്തിൽ അസ്വാസ്ഥ്യം വളരെ കുറഞ്ഞു. ഞാൻ പതുക്കെ ആരോഗ്യത്തിലേക്ക്, സുഖത്തിലേക്ക് വരാൻ തുടങ്ങി!...

യാത്രയുടെ പാഠം

ഒരു യഥാർത്ഥ യാത്രികൻ അലഞ്ഞുതിരിയുന്നവനാണ്. അലയുന്നവന്റെ സാഹസികതയും ആഹ്ലാദങ്ങളും പ്രലോഭനങ്ങളുമൊക്കെ ച്ചേർന്ന് ഒരു യാത്രികൻ ഒരു കടമകളുമില്ലാതെ, നിർണയിക്കപ്പെട്ട ഒരു പരിപാടിയുമില്ലാതെ, എങ്ങോട്ട് പോകുന്നു എന്നുപോലും ചിന്തിക്കാതെ, എവിടെനിന്ന് വരുന്നുവെന്നുതന്നെയും ഓർക്കാതെ യാത്ര ചെയ്യുകയത്രെ. അപ്പോളയാൾ തന്റെ പേരുപോലും ഓർക്കുന്നുണ്ടാവില്ല. അപരിചിതമായൊരിടത്ത് ഒരൊറ്റ സുഹൃത്തിനെപ്പോലുമുണ്ടാക്കാത്ത ഒരാൾ മനുഷ്യരാശിയോടൊക്കെയും ആദരവ്, നമ്രത പുലർത്തുന്നവനാവും. അത്തരം ഒരു ഭിക്ഷുവായിരുന്നു സൊസാൻ. അദ്ദേഹം തന്റെ ജീവിതകാലം മുഴുവൻ അലയുന്ന ഒരു ഭിക്ഷുവായിക്കഴിഞ്ഞു. അദ്ദേഹം ഒരിടത്തും ഒരിക്കലും രണ്ടാമതൊരു ദിവസം പാർത്തില്ല. അദ്ദേഹം സദാ സഞ്ചരിച്ചുപൊയ്ക്കൊണ്ടിരുന്നു, ചലിച്ചുകൊണ്ടിരുന്നു. അദ്ദേഹം ഒരു നദിയായിരുന്നു, ഇളകാത്ത ഒരു തടാകമായിരുന്നില്ല. അദ്ദേഹം നിരന്തരമായ ഒരു ചലനമായിരുന്നു. ബുദ്ധന്റെ 'അലഞ്ഞുതിരിയുന്നവർ' എന്നതിലെ അർത്ഥം അതത്രെ!

പുറത്തു മാത്രമല്ല 'അകത്തും' വീടുകൾ വെടിഞ്ഞവർ. അവർ പൂർണമായും ഭവനമറ്റവരാവണം. കാരണം, ഒരാൾ ഒരു വീടുപണിയുമ്പോൾ അയാൾ അതിനോട് ബന്ധിതനാവുന്നു. അവർ വേരുകളില്ലാത്തവരായിരിക്കണം. ഈ വിശ്വമല്ലാതെ അവർക്ക് മറ്റൊരു വസതിയുമില്ല. മുപ്പതു വർഷമായി നഗ്നപാദനായി സഞ്ചരിച്ചുകൊണ്ടിരിക്കുന്ന മലയാളിയായ ഗോവിന്ദസ്വാമി ഇത്തരത്തിലുള്ള ഒരു യാത്രികനാണ്.

വെറും കണ്ണുകൾകൊണ്ടു മാത്രം ലോകത്തെ നോക്കാൻ കഴിയുന്ന ഒരാളാണ് യഥാർത്ഥ യാത്രികൻ. അങ്ങനെ ജീവിക്കുന്നവരൊക്കെയും യാത്രികരാണ്. ഓരോരുത്തനും നോക്കുന്നത് വെറും കണ്ണുകൾകൊണ്ട് മാത്രമല്ല, അവരുടെ പ്രത്യേകമായ മനസ്സുകൊണ്ടു

കൂടിയത്രെ. താൻ വായിച്ചതിന്റെ, പഠിച്ചതിന്റെ, അനുഭവിച്ചതിന്റെ, യാത്ര ചെയ്തതിന്റെ, ജീവിച്ചതിന്റെ ഒരോർമ്മയും പുരളാത്ത ഒരു പുതിയ മനസ്സോടെ ലോകത്തെവിടെയും യാത്ര ചെയ്യുന്ന, അനുഭവ ങ്ങളെ, അതേതു തരത്തിലുള്ളതായാലും, മുഴുവൻ പുതുമയോടെയും സ്വീകരിക്കുന്ന ഒരു യാത്രികൻ, ജീവിതത്തോടു മാത്രം പക്ഷപാത മുള്ളവനല്ല. അയാൾ മരണത്തെയും തുല്യമായി സ്വീകരിക്കുന്നു. ജീവിച്ചുകൊണ്ടിരിക്കുന്ന ഓരോ നിമിഷത്തിനുനേരെയും അപ്പ പ്പോൾതന്നെ വിടപറയുന്ന അയാൾ തന്റെ ഓരോ കാലടിയും മരണ ത്തിന്റെ വാതിൽക്കലേക്കാണ് എന്നറിയുന്നു. ഈ അറിവ് അയാളുടെ ജീവിതയാത്രയ്ക്ക് അലൗകികമായ മാധുര്യം ചൊരിയുന്നു. സുഖവും ദുഃഖവും തണുപ്പും ചൂടും മാനവും അപമാനവും അയാൾക്ക് ഒരു പോലെയായിരിക്കും. അത്തരം ഒരു മനസ്സുമായി യാത്ര ചെയ്യുമ്പോൾ, ജീവിക്കുമ്പോൾ അയാൾ ഭൂമിയിലെവിടെയായാലും അതയാൾക്ക് ഒരു സ്വർഗ്ഗമായിരിക്കും.

യഥാർത്ഥമായ യാത്ര, അന്വേഷണം, തീർത്ഥാടനം കഠിനമത്രെ. അതല്ലാത്ത യാത്രകളൊക്കെയും എളുപ്പമാകുന്നു. ഇത് വളരെ വേഗം പൂരിപ്പിക്കപ്പെടുന്നു. കാരണം, ഒരു യാത്രയും യഥാർത്ഥത്തിൽ പൂർത്തിയാക്കപ്പെടുന്നില്ല.

ഒരാൾ ആത്മീയമായ ഒരു തേടലിലാണെങ്കിൽ, അപ്പോൾ അയാൾ ക്കറിയാം അത് അഹന്തയെ പൂരിപ്പിക്കാനുള്ള ഒരു യാത്രയാണോ അതല്ല ഒരു യഥാർത്ഥമായ യാത്രയാണോ എന്ന്. എന്താണ് അഹം കേന്ദ്രിതയാത്ര? അവിടെ അയാൾ യഥാർത്ഥ പ്രതിഭാസവുമായി വള രെക്കുറഞ്ഞ ബന്ധമേ പുലർത്തുന്നുള്ളൂ. അഹം കേന്ദ്രിതനായ ഒരു യാത്രികൻ തന്നെത്തന്നെ പരിവർത്തിതനാക്കുന്നതിൽ തത്പരനല്ല. അയാൾ ചിലതവകാശപ്പെടുന്നതിൽ മാത്രം തത്പരനായിരിക്കുന്നു. ഈ അവകാശപ്പെടൽ. അതെ വളരെ എളുപ്പമായതാണ്. ഒരാൾക്കത് നിസ്സാരമായി വിലയ്ക്കു വാങ്ങാനാകുന്നു.

നന്നായി ഓർക്കുക. ഓരോ ദിനവും ഓരോ നിമിഷവും സ്വയം പരിശോധിച്ചുനോക്കുക - എന്റെയീയാത്ര. ജീവിതം കേവലം ഒരഹം കേന്ദ്രിതമായ ഒരു വ്യർത്ഥ വ്യായാമമാവുന്നുവോ?

ആത്മീയത അനുഭവത്തിനായുള്ള ഒരന്വേഷണമല്ല. അത് അവന വനിലേക്കുള്ള ഒരു യാത്രയത്രെ. ഒരനുഭവത്തിനുവേണ്ടിയും അല്ലത്. ആത്മീയത എന്നത് ഒരാളിലുള്ള യഥാർത്ഥമായതിനെത്തേടിയുള്ള ഒരു പോക്കാകുന്നു. എന്റെ യാഥാർത്ഥ്യമെന്തെന്ന് ഞാനറിയണം.

ആ അറിവോടെ, അനുഭവങ്ങൾക്കായുള്ള തന്റെ എല്ലാ ആർത്തികളും ശമിക്കുന്നു.

ഒരമ്പേഷി പുറത്ത് മുഴുവൻ തിരഞ്ഞ് ഒന്നും കാണാതെ ഒടുവിൽ തന്റെ ഹൃദയ പടിവാതിൽക്കലെത്തുന്നു. അതെ അബു പർവതത്തിലെ പതിനായിരങ്ങൾ ഇരുന്ന് ധ്യാനിക്കുന്ന ആ ധ്യാനമഹാമന്ദിരത്തേക്കാൾ എനിക്ക് എന്നെക്കാണിച്ചുതന്നത് അവിടെ ദാദാലേഖരാജ് പാർത്തിരുന്ന ആ കുടിലാണ്. അഹം മുഴുവനായി അറ്റുപോയ, ഒരു കടുകുമണിയോളം പോലും ഭൗതികമായതൊന്നും പുരളാത്ത പാവനമായ ഒരു സാന്നിദ്ധ്യം അദ്ദേഹം ഇല്ലാതായിട്ടും ആ കുടിലിൽ നിറഞ്ഞുനിൽക്കുന്നു.

സമാധാനപാഠം

"ആർത്തി, കോപം, മതിഭ്രമം ഇവ മനസ്സിലെ മൂന്നു വിഷങ്ങളാണ്."

- ഗൗതമബുദ്ധൻ

ഈ മനോവിഷങ്ങളാണ് മനുഷ്യനെ സമാധാനമില്ലാത്തവരാക്കുന്നത്. പേടി, അസൂയ, ഉദ്വേഗം, കോപം എന്നീ വികാരങ്ങളൊക്കെയും ഈ മനോവിഷങ്ങളിൽ നിന്ന് മുളച്ചുണ്ടാകുന്നവയത്രെ.

അപകടങ്ങൾ, കുറ്റകൃത്യങ്ങൾ, അത്യാഹിതങ്ങൾ, കൂട്ടക്കുരുതികൾ ഇതാണ് നമ്മുടെ യുഗത്തിന്റെ മുഖമുദ്ര. ആഭ്യന്തര കലാപങ്ങൾ, യുദ്ധങ്ങൾ, മർദ്ദനങ്ങൾ, ന്യൂനപക്ഷപീഡനം, പാരിസ്ഥിതിക പാതകങ്ങൾ, ചെറുതും വലുതുമായ ഹിംസകൾ നമ്മുടെ ഗ്രഹത്തെ ഒരു പുതിയ കാൻസർ ബാധിച്ചതുപോലെ കാർന്നുതിന്നുകൊണ്ടിരിക്കുകയാണ്.

"യുദ്ധങ്ങളിൽനിന്നു മുക്തരാകാൻ ഒന്നാമതായി ഇതിന്റെ മനഃശാസ്ത്രപരമായ കാരണങ്ങളിൽനിന്നും നാം മുക്തരാകണം." - ആൽഡസ് ഹക്സ്‌ലി.

യുദ്ധം മനുഷ്യന്റെ മനസ്സിലാണ് ആരംഭിക്കുന്നത്. ചീനയും ഇന്ത്യയും തമ്മിലൊരു യുദ്ധമുണ്ടാകുമ്പോൾ ഇന്ത്യക്കാരെല്ലാം ഒറ്റക്കെട്ടാകുന്നു. പൊതു ശത്രു, പൊതുവായ വെറുപ്പ് ജനങ്ങളെ ഒറ്റക്കെട്ടായി നിർത്തുന്നു. അവരുടെ കൊച്ചുകലഹങ്ങൾ, തർക്കങ്ങൾ എല്ലാം വിസ്മരിക്കപ്പെടുന്നു. പൊതുശത്രുവില്ലെങ്കിൽ അവർ തമ്മിലുള്ള ചെറിയ കലഹങ്ങൾ വീണ്ടും തുടങ്ങുന്നു. ഓർക്കുക: വെറുപ്പാണ് ജനങ്ങളെ ഒന്നിപ്പിക്കുന്നത്, അതവരെ ഒപ്പം നിർത്തുന്നു. കാരണം, അവർക്ക് പൊതുവായി വെറുക്കാൻ ഒരു വസ്തുവുണ്ട്. സംസ്കാരത്തിന്റെ ചരിത്രത്തിൽ ഇന്നുവരെ സ്നേഹംകൊണ്ടല്ല, വെറുപ്പുകൊണ്ടാണ് മനുഷ്യൻ അതിവേഗം ഒന്നിക്കുന്നത്.

യുദ്ധം സംഘടിതമായ ഒരു സംഘർഷം! ഇത് 'ബഹുജനങ്ങളുടെ ഒരു ഭ്രാന്തായി' അവസാനിക്കുന്നു. ഇതിന്റെ വേരുകൾ, 'എന്റെ രാജ്യം ഉന്നതമാണ്, എപ്പോഴും ശരിയുമാണ്' എന്ന വിശ്വാസത്തിലത്രേ.

മനുഷ്യൻ നേരിടുന്ന വൻ പ്രശ്നങ്ങളെല്ലാം മനുഷ്യന്റെ പെരുമാറ്റവുമായി ബന്ധപ്പെട്ടിരിക്കുന്നു. പെരുമാറ്റത്തിന്റെ പുതിയ ടെക്നോളജി - അതത്രേ സമാധാനമുണ്ടാക്കാൻ വേണ്ടത്. മനുഷ്യന്റെ പെരുമാറ്റത്തിലൂടെ, മനുഷ്യൻ ചന്ദ്രനിൽ ഇറങ്ങിയപ്പോഴുണ്ടായതിനു തുല്യമായ വിസ്മയം മനുഷ്യന്റെ ആന്തരികതലത്തിൽ സംഭവിക്കാനിടയുള്ളത് ആധുനികലോകത്ത് ശ്രദ്ധിക്കപ്പെടുകയുണ്ടായി. ബുദ്ധൻ, ലാവോത്സു, സെൻ-സൂഫി ഗുരുക്കന്മാർ, ഗുർജിഫ്, കൃഷ്ണമൂർത്തി, ദാദാലേഖരാജ്, നിസ്സർഗദത്ത മഹാരാജ്, രമണമഹർഷി എന്നിവർ ഈ ആന്തരികകലയുടെ ഗുരുക്കന്മാരത്രെ.

സമാധാനം വഴിയല്ലാതെ ഭൂമിയിൽ ഒരു ശരിയായ ജീവിതം മനുഷ്യനെന്നല്ല, മറ്റു ജീവജാലങ്ങൾക്കും ഉണ്ടാക്കുവാൻ ഇനി കഴിയില്ല. കാരണം, മനുഷ്യൻ അത്രയേറെ കൊന്നുകഴിഞ്ഞിരിക്കുന്നു, നശിപ്പിച്ചുകഴിഞ്ഞിരിക്കുന്നു. ഈ സംഹാരത്തിന്റെ വഴിയിൽനിന്ന് സമാധാനത്തിന്റെ വഴിയിലേക്കു വരികയല്ലാതെ വേറെ വഴികളൊന്നുമില്ല.

പ്രതികാരം, പ്രതികാരമല്ലാതെ മറ്റൊന്നുമുണ്ടാക്കില്ല. വെറുപ്പ്, കൂടുതൽ വെറുപ്പാണുണ്ടാക്കുക. ഹിംസയുടെ വിത്തുകളാണ് ഒരാൾ വിതയ്ക്കുന്നതെങ്കിൽ പൂക്കൾ ഹിംസയുടെ ഗന്ധമില്ലാത്തവയാകണമെന്ന് പ്രതീക്ഷിക്കാൻ അയാൾക്കാവില്ല. അയാൾ വിതച്ചതിൽനിന്നാണ് ആ പൂക്കൾ വിരിയുന്നത്. അതുകൊണ്ട്, ഓരോ ഹിംസാത്മക പ്രവർത്തനങ്ങളും മറ്റൊരു ഹിംസാപരമായ സമൂഹത്തെ, ഹിംസാപരമായ സംസ്കാരത്തെ സൃഷ്ടിക്കുകയാണ്.

അബു പർവതത്തിലെ ശാന്തസുന്ദരമായ ബ്രഹ്മകുമാരീസ് ലോക ആത്മീയ സർവകലാശാലയിൽ 1984-ൽ എൺപതു രാജ്യങ്ങളിൽനിന്നുള്ള യുവജനങ്ങൾ പങ്കെടുത്തു.

"ഭയരഹിതമായ, സ്നേഹമുള്ള ഒരാകാശത്തിനു കീഴിൽ സമാധാനത്തോടെ ഉറങ്ങാനും ജീവിക്കാനും ഞങ്ങൾക്കവകാശമില്ലേ" എന്ന് അവർ ചോദിക്കുന്നു.

ശരിയായ ലക്ഷ്യം, ശരിയായ മാർഗംവഴി മാത്രമേ നേടാനാവൂ. ഹിംസവഴി ഒരാൾക്കു സമാധാനമുള്ള, ശാന്തമായ, സ്നേഹമയമായ ഒരു മാനവികതയിൽ എത്താനാവില്ല. അഹിംസയിലൂടെയല്ലാതെ സമാധാനം നിറഞ്ഞ, യുദ്ധമുക്തമായ ഒരു സമൂഹം ഉണ്ടാക്കാനാവില്ല.

"ആറ്റംബോംബിനേക്കാൾ ശക്തി മനുഷ്യമനസ്സിന്റെ ശാന്തിക്കുണ്ടെന്ന് ഞാൻ വിശ്വസിക്കുന്നു" - ധ്യാനഗുരു ദാദാ ലേഖരാജ്

മൊഴിയുന്നു. ക്രോധത്തിന്റെ തീ സ്നേഹത്തിന്റെ ജലമൊഴിച്ച് കെടുത്തുന്ന 'സ്നേഹത്തിന്റെ ഒരു പുതിയ ടെക്നോളജി' ഭൂമിയിൽ വളർന്നുവരണം. ചന്ദ്രനിൽ പോകുന്നതിനേക്കാൾ, ചൊവ്വയിൽ പോകുന്നതിനേക്കാൾ വലിയ പരിവർത്തനം ലോകത്തിൽ ഇതുണ്ടാക്കും. ഇതിലേക്കുള്ള ഒരു രാജപാതയത്രെ ധ്യാനം.

മനുഷ്യവംശത്തിലുള്ള ക്രോധത്തിന്റെ ആകെ ഊർജ്ജം സ്നേഹത്തിന്റെ ഊർജ്ജമായി, സമാധാനത്തിന്റെ ഊർജ്ജമായി മാറുമ്പോൾ ഭൂമി ഒരു യഥാർത്ഥ സ്വർഗ്ഗമാകുന്നു.

സന്തോഷപാഠം

മനുഷ്യർ സന്തോഷമുള്ളവരായാണ് സൃഷ്ടിക്കപ്പെട്ടത്. പക്ഷേ, അവർ സന്തുഷ്ടിയെ ദുരുപയോഗപ്പെടുത്തി. ഒടുവിൽ ദൈവം അതു തിരിച്ചെടുക്കാനും ഒളിപ്പിച്ചുവെക്കാനും തീരുമാനിച്ചു.

'മനുഷ്യർ എവിടെ തിരഞ്ഞാലും സന്തോഷം കിട്ടരുത്.' ദൈവം തീരുമാനിച്ചു. ഇത് എങ്ങനെ നടപ്പാക്കണമെന്ന് ആലോചിക്കാനായി ദേവതകളുടെ ഒരു യോഗം ദൈവം വിളിച്ചു ചേർത്തു. ചിലർ പറഞ്ഞു. "സന്തുഷ്ടിയെ ഭൂമിയുടെ ആഴത്തിൽ കുഴിച്ചുമൂടിയിടണം."

ദൈവം പറഞ്ഞു. "ഇല്ല, മനുഷ്യൻ ഭൂമിയുടെ ആഴത്തിൽ കുഴിച്ചു നോക്കും. ഒടുവിൽ അതു കണ്ടെത്തും."

"എങ്കിൽ സമുദ്രത്തിന്റെ അടിത്തട്ടിൽ നമുക്കത് ഒളിപ്പിച്ചു വെക്കാം."

ദൈവം വീണ്ടും മൊഴിഞ്ഞു. "ഇല്ല, മനുഷ്യൻ ഇന്നല്ലെങ്കിൽ നാളെ ഭൂമിയിലെ മുഴുവൻ സമുദ്രങ്ങളുടെയും ആഴങ്ങളിൽ നീന്തി യെത്തി അതു തപ്പിയെടുക്കും, തീർച്ച!"

ദേവസഭ ഒടുവിൽ ഇങ്ങനെയാണ് ചർച്ച അവസാനിപ്പിച്ചത്.

ഭൂമിയിലോ സമുദ്രത്തിലോ മനുഷ്യന് എത്താനാവാത്ത ഒരു സ്ഥലവുമില്ല. അതുകൊണ്ട് ദൈവം പറഞ്ഞു. "മനുഷ്യന്റെ സന്തു ഷ്ടിയെ ഒളിപ്പിച്ചുവെക്കാൻ പറ്റിയ ഒരു സ്ഥലം കണ്ടെത്തി! നമുക്ക് അത് മനുഷ്യന്റെ ഉള്ളിൽത്തന്നെ ഏറ്റവും ആഴത്തിൽ ഒളിപ്പിച്ചു വയ്ക്കാം. ഇത് അവന് ഒരിക്കലും കണ്ടെത്താനാവില്ല. കാരണം അത് അവന്റെ ഉള്ളിലുണ്ടെന്ന് അവൻ ഒരിക്കലും ചിന്തിക്കില്ല.

അന്നുമുതലാണ് തന്നിൽത്തന്നെയുള്ള സന്തോഷം തേടി മനുഷ്യൻ പുറത്തു മുഴുവൻ അലഞ്ഞു തിരിയാൻ തുടങ്ങിയത്.

ചില മഹാഭാഗ്യശാലികൾക്കു മാത്രമാണ് ഈ രഹസ്യജ്ഞാനം ലഭിക്കുന്നത്. ഒരു തീർത്ഥാടകൻ പരമമായതു തേടി. പുറത്തുള്ള

മുഴുവൻ വാതിലുകളും മുട്ടിവിളിച്ച്, അതു ലഭിക്കാതെ സ്വന്തം ഹൃദയ പടിവാതിൽക്കലെത്തുകയും അതു കണ്ടെത്തുകയും ചെയ്തതിനെപ്പറ്റി രവീന്ദ്രനാഥ ടാഗോർ ഗീതാഞ്ജലിയിൽ പറയുന്നു.

സന്തോഷം പുറത്താണെന്നു കരുതി പുറത്തുള്ളതു മുഴുവൻ, എല്ലാതരം ഉപഭോഗവസ്തുക്കളും വാങ്ങിക്കൂട്ടാൻ പാടുപെടുകയാണ് ഓരോ മനുഷ്യനും. രണ്ടു കണ്ണുകൾകൊണ്ട് കാണപ്പെടുന്നവ മുഴുവൻ ഇന്നല്ലെങ്കിൽ നാളെ നശിക്കും. അതുകൊണ്ട് നശിച്ചുപോകുന്നവയിൽ ഒന്നിലും സന്തോഷമില്ലെന്ന് ഉള്ളുകൊണ്ടറിഞ്ഞ്. തന്നിൽത്തന്നെ മൗനത്തിൽ മുഴുകിയിരുന്ന്, തന്റെ സത്തയുടെ ആഴത്തിലുള്ള സന്തോഷത്തിന്റെ പരമരഹസ്യം കണ്ടെത്തിയ ഒരാൾക്ക് സുഖവും സന്തോഷവും തേടി പുറത്ത് അലഞ്ഞുപോകേണ്ടതില്ല.

ദുഃഖപാഠം

ദുഃഖം എടുക്കരുത്
ദുഃഖം കൊടുക്കരുത്
- ദാദാലേഖരാജ്

ദുഃഖം എടുത്തുകൊണ്ടും ദുഃഖം കൊടുത്തുകൊണ്ടുമാണ് മനുഷ്യൻ പുലരുന്നത്. ഇത് മനസ്സിന്റെ ആന്തരിക സത്തയെ ദുർബലമാക്കുന്നു. മലിനമാക്കുന്നു. ലോകത്തിൽ അതിരില്ലാത്ത ദുഃഖം ഉണ്ട്. അത് ഉള്ളിലേക്കെടുക്കാതെ ഒരു സാക്ഷിയായി കാണാനാണ് ദാദാ ലേഖരാജ് പറയുന്നത്. ഒരാളുടെ മനസ്സ് ദുഃഖത്തിലകപ്പെടുമ്പോൾ അയാൾ നിഷ്ക്രിയനാകുന്നു. മനസ്സും ശരീരവും തളർന്നുപോവുന്നു. ദുഃഖിതനായ ഒരാൾക്ക് വേറൊരാളുടെ ദുഃഖം ഇല്ലാതാക്കാനാവില്ല. വേറൊരാൾക്കു ദുഃഖം കൊടുക്കുന്നതും ഇല്ലാതാവണം. ഒരാളെപ്പോലും ചിന്തകൊണ്ട്, വാക്കുകൊണ്ട്, കർമ്മംകൊണ്ട് ദുഃഖിപ്പിക്കാതെ നമുക്ക് ജീവിക്കാനാവുമോ? ധ്യാനിക്കുന്ന ഒരു മനസ്സിന് അതു കഴിയുമെന്നത്രെ ദാദാ ലേഖരാജ് കണ്ടെത്തിയത്.

ദുഃഖത്തെപ്പറ്റി ഭിന്നമായ ഒരു വീക്ഷണം ജെ. കൃഷ്ണമൂർത്തി അവതരിപ്പിക്കുന്നു. "വിലപിടിച്ച രത്നം നാം സൂക്ഷിച്ചുനോക്കുന്നു. അതുപോലെ ദുഃഖത്തെ സൂക്ഷ്മതയോടെ, ശ്രദ്ധയോടെ കാണാൻ, കേൾക്കാൻ ഒരാൾക്കു കഴിയണം" എന്ന് കൃഷ്ണമൂർത്തി. അദ്ദേഹത്തിന്റെ അനുജൻ നിത്യയുടെ അകാലത്തുള്ള മരണം യുവാവായ കൃഷ്ണമൂർത്തിയെ, അദ്ദേഹത്തിന്റെ മനസ്സിന്റെ അടിത്തറ വരെ ഇളക്കിമറിച്ച ഒരു സംഭവമായിരുന്നു. കപ്പലിൽ ഇന്ത്യയിലേക്കുള്ള യാത്രയ്ക്കിടയിലാണ് രോഗിയായിരുന്ന അനുജന്റെ അപ്രതീക്ഷിതമായ അന്ത്യത്തെപ്പറ്റി അദ്ദേഹം അറിഞ്ഞത്. നിത്യ അദ്ദേഹത്തിന് ഒരനുജൻ മാത്രമായിരുന്നില്ല. പിരിയാൻ വയ്യാത്ത തരത്തിലുള്ള അടുപ്പമുള്ള ചങ്ങാതിയും ജീവിതയാത്രയിൽ ഒരുറ്റ സഖാവും ഒക്കെയായിരുന്നു. താങ്ങാനാകാത്ത ദുഃഖത്താൽ അദ്ദേഹം അന്ന് രാത്രി

എത്രയോ സമയം പൊട്ടിക്കരഞ്ഞുകൊണ്ടിരുന്നു. പിറ്റേന്ന് സൂര്യനുദിച്ചു. കൃഷ്ണമൂർത്തിയുടെ മനസ്സിലും ഒരു വലിയ പരിവർത്തനമുണ്ടായി. പൂർണമായ ഇരുട്ടിൽ നിന്ന് വെളിച്ചത്തിലേക്കു വരുന്നതു പോലെയായിരുന്നു അത്. ദുഃഖങ്ങളുടെ ഒടുവിൽ ശമനത്തിന്റെ പരിധിയറ്റ ഒരു പ്രശാന്തി അദ്ദേഹത്തിനപ്പോൾ അനുഭവമായി. "ഉറച്ച മണ്ണിൽ നിന്ന് ഒരു പൂ പൊട്ടിവിടരും പോലെ, പഴയ കിനാവ് പൊലിയുകയും പുതിയതൊന്ന് ആവിർഭവിക്കുകയും ചെയ്യുകയായിരുന്നു". ദുഃഖത്തിന്റെ തീവ്രതയിൽ ഒരു പുതിയ കാഴ്ചയുണ്ടാവുകയും ഒരു പുതിയ അവബോധം തുറക്കപ്പെടുകയുമായിരുന്നു. കൃഷ്ണമൂർത്തി ഇപ്രകാരമാണ് ആ ഓർമ്മ ഉപസംഹരിക്കുന്നത്. "ദിവ്യമായ ഒരു പാത്രത്തിൽ ദുഃഖത്തെ നിങ്ങൾ രുചിക്കുകയാണെങ്കിൽ അത് അത്ഭുതകരമായിരിക്കും. നരവേദനയുടെ, യാതനയുടെ ഉറവിടത്തിൽ നിന്നുതന്നെ ദുഃഖം പാനം ചെയ്യാൻ കഴിഞ്ഞതുകൊണ്ട് ഞാൻ ശക്തിയാർജ്ജിക്കുകയായിരുന്നു. ജീവിതത്തെ നിങ്ങൾ ശരിയായി മനസ്സിലാക്കിയാൽ മരണം, പൂർണ്ണതയുടെ ഭവനം, ആനന്ദത്തിന്റെ ഭവനം പണിയുകയത്രെ. ഞാൻ വേദനിച്ചു, പക്ഷേ, അവസാനംവരെയുള്ള എല്ലാറ്റിൽനിന്നും അതെന്നെ മുക്തനാക്കി..."

രണ്ട്

ഒരാൾ വളരെ ദുഃഖിതനാണ്. അങ്ങനെയിരിക്കെ ഒരുനാൾ അയാളുടെ ദുഃഖം ഒരല്പം കുറയുന്നു. അപ്പോൾ അയാൾ പറയുന്നു: "എനിക്ക് നല്ല സുഖം തോന്നുന്നു!" അയാൾക്കറിയില്ല എന്താണ് സുഖമെന്ന്. ചിലപ്പോൾ അഗാധമായ ദുഃഖം അയാൾക്കുണ്ടാകും. ചിലപ്പോൾ ഇത് കുറയും. ദുഃഖം കുറയുന്നതിനെയാണ് അയാൾ 'ഞാൻ സുഖമുള്ളവനാണ് എന്നു വിവരിക്കുന്നത്! നിങ്ങൾ സ്വയം ഒന്നു നോക്കൂ, "എന്താണ് സുഖമെന്ന്, സന്തോഷമെന്ന് എന്നെങ്കിലും നിങ്ങൾ അറിഞ്ഞിട്ടുണ്ടോ? നിങ്ങളെപ്പോഴും അറിയുന്നത് ദുഃഖത്തിന്റെ, അഭാവത്തിലുള്ള മങ്ങിയ ഒരു സുഖം മാത്രമാണ്. പൂർണ വെളിച്ചത്തിലെന്നപോലെ പൂർണ സുഖത്തോടെ ഒരാൾക്കിരിക്കാൻ കഴിയണം. അപ്പോൾ ദുഃഖം ഒരു കടുകുമണിയോളംപോലും ബാക്കിയാവില്ല." - സെൻ ഗുരു.

ദുഃഖം ഒരു ഷോക്കിന്റെ ഫലമത്രെ. ജീവിതത്തിന്റെ യാഥാസ്ഥിതികമായ ഒരു ക്രമത്തെ അതുപോലെ സ്വീകരിച്ച മനസ്സിന്റെ താത്ക്കാലികമായ ഒരു കുലുക്കമാണത്. എന്തോ ചിലതുണ്ടാകുന്നു - ഒരു മരണം, ഒരു തൊഴിൽ നഷ്ടം, ഒരു വിശ്വാസത്തെ ചോദ്യം ചെയ്യൽ - അങ്ങനെ മനസ്സ് അശാന്തമാവുന്നു. അത്തരമൊരു മനസ്സു

കൊണ്ടെന്തു ചെയ്യാനാണ്? വീണ്ടും അശാന്തമാകാതിരിക്കാനായി ഒരു വഴി തിരഞ്ഞുകൊണ്ടിരിക്കും - കൂടുതൽ സുരക്ഷിതമായ ഒരുദ്യോഗം, പുതിയൊരു ബന്ധം. ക്രമേണ അതും മങ്ങുന്നു, പുതുത് പിന്നെയും തേടുന്നു. മനസ്സ് പിന്നേയും ദുഃഖത്തിലാവുന്നു, വീണ്ടുമൊരു വഴി തിരയുന്നു. മഹത്തായ ഒരു ഉൾക്കാഴ്ചയിലൂടെ, വിവേകത്തിലൂടെ മാത്രമെ ദുഃഖത്തിന്റെ അപ്പുറത്തേക്കു പോകാനാവൂ. ദുഃഖത്തിൽ നിന്നും കണ്ണീരിൽനിന്നും ആദികവിത ഉണ്ടായെന്നു പറയുന്നത് ഒരസത്യം. ദുഃഖത്തിൽ നിന്നല്ല, കവിയുടെ കരുണയിൽ നിന്നത്രെ ആദി കവിത പിറന്നത്.

എന്തു ദുഃഖങ്ങളുണ്ടായാലും ഉടൻ കണ്ണുകളടയ്ക്കുക. ദുഃഖം എവിടെനിന്നു വരുന്നുവെന്നു കണ്ടുപിടിക്കാൻ ശ്രമിക്കുക. ഒരാൾക്ക് ശ്രദ്ധയോടെ നോക്കിയാൽ ഒന്നു കണ്ടെത്താനാവും. അയാളിലെ തെറ്റായ കേന്ദ്രം ചിലതുമായി സംഘട്ടനത്തിലാണെന്ന്. അയാൾ ചിലത് പ്രതീക്ഷിക്കുന്നു, അത് നടക്കുന്നില്ല. അയാളുടെ 'അഹം' ഇളകുന്നു. ദുഃഖത്തിലാകുന്നു. കാരണങ്ങൾ പുറത്തല്ല, അകത്താണ്. പക്ഷേ, അയാൾ സദാ പുറമേക്കു നോക്കുന്നു. പകരം അകത്തേക്കു നോക്കുക. എല്ലാ ദുഃഖങ്ങളുടെയും കോപം, ഉൽക്കണ്ഠ എന്നിവയുടെയും ഉറവിടം അയാളുടെ അഹംബോധത്തിലാണ്. അതു കണ്ടുപിടിച്ചു കഴിഞ്ഞാൽ അതിനപ്പുറം പോകാനാവും. ദുഃഖിതനാവുമ്പോൾ അവിടെ തന്റെ അഹംബോധത്തെ നന്നായി നോക്കിയിരിക്കുക, ആഴത്തിൽ നോക്കിയിരിക്കുമ്പോൾ ക്രമേണ 'അഹം' പോകുന്നു.

> *"മനുഷ്യന്റെ പിറവി ദുഃഖത്തിന്റെ പിറവിയാകുന്നു. ദീർഘകാലം ജീവിക്കുമ്പോൾ അവൻ ഏറെ വിഡ്ഢിയായി മാറുന്നു. എന്ത് കൈപ്പാണെന്നോ? എപ്പോഴും തനിക്കെത്താത്തതിനായി അവൻ ജീവിക്കുന്നു. ഭാവിയിൽ അതിജീവിക്കണമെന്ന ദാഹത്തോടെ ജീവിക്കുന്നതുകൊണ്ട് വർത്തമാനകാലത്തിൽ ജീവിതമില്ലാത്തവനായി അവൻ മാറുന്നു."*
>
> - ചുവാങ്ങ്തസു (ചൈന)

ധ്യാനപാഠം

'ഈശ്വരൻ മനുഷ്യനെ സൃഷ്ടിച്ചത് നന്മയുടെ സൗന്ദര്യം കണ്ടാനന്ദിക്കാനാണ്' എന്നു പറയുന്ന ഒരു ധ്യാനകഥയുണ്ട്. 'ഈശ്വരന് ശരീരമില്ല അതുകൊണ്ട് സ്വയം നന്മ ചെയ്യാനാവില്ല. വൃക്ഷങ്ങൾ, പക്ഷികൾ, മൃഗങ്ങൾ ഇവയിലൊക്കെയും സ്വാഭാവിക സൗന്ദര്യമുണ്ട്. എന്നാൽ ആന്തരികമായ നന്മയുടെ സൗന്ദര്യം എങ്ങനെ ആയിരിക്കും? ദൈവം ചിന്തിച്ചു. ഈ ചിന്ത നടപ്പാക്കാനായി ഈശ്വരൻ മനുഷ്യനെ സൃഷ്ടിച്ചു.'

നന്മയുടെ നേർത്ത വെളിച്ചം എല്ലാവരിലുമുണ്ട്. ചിലരിൽ കുറവാകും. ചിലരിൽ കൂടും. ഈ ആന്തരികനന്മയെ, ആന്തരിക സൗന്ദര്യത്തെ വളർത്തുവാനുതകുന്ന ചര്യയത്രെ ധ്യാനം.

ധ്യാനം നമ്മുടെ കണ്ണുതുറക്കാൻ സഹായിക്കുന്നു. ജീവിതോർജ്ജത്തിന്റെ ആന്തരിക 'ഡയനാമോ' മുഴുവൻ വേഗതയോടെ, ശക്തിയോടെ, കാര്യക്ഷമതയോടെ പ്രവർത്തിക്കാൻ ധ്യാനം വ്യക്തികളെ ഒരുക്കുന്നു.

ധ്യാനം പൂർണമായ അസ്തിത്വത്തിനു നേരെയുള്ള സ്നേഹമാകുന്നു. ഏതെങ്കിലും അവസ്ഥയുടെ നേരെ ഒരാൾ സ്നേഹവാനാണെങ്കിൽ അയാൾ ധ്യാനത്തിലാണ്. സമഗ്രമായ അസ്തിത്വത്തിനു നേരെയുള്ള ജീവത്തായ ബന്ധമത്രെ ധ്യാനം. യഥാർത്ഥ പ്രശ്നം എങ്ങനെ ധ്യാനിക്കണമെന്നതല്ല, മറിച്ച് ഒരാൾ എന്തുകൊണ്ട് ധ്യാനത്തിലേക്കെത്തുന്നില്ല എന്നതത്രെ.

തുടർച്ചയായുള്ള ധ്യാനം വഴി വ്യക്തിയുടെ ബോധത്തിൽ ഭിന്നമായ ഒരു ധ്യാനാത്മകത ഉണരുന്നു. അതോടെ അയാൾ ഒരു കാരണവും കൂടാതെ വളരെ നിശ്ശബ്ദനാകുന്നു. അത്തരം ഒരു നിശ്ശബ്ദതയിൽ തന്റെ ഉള്ളിൽ മുറിപ്പെട്ടുകിടക്കുന്ന തന്നെത്തന്നെ ഒരാൾക്കു കാണാനാകുന്നു. അത്തരം ഒരു കാണൽ അയാളെ സാന്ത്വനത്തിലെത്തിക്കുന്നു. തന്റെ ഉള്ളിലെ മുറിവുണങ്ങാത്ത ഒരാൾക്കും അന്യനൊരാളുടെ മുറിവിനുനേരെ ദയ തോന്നില്ല.

ധ്യാനഗുരു ദാദാ ലേഖരാജ് ആധുനിക കാലത്ത് ധ്യാനപരിശീല നത്തെ ജനകീയമാക്കുകയുണ്ടായി. ജനങ്ങളിൽ നഷ്ടപ്പെട്ടുപോയ സ്നേഹത്തെ വീണ്ടെടുക്കാൻ ധ്യാനം സഹായിക്കുന്നു എന്ന് അദ്ദേഹം കണ്ടെത്തി. മറ്റെന്തും പഠിപ്പിക്കാനാകും, എന്നാൽ എങ്ങനെ സ്നേഹിക്കണമെന്ന് ഒരാൾക്കും പഠിപ്പിക്കാനാവില്ല. അതുകൊണ്ട് ജനങ്ങളെ ധ്യാനത്തിലേക്ക് എത്തിച്ചാൽ അവരിൽ സ്നേഹത്തിന്റെ മൂല്യം വളർത്തുവാൻ കഴിയും. അതിനുവേണ്ടിയാണ് അബുപർവതം കേന്ദ്രമാക്കി ആഗോളതലത്തിലുള്ള ധ്യാനവിദ്യാലയം ആരംഭിച്ചത്. യഥാർത്ഥത്തിൽ സ്നേഹം പരിശീലിപ്പിക്കുന്ന ഒരു ലോകസർവക ലാശാലയാണിത്.

കഠിനമായ ദുഃഖത്താൽ മൂർച്ഛിച്ച് വീണുകിടക്കുന്ന മനുഷ്യനെ ഉണർത്തുവാനുള്ള ഒരു ഇൻജക്ഷനായി ധ്യാനത്തെ കാണാം. ധ്യാനം വ്യക്തികളുടെ ചിന്തയിലും വാക്കിലും പ്രവൃത്തിയിലും അഗാധമായ മാറ്റം ഉണ്ടാക്കുന്നു. ധ്യാനപരിശീലനം മസ്തിഷ്ക ഘട നയിൽ ഉണ്ടാക്കുന്ന മാറ്റത്തെക്കുറിച്ച് പുതിയ പഠനങ്ങൾ സൂചിപ്പി ക്കുന്നത് മനുഷ്യനെ ആന്തരികമായി മാറ്റിപ്പണിയുവാൻതന്നെ അതിനു കഴിയുമെന്നാണ്. രാജയോഗിനി ബി.കെ. ജാനകി ധ്യാന ത്തിലിരിക്കുമ്പോഴും അല്ലാത്തപ്പോഴും അവരുടെ മസ്തിഷ്കം ഡെൽറ്റാ തരംഗാവസ്ഥയിൽ നിലകൊള്ളുന്നതായി കണ്ടെത്തി. അവർ ഉണർന്നിരിക്കുമ്പോഴും പ്രവർത്തിച്ചുകൊണ്ടിരിക്കുമ്പോഴും അവരുടെ മസ്തിഷ്കത്തിനു നിദ്രയിൽ അനുഭവപ്പെടുന്ന സ്വാസ്ഥ്യവും സുഖവും അനുഭവപ്പെടുന്നതായാണ് കണ്ടെത്തിയത്.

ജനിച്ചതുകൊണ്ടായില്ല. ഒരാൾ ജീവിക്കുക എന്ന കല പഠിക്കുക തന്നെ വേണം. അതാണ് ധ്യാനത്തിന്റെ ആദ്യാക്ഷരം. അനന്തരം അയാൾ സ്നേഹത്തിന്റെ കല പഠിക്കണം. അതത്രെ ധ്യാനത്തിന്റെ ദ്വിതീയാക്ഷരം. തുടർന്ന് അയാൾ സന്തോഷത്തിന്റെ കല, അഥവാ ചിരിക്കുന്നതിന്റെ കല സ്വായത്തമാക്കണം. അതത്രെ ധ്യാനത്തിന്റെ തൃതീയാക്ഷരം. ഗൗതമബുദ്ധൻ മുതൽ ദാദാ ലേഖ്രാജ് വരെ നൂറു കണക്കിനാളുകൾ മനുഷ്യവംശത്തെ ധ്യാനത്തിലെത്തിക്കാൻ, സ്നേഹത്തിലെത്തിക്കാൻ ശ്രമിച്ചു.

ശൂന്യതയുടെ പാഠം

"ഇത് താങ്കളെവിടെ നിന്നാണ് പഠിച്ചത്?" നാൻപോ ചോദിച്ചു. "ഞാനിത് മഷിയുടെ മകനിൽ നിന്നാണ് പഠിച്ചത്." നോയോ മറുപടി പറഞ്ഞു.

"മഷിയുടെ മകൻ ഇത് വിദ്യയുടെ പേരക്കുട്ടിയിൽനിന്നും അയാളത് ധാരണയിൽനിന്നും ധാരണയത് ഉൾക്കാഴ്ചയിൽനിന്നും ഉൾക്കാഴ്ചയത് പ്രയോഗത്തിൽനിന്നുമാണ് പഠിച്ചത്. പ്രയോഗം അത് ഗാനത്തിൽനിന്നും ഗാനം അത് നിശ്ശബ്ദതയിൽനിന്നും നിശ്ശബ്ദത അത് ശൂന്യതയിൽ നിന്നും പഠിച്ചു..." - ചുവാങ്ത്സു (സെൻഗുരു)

അത്യുന്നതമായ ശൂന്യതയത്രെ യഥാർത്ഥമായ പൂർണത. ഒന്നും ഇല്ലാത്തതാണെങ്കിൽ ഒന്നിനും ഒന്നിൽനിന്നും നമ്മെ വേർപെടുത്താനാവില്ല. ഒരു സെൻഗുരു ശിഷ്യന്മാരെ പഠിപ്പിക്കുന്നതൊക്കെ മതിയാക്കി നിശ്ശബ്ദതയിൽ ധ്യാനിക്കാൻ പറഞ്ഞു. ഉപദേശങ്ങളൊക്കെ എന്തുകൊണ്ടു മതിയാക്കി എന്ന ചോദ്യമുണ്ടായപ്പോൾ അയാളുടെ ഉത്തരം ഇത്രമാത്രമായിരുന്നു. "ഞാനൊന്നുമല്ല. എനിക്കൊന്നുമറിയില്ല. അതുകൊണ്ടെനിക്ക് ഒന്നും പഠിപ്പിക്കാനില്ല. കാരണം ഉണ്മയെന്നത് പൂർണ ശൂന്യതയത്രെ!..."

ബുദ്ധൻ കണ്ടുപിടിച്ച അത്യഗാധമായ ധ്യാനങ്ങളിൽ ഒന്നിതാകുന്നു: പൂർണ ശൂന്യനാവുക, ആരുമല്ലാത്തവനാവുക, ആരുമില്ലാത്തവനാവുക. ഒന്നുമല്ലാത്തവനാവുക. ഒന്നുമില്ലാത്തവനാവുക.

സുഭൂതി ബുദ്ധന്റെ ശിഷ്യനായിരുന്നു. അയാൾക്ക് ശൂന്യതയുടെ തീക്ഷ്ണത മനസ്സിലാക്കാൻ കഴിഞ്ഞിരുന്നു. ഒന്നും നിലനില്ക്കുന്നില്ല...

ഒരു ദിവസം ഉദാത്തമായ ശൂന്യതയുടെ ഭാവത്തോടെ സുഭൂതി ഒരു വൃക്ഷച്ഛായയിൽ ഇരിക്കുകയായിരുന്നു. പൂക്കൾ അയാളുടെ മേൽ വീണുകൊണ്ടിരുന്നു.

"നിങ്ങളുടെ ശൂന്യതയെപ്പറ്റിയുള്ള പ്രഭാഷണത്തെ ഞങ്ങൾ പ്രശംസിക്കുന്നു!..." ദേവന്മാർ അയാളോട് മന്ത്രിച്ചു.

"എന്നാൽ ശൂന്യതയെപ്പറ്റി ഞാനൊന്നും തന്നെ സംസാരിച്ചില്ലല്ലോ!..." എന്നായി സുഭൂതി.

“നിങ്ങൾ ശൂന്യതയെപ്പറ്റി ഒന്നും പറഞ്ഞില്ല. ഞങ്ങൾ ശൂന്യതയെ ശ്രവിച്ചുമില്ല” എന്ന് ദേവന്മാരും.

“ഇതാണ് യഥാർത്ഥ ശൂന്യത!”

പൂക്കൾ സുഭൂതിയുടെ ശിരസ്സിൽ മഴയായി പെയ്യുവാൻ തുടങ്ങി...

എപ്പോഴെങ്കിലും ഒരാൾ ശൂന്യനാവുമ്പോൾ, ഒഴിഞ്ഞിരിക്കുമ്പോൾ, ചിന്തയറ്റവനാകുമ്പോൾ ഉടൻ പൂക്കൾ വർഷിക്കപ്പെടുകയാണ്. സുഭൂതി ബുദ്ധന്റെ വെറുമൊരു ശിഷ്യൻ മാത്രം. ആരാലും അറിയപ്പെടാത്തവൻ, ആരുമില്ലാത്തവൻ.

സാധാരണ ഒരാളായി ഇരിക്കുക. ആരുമല്ലാതെ, പേരില്ലാതെ, അവകാശപ്പെടാനൊന്നുമില്ലാതെ, ഇതരനിൽ ഒരു ശക്തിയും ഉപയോഗിക്കാതെ, സ്വന്തമാക്കണമെന്ന ഒരാഗ്രഹവുമില്ലാതെ, മേധാവിത്വം പുലർത്താനുള്ള ഉദ്യമമില്ലാതെ, കേവലം ആരുമല്ലാത്തവനായിരിക്കുക.

മറ്റെന്തും പറയാൻ കഴിയും, ചർച്ച ചെയ്യാൻ കഴിയും. എന്നാൽ, ശൂന്യതയെപ്പറ്റി കഴിയില്ല. കാരണം അതിനുള്ള ഒരു ചെറു ശ്രമം പോലും അതിനെ നശിപ്പിക്കും. ഒരു വാക്കുപോലും മതി ശൂന്യതയെ നഷ്ടപ്പെടുത്താൻ. ആർക്കുമൊരിക്കലും ഇതിനെപ്പറ്റി പറയാനാവില്ല. ഒരാൾക്കു കേവലമായ ശൂന്യതയോടെ ഇരിക്കാൻ കഴിഞ്ഞേക്കാം... ശൂന്യത ഒരിക്കലും ഒരോർമ്മയാവുന്നില്ല. എന്തെന്നാൽ, ശൂന്യതയ്ക്ക് ഒരടയാളവും അവശേഷിപ്പിക്കാനാവില്ല, അതിന് ഒരു കാലടിയും അവശേഷിപ്പിക്കാനാവില്ല.

ശീതളത്വപാഠം

"ശീതളത്വവും സഹിഷ്ണുതയും ഒരു മുറിയെ എയർകണ്ടീഷൻ ചെയ്യുന്നതുപോലെ മനസ്സിനെ തണുപ്പിക്കുന്നു. ഇത് മനസ്സിന്റെ കാര്യക്ഷമതയെ അതിരറ്റതാക്കുന്നു" - ധ്യാനഗുരു ദാദാലേഖരാജ്

ശരീരം ശീതളമായാൽ മനസ്സും ശീതളമാകുന്നു; മനസ്സ് ശീതളമായാൽ ശരീരവും. യോഗ ചെയ്യുമ്പോൾ ദേഹത്തിന്റെ പിരിമുറുക്കം കുറയുന്നു, ദേഹം ശീതളമാകുന്നു. അപ്പോൾ മനസ്സും സ്വസ്ഥമാകുന്നു. ശീതളവും. അതുപോലെ ധ്യാനത്തിൽ മനസ്സിലെ ചിന്തകളുടെ എണ്ണം തീർത്തും കുറയുന്നു. മനം ശീതളമാകുന്നു. അപ്പോൾ ദേഹവും സ്വസ്ഥമാകുന്നു, ശീതളവും.

മനസ്സിനെയും ശരീരത്തെയും ശീതളമാക്കാനുള്ള ചില ശ്വസന ക്രമങ്ങൾ ഉണ്ട്. അവയിലേതെങ്കിലുമൊന്ന് പതിവായി ചെയ്യണം. 'ചൈനീസ് യോഗ'യിൽ ഇതിനുതകുന്ന ശ്വസനാഭ്യാസം ഇപ്രകാരമാണ്. ശുദ്ധവും ഹരിതവുമായ ഒരിടത്ത് നിങ്ങൾ സ്വസ്ഥതയോടെ നിവർന്ന് ഇരിക്കുന്നു. മൂക്കിലൂടെ ശ്വസിക്കുന്നതിനു പകരം നിങ്ങൾ വായ അല്പം തുറന്ന് നാവ് വക്രമാക്കി വെച്ച്, നാവുകൊണ്ട് വായുവിനെ വളരെ മെല്ലെ ഉള്ളിലേക്കു വലിച്ചെടുക്കുന്നു. തുടർന്ന്, അത്ര തന്നെ സമയമെടുത്ത് നിങ്ങൾ ഉച്ഛ്വസിക്കുന്നു. പത്തു പതിനഞ്ചു വട്ടം ഇതു ചെയ്യുക.

സാത്വികമായ സസ്യാഹാരം കഴിക്കുമ്പോൾ ശരീരവും സാത്വികമാകുന്നു. 41 ദിവസങ്ങൾ തുടർച്ചയായി പാചകം ചെയ്യാത്ത ആഹാരം മാത്രം കഴിച്ചുകൊണ്ടിരിക്കുമ്പോൾ അത് ഏതൊരു ശരീരത്തിലുമുണ്ടാക്കുന്ന വ്യതിയാനം വിസ്മയകരമാണ്. ഒട്ടുമിക്ക രോഗങ്ങളും ശരീരത്തിലും മനസ്സിലും അവ ഉണ്ടാക്കുന്ന ആതുരതകളും പാടെ ശമിക്കുന്നതായി, ശരീരം ഉണ്ടെന്ന അവസ്ഥപോലും ഇല്ലാതാകുന്നതായി അനുഭവപ്പെടാൻ തുടങ്ങുന്നു. ഉറക്കിലും ഉണർവിലും ശരീരത്തിനും മനസ്സിനും ശീതളത്വമനുഭവപ്പെടുന്നു. ചിന്തകളുടെ അമിതവേഗത, പെരുക്കം എല്ലാം കുറയുന്നു. ക്രോധം, വെറുപ്പ്, അസൂയ, പരദോഷ

ദർശനശീലം എല്ലാം ഒറ്റയടിക്ക് മാഞ്ഞുപോകുന്നു. ശരീരത്തിന്റെ സാത്വികത, ശീതളത്വം, ഇന്ദ്രിയങ്ങളെ, സൂക്ഷ്മസത്തയെ, ബോധ മനസ്സിനെ തണുപ്പിക്കുമ്പോൾ ശരീരത്തിന്റെ ആന്തരിക വിവേകം ഉണരുന്നു. വികാരങ്ങളുടെ മിതവ്യയം അത്തരമൊരു ശരീരത്തിൽ സ്വാഭാവികമാകുന്നു.

'ജലചികിത്സ'യിൽ മനസ്സിനെ, ദേഹത്തെ തണുപ്പിക്കാനും ദേഹ യന്ത്രത്തിന്റെ തീ കുറയ്ക്കാനുമുള്ള വഴികൾ ജർമ്മൻ പ്രകൃതി ചികിത്സകനായ ലൂയി കൂനി പറയുന്നുണ്ട്.

ശാരീരികവും മാനസികവുമായ പിരിമുറുക്കം കൊണ്ട് സ്വസ്ഥ തയും ഉറക്കവും നഷ്ടപ്പെട്ടുഴലുന്നവർക്ക്, കഠിന രോഗങ്ങളാൽ ദേഹ ക്ഷേത്രം തകർന്നുകൊണ്ടിരിക്കുന്നവർക്ക് 'ജലചികിത്സ'യിൽ നല്ല ചില ചികിത്സാമുറകളുണ്ട്.

നട്ടെല്ലു തണുപ്പിക്കൽ ഇതിൽ പ്രധാനമാണ്. കഠിനരോഗികൾക്ക് ഇതു ചെയ്യാനുള്ള പ്രത്യേക 'ബാത്ത് ടബ്ബ്' ഉണ്ട്. അതിൽ ശരീര ത്തിന്റെ പുറം ഭാഗം മാത്രം നനയുന്ന തരത്തിൽ 20 മിനിറ്റ് കിടക്കു മ്പോൾ കാലടി മുതൽ ശിരസ്സുവരെ ശീതളമാവുന്നു. ഇതു കഴിഞ്ഞ് ഉടൻ തന്നെ പച്ചവെള്ളത്തിൽ പൂർണസ്നാനം കഴിഞ്ഞാൽ ദേഹ ത്തിനും മനസ്സിനും അവർണ്യമായ ശാന്തി, സുഖം ലഭിക്കുന്നു. ദേഹ ത്തിലെവിടെയെങ്കിലുമുള്ള വേദനകൾ ശമിക്കാനും ഉറക്കമില്ലാത്ത വർക്ക് ഉറക്കം കിട്ടാനും വിശപ്പില്ലാത്തവർക്ക് വിശപ്പുണ്ടാകാനും ശക്തിയില്ലാത്തവർക്ക് ശക്തി പകരാനും ഇതിനുള്ള സാധ്യത അനു ഭവിച്ചറിയേണ്ടതാണ്.

'ബാത്ത് ടബ്ബ്' ഇല്ലാതെ ഇതിനോടടുത്ത ഫലം കിട്ടാൻ ഇപ്രകാരം ചെയ്താൽ മതി: ഒരു മുണ്ട് നന്നായി നനച്ച്, മുഴുവൻ വെള്ളവും പോകാത്ത തരത്തിൽ പിഴിഞ്ഞ്, നാലായി മടക്കി പായയിലോ പലകയിലോ വിരിച്ച്, അതിന്റെ മീതെ നട്ടെല്ലിനു തണുപ്പു കിട്ടുന്ന തരത്തിൽ അരമണിക്കൂർ മലർന്നു കിടക്കുക. പതിനഞ്ച് മിനിറ്റ് കിടന്നശേഷം ഇതേ തുണി പച്ചവെള്ളത്തിലിട്ടു പിഴിഞ്ഞ ശേഷം അതിന്റെ മീതെ കിടത്തം തുടരുക. ഇതു ചെയ്യുമ്പോൾ കണ്ണുകള ടച്ച്, ശ്വാസതാളത്തിൽ പൂർണ ശ്രദ്ധ പുലർത്തി കിടക്കണം. ഈ സമയമത്രയും തോർത്തുമുണ്ട് നനച്ച് പിഴിഞ്ഞ് നെറ്റി, അടിവയർ, നാഭിഭാഗം ചുറ്റിയിടണം. നിർദ്ദിഷ്ട സമയമായാൽ പച്ചവെള്ളത്തിൽ പൂർണസ്നാനവും.

പവിത്രതയുടെ പാഠം

"വർത്തമാനകാല നിമിഷത്തിൽ പൂർണമായി ഉണർന്നിരുന്ന് ജീവിക്കുന്നവനാരോ അയാളാണ് പവിത്രൻ!" - ഗൗതമബുദ്ധൻ

വർത്തമാനത്തിൽ ജീവിക്കുന്നതിനു പകരം ഭൂത-ഭാവികളിൽ ജീവിക്കുക - ഇതത്രെ മനുഷ്യമനസ്സിന്റെ ഏറ്റവും ഗുരുതരമായ പാളിച്ച.

"അനശ്വരമായ വർത്തമാനകാലത്തിൽ ജീവിക്കുക; വർത്തമാനത്തെ ആഘോഷിക്കുക" എന്ന് ജെ. കൃഷ്ണമൂർത്തി.

ഭൂതകാല രതി, ഭൂതകാലത്തിൽ മാത്രം ജീവിക്കൽ മനുഷ്യനെ ഒരയഥാർത്ഥ ലോകത്തിൽ ജീവിക്കുന്നവനാക്കുകയാണ്. ഭൂതകാലത്തിൽ ജീവിക്കുന്ന ഒരാൾ ഒരിക്കലും ജീവിതത്തോട് നീതി കാട്ടുന്നില്ല. എന്തെന്നാൽ കഴിഞ്ഞുപോയ കാലം, അത് ഒരു നിമിഷം മുൻപായാലും ഒരു വർഷം മുൻപായാലും ഒരായിരം വർഷം മുൻപായാലും അതൊരുപോലെയാണ്, കഴിഞ്ഞുപോയതാണ്.

മനുഷ്യൻ ഒരു കാൽ ഭൂതത്തിലും മറ്റൊന്ന് ഭാവികാലത്തിലും ഊന്നിക്കൊണ്ടു ജീവിക്കുന്നവനാണ്. അതുകൊണ്ടുതന്നെ വർത്തമാനകാലത്തിൽ ജീവിക്കാത്തവനും. വർത്തമാനകാല നിമിഷത്തിൽ ഒരാൾക്കു മുന്നിലുള്ള സന്തോഷകരമായ ഒരു വേളയിൽ തന്റെ ആലോചനകളും ചിന്തകളും കാരണം അയാൾ ജീവിക്കുന്നതേയില്ല. ഭൂതകാല ചിന്തകളുടെ ഭാരത്തോടൊപ്പം ഭാവികാലത്തെപ്പറ്റിയുള്ള ഉത്കണ്ഠ കാരണം നമ്മുടെ മനസ്സ് ഒരിക്കലും വർത്തമാനകാലത്ത് ജീവിക്കാതെ കടന്നുപോവുകയാണ്. അതുകൊണ്ട്, വർത്തമാനകാലത്തിൽ സർവവും മറന്നുകൊണ്ട് ജീവിക്കുക എന്നത് വലിയൊരു വെല്ലുവിളിയാകുന്നു. ഇതിൽ വിജയിക്കുന്നവനത്രേ യഥാർത്ഥ പവിത്രൻ.

കുട്ടിക്കാലം, യൗവനകാലം ആർക്കും സുന്ദരമായിരിക്കാം. മധ്യവയസ്സ്, വാർധക്യം - ഇത് അസുന്ദരമാകുന്നത് മനോഘടനയുടെ തന്നെ ഗുരുതരമായ ഒരു പോരായ്മകൊണ്ടത്രെ. കാഴ്ചയിലുള്ള

സമഗ്രത ഇല്ലാത്തതു കൊണ്ടത്രെ. യൗവനംപോലെ തന്നെ വാർധക്യവും ആരോഗ്യം പോലെതന്നെ അനാരോഗ്യവും ജനനംപോലെ തന്നെ മരണവും ഒരാൾക്ക് ഉണർന്ന ഒരു മനസ്സുകൊണ്ട് സ്വീകരിക്കാനാകണം. ഈ ഉണർച്ചയിലേക്കൊരാളെ നയിക്കുന്നത് വർത്തമാനകാലത്തിൽ ജീവിക്കുക എന്നതാണ്. ഇതിനുള്ള ഒരു നല്ല വഴി, ശരിയായ വഴി, ധ്യാനമത്രെ.

ജീവിതത്തിലുണ്ടാകുന്ന കനത്ത നഷ്ടം മരണമല്ല. നാം ജീവിച്ചുകൊണ്ടിരിക്കെ നമ്മുടെയുള്ളിൽ എന്തു മരിച്ചുകൊണ്ടിരിക്കുന്നോ, അതാണ് നമ്മുടെ ജീവിതത്തിലുണ്ടാകുന്ന കനത്ത നഷ്ടം...! - നോർമൻ കസിൻസ് പറയുന്നത് ശരിയാണ്.

അഹിംസയുടെ പാഠം

അഹിംസാപരത ജീവിതത്തിൽനിന്നും അവബോധത്തിൽനിന്നുമുള്ള ഒരു വഴിതെറ്റലാവുന്നു. ശരിയായ ലക്ഷ്യത്തിലെത്താൻ ശരിയായ മാർഗ്ഗത്തിലൂടെ മാത്രമെ, സാധ്യമാകൂ. കൊലവഴി ഒരാൾക്ക് സമാധാനമുള്ള, സ്നേഹമുള്ള ഒരു മാനവികതയെ സൃഷ്ടിക്കാനാവില്ല. ഹിംസ വേരുകളിലുണ്ടാകും. അത് പിന്നീട് ഒരാളുടെ ഉപരിഘടനയെ ബാധിക്കുക തന്നെ ചെയ്യും.

അഹിംസയിലൂടെയല്ലാതെ യുദ്ധരഹിതമായ സമാധാനം നിറഞ്ഞ ഒരു സമൂഹം ഉണ്ടാക്കാനാവില്ല. ഹിംസയുടെ വിത്തുകളാണ് വിതയ്ക്കുന്നതെങ്കിൽ അതിന്റെ പൂവുകൾക്ക് ഹിംസയുടെ മണമില്ലാതാവണമെന്ന് പ്രതീക്ഷിക്കാനാവില്ല.

ഇന്ന് പെരുകി വരുന്ന ചെറുതും വലുതുമായ ഹിംസാപരത നമ്മുടെ അസ്തിത്വത്തെ പൊതിയുകയും നമ്മുടെ സത്തയെയാകെ മലിനപ്പെടുത്തുകയുമാണ്. സഹസ്രാബ്ദങ്ങളായി ഹിംസാപരത ജീവിതത്തിന്റെ വഴിയായിരുന്നിട്ടുണ്ട്. നേരിട്ടോ അല്ലാതെയോ നാം ഹിംസയുടെ കീഴിലാണ് ജീവിക്കുന്നത്. നമ്മുടെ സേനകൾ, പോലീസ്, ജയിലുകൾ, കോടതികൾ, യുദ്ധങ്ങൾ, മഹത്തായ മതങ്ങൾ എല്ലാം ഹിംസയിലാണ് പുലരുന്നത്.

നാം, മനുഷ്യരാശി, ഇന്നുവരെയുള്ള പ്രയാണത്തിൽ വേണ്ടത്രകൊന്നു കഴിഞ്ഞു. ജീവിതത്തിന്റെ മൂഢമായ ഈ വഴി ഉപേക്ഷിക്കാൻ സമയമായി. നമുക്ക് ഇരുട്ടിൽ നിന്ന് വെളിച്ചത്തിലേക്കു വരേണ്ടതുണ്ട്. സ്നേഹിച്ചും പൊറുത്തും ഹിംസക്കു കാരണമായ എല്ലാവിധ ചേരിതിരിവുകളും ഇല്ലാതാക്കിക്കൊണ്ട് നാമൊരു പുതിയ സ്ഥലം ഉള്ളിൽ ഉണ്ടാക്കണം. അതിന് കേരളീയരെ രക്ഷിക്കാനാകും, ഇന്ത്യയെ ലോകത്തെത്തന്നെയും.

യുഗങ്ങളായി വിപ്ലവകാരികൾ തെറ്റായ മാർഗ്ഗങ്ങളിലൂടെയാണ് ശരിയായ ലക്ഷ്യത്തിലെത്താൻ ശ്രമിക്കുന്നത്. മത തീവ്രവാദ

ഗ്രൂപ്പുകളും ലോകം മുഴുവൻ ഇതേ തെറ്റ് ചെയ്യുകയാണ്. 2003ൽ മനുഷ്യവംശത്തിന്റെ മഹാദുരന്തങ്ങളുടെയൊക്കെ ദൃക്സാക്ഷികളായ, ഭാഗ്യദോഷികളായ നമുക്ക് ഹിംസവഴി, കൊലവഴി, ഒരു പുത്തൻ സംസ്കാരം ഉണ്ടാക്കാനാവുമെന്ന് പ്രതീക്ഷിക്കാനാവില്ല.

ഹിംസവഴി ഭൂമിയിൽ ഒരു നീതിയും നടപ്പാക്കാനാവില്ല എന്ന പാഠം ഇതുപോലെ പഠിപ്പിച്ച ഒരു സഹസ്രാബ്ദവും ചരിത്രത്തിൽ ഇതുപോലെയുണ്ടായിട്ടില്ല.

കേരളത്തിലുള്ളവർ അക്രമത്തിനുപകരം സമാധാനത്തെ, സ്നേഹത്തെ തെരഞ്ഞെടുക്കുന്നു എങ്കിൽ അവർ അടിമുടി പുതിയ മനുഷ്യരായി മാറണം. ഇന്നത്തെ രാഷ്ട്രീയക്കാർ, മതക്കാർ എല്ലാം ലോകത്തെങ്ങും മനുഷ്യജീവിതത്തെ അനുസ്യൂതമായ യുദ്ധങ്ങളിൽ, ചോരപ്പുഴകളിലാണ് എത്തിച്ചത്.

നാം ഇനി മരണത്തിനു പകരം ജീവിതത്തെ തെരഞ്ഞെടുക്കുകയാണെങ്കിൽ നമ്മൾ ജീവിതമൂല്യങ്ങളെ തെരഞ്ഞെടുക്കണം. അപ്പോൾ, ആത്മീയതയ്ക്ക് പുതിയ അർത്ഥമുണ്ടാകും. അപ്പോൾ കവികൾ, ചിത്രകാരന്മാർ, ഗായകർ, നർത്തകർ, എല്ലാം ഋഷികളായി മാറും. അപ്പോൾ ധ്യാനിക്കുന്നവർ, പ്രബോധിതർ, കൂടുതൽ അവബോധമുള്ള മനുഷ്യർ, വഴികാട്ടികളായി മാറും.

യുദ്ധങ്ങൾക്ക്, കൊലപാതകങ്ങൾക്ക് ഗുജറാത്ത് കലാപങ്ങൾക്ക് അതുപോലുള്ള ഹിംസയുടെ വഴികൾക്ക് ഇനി മാനവികതയെ രക്ഷിക്കാനാവില്ല. ദയയിൽ, സ്നേഹത്തിൽ പരസ്പര ധാരണയിൽ ഉറച്ചു നിൽക്കുന്ന പുതിയ മാനവികതയ്ക്കു മാത്രമെ അതു സാധ്യമാകൂ.

നൽകലിന്റെ പാഠം

യഥാർത്ഥത്തിൽ ഒരാൾക്കെന്താണോ വേണ്ടത് അത് അയാൾക്കു ലഭിക്കുവാൻ അയാളതു മറ്റുള്ളവർക്കു നൽകിയാൽ മതി. - ഡോ. ദീപക് ചോപ്ര

ഒരാളെത്രയധികം നല്കുന്നുവോ അത്രയധികം അയാൾക്കു ലഭിക്കുന്നു. ഒരാൾക്കു സന്തോഷം വേണമെങ്കിൽ അയാൾ മറ്റുള്ളവർക്കു സന്തോഷം നല്കണം. സ്നേഹം വേണമെങ്കിൽ അതു കൊടുക്കാനയാൾ പഠിക്കണം. യഥാർത്ഥത്തിൽ, ജീവിതത്തിൽ വിലയുള്ളതു മാത്രമെ നല്കുമ്പോൾ ഇരട്ടിക്കുകയുള്ളൂ. സാധനയിലൂടെ ഒരാൾക്കു ലഭിക്കുന്നതത്രയും അയാൾ ലോകത്തിനു തിരിച്ചുകൊടുക്കണമെന്ന് ഗൗതമബുദ്ധൻ മൊഴിയുന്നു. അപ്പോളയാൾക്ക് ലഭിക്കുന്ന ആശീർവാദമാണ് അയാളെ അർത്ഥമുള്ളവനാക്കുന്നത്.

നഷ്ടചിന്തയോടെ, പാതിമനസ്സോടെയാണ് ഒരാൾ നൽകുന്നതെങ്കിൽ അത് ഒരു യഥാർത്ഥ സമ്മാനമാകുന്നില്ല. നല്കുമ്പോഴും അതു ലഭിക്കുമ്പോഴുമുള്ള ഉദ്ദേശ്യമാണ്, താത്പര്യമാണ് പ്രധാനം. നല്കുന്നവനും ലഭിക്കുന്നവനും സന്തോഷമുണ്ടാവണം.

ബന്ധുവായ കണാരേട്ടനെ ഓർമ്മ വരുന്നു. അദ്ദേഹം വരുമ്പോഴൊക്കെ നിറയെ കുട്ടികളുള്ള ഞങ്ങളുടെ വീട്ടിലേക്ക് നാലോ അഞ്ചോ വലിയ റൊട്ടിയുമായാണ് വന്നിരുന്നത്. അതു തിന്നതിന്റെ സന്തോഷവും മധുരവും കൃതജ്ഞതയും ഇന്നും ഉള്ളിലുണ്ട്. ഏതു വീട്ടിൽ പോകുമ്പോഴും അവിടെയുള്ളവർക്ക്, പ്രത്യേകിച്ച് കുട്ടികൾക്ക്, പ്രായമായവർക്ക് എന്തെങ്കിലും കൈയിലില്ലാതെ പോകരുത് എന്ന് ആ ഓർമ്മ എന്നിൽ ഉണർത്തുന്നു.

നല്കലിന്റെ പാഠം പ്രായോഗികമാക്കാനാഗ്രഹിക്കുന്നവർ ഒന്നോർക്കുക: "ഏതു സമയത്തും ഏതൊരാളെ കണ്ടാലും അയാൾക്കെന്തെങ്കിലുമൊന്ന് ഞാൻ നല്കും!" ഇതു ജീവിതവ്രതമാക്കിയവർക്ക് ജീവിതം പതിനായിരം കൈകൾ നീട്ടി അയാൾക്കു വേണ്ടത് യഥാസമയം വച്ചു നീട്ടിക്കൊണ്ടിരിക്കും.

നല്കുന്നത് ഭൗതികരൂപത്തിലുള്ള വല്ലതും ആകണമെന്നില്ല. അതൊരു പൂവാകാം, ഒരു ചെറു സമ്മാനമാകാം; ഒരു പ്രാർത്ഥന യാകാം, ഒരു മൗനമന്ദഹാസമാകാം, ഒരാശീർവാദമാകാം.

മറ്റൊരാൾക്കു നേരെയുള്ള പരിഗണന, ശ്രദ്ധ, അടുപ്പം, ആദരവ്, അഭിനന്ദനം, സ്നേഹം, ഇവ ഒരാൾക്കു നല്കാനാവുന്ന ഏറ്റവും അമൂല്യമായ ഉപഹാരങ്ങളത്രെ.

നല്കുന്നതുകൊണ്ട് അധികം കിട്ടും എന്ന വിചാരത്തോടെയാണ് ഒരാൾ നല്കുന്നതെങ്കിൽ അയാൾക്കൊരിക്കലും അതു കിട്ടാൻ പോകുന്നില്ല. ലുബ്ധന്മാർക്ക്, പിശുക്കി ചെലവഴിക്കുന്നവർക്ക്, നല്കുന്നതിന്റെ കല അറിയാത്തവർക്ക് ജീവിതം വളരെ അല്പം മാത്രമേ നല്കുന്നുള്ളൂ എന്നതാണ് പ്രകൃതിനിയമം. "എനിക്കുതന്നെ വേണ്ടത്രയില്ലാതിരിക്കെ ഞാനെങ്ങനെ മറ്റൊരാൾക്കെന്തെങ്കിലും കൊടുക്കും?" എന്നു ചോദിക്കുന്നവരുണ്ട്. കൊടുക്കാൻ ഭൗതികമായൊന്നുമില്ലാത്തപ്പോഴും ഒരാൾക്ക് ലോകത്തിനു ചിലതു കൊടുക്കാൻ കഴിയുമെന്ന് യോഗികളുടെ മുഖങ്ങൾ ഓർമ്മിപ്പിക്കുന്നു.

കരുണയും വാത്സല്യവും സ്ഫുരിക്കുന്ന മുഖത്തിൽ നിന്നു വരുന്ന ഒരു നോട്ടത്തിനു വിലമതിക്കാനാവാത്ത പലതും നല്കാനാവുന്നു. മുന്നിലിരിക്കുന്ന, മനസ്സു തകർന്ന ഒരാൾക്കു നേരെ ശുഭകാമനയോടെ, ആശിർവാദത്തോടെ നീളുന്ന ഒരു കടാക്ഷം, നിശ്ശബ്ദമായ ഒരു നോട്ടം. 'നീയും എന്റേതാണ് എന്ന ഹൃദയത്തിലുള്ള സ്നേഹഭാവം, കണ്ണുകൾ വഴി സ്ഫുരിക്കുമ്പോഴുണ്ടാകുന്ന ബന്ധുത്വം, ഇത്തരത്തിലുള്ള നിശ്ശബ്ദമായ നല്കലുകൾ വളരെ ശക്തിദായകങ്ങളാകുന്നു.

ദരിദ്രയായ ഒരമ്മ സ്വയം തിന്നാതെ ഉള്ള ചോറും ചമ്മന്തിയും മകനെ വിളിച്ച് സ്നേഹത്തോടെ ഊട്ടുന്നതും ധനികയായ ഒരമ്മ വിഭവസമൃദ്ധമായ ഭക്ഷണം വിളമ്പിവെച്ച്, "നീ വേണമെങ്കിലെടുത്തു കഴിച്ചോ" എന്ന ഭാവത്തിൽ പോകുന്നതും തമ്മിലുള്ള അന്തരം എത്ര വലുതാണെന്ന് നാമറിയുന്നില്ല. ആദ്യത്തെ അമ്മ കൊടുക്കുന്ന ചോറ് തിന്നുന്ന മകൻ സ്നേഹത്തിന്റെ രുചിയറിയുന്നു. രണ്ടാമത്തേതിൽ മകൻ അതറിയുന്നില്ല.

ജീവിതമൊരാൾക്കു നല്കുന്നതെന്തും കൃതജ്ഞതയോടെ കൈക്കൊള്ളണം. സുഖത്തെയെന്നപോലെ ദുഃഖത്തെയും ആരോഗ്യത്തെയെന്നപോലെ രോഗത്തെയും യുവത്വത്തെയെന്നപോലെ വാർധക്യത്തെയും ആനന്ദത്തെയെന്നപോലെ മരണത്തെയും ജീവിതത്തിന്റെ അമൂല്യമായ ഉപഹാരങ്ങളായി സ്വീകരിക്കാനാവുമ്പോൾ ജീവിതത്തിന്റെ മഹത്തായ പൊരുൾ അയാളറിയുന്നു.

താഴ്മയുടെ പാഠം

സെൻഗുരു ബോധിധർമ്മന് 90 വയസ്സായി. അദ്ദേഹം ശിഷ്യന്മാരെ വിളിച്ചു പറഞ്ഞു, "എനിക്ക് ഹിമാലയത്തിലേക്കു തിരിച്ചുപോകാൻ സമയമായി. മരിക്കാൻ പറ്റിയതായി ലോകത്തിലെവിടെയും അത്തര മൊരു ഇടം വേറെയില്ല. ഞാൻ പിരിയുംമുമ്പ് ഈ ധ്യാനവിദ്യാലയം തുടർന്നു നടത്താൻ പ്രാപ്തനായ ഒരാളെ എനിക്കു കണ്ടുപിടി ക്കണം. അങ്ങനെയുള്ളവരായി സ്വയം തോന്നുന്നവർ എഴുന്നേറ്റു നിൽക്കണം." നൂറുകണക്കിനു ശിഷ്യന്മാർ അവിടെയുണ്ടായിരുന്നു. അവരിൽ അഞ്ചു പേർ മാത്രം എഴുന്നേറ്റു നിന്നു. അദ്ദേഹം പറഞ്ഞു: "എന്നെ നഷ്ടമായവർ നിങ്ങൾതന്നെയാണ്. അതുകൊണ്ട് ഉടൻ പുറത്തുപോവുക." അനന്തരം അദ്ദേഹം ശിഷ്യന്മാരുടെ ഇടയിലൂടെ അവരുടെ കണ്ണുകൾ വീക്ഷിച്ചുകൊണ്ട് നടന്നുപോവുകയും നാലു പേരെ കണ്ടുപിടിക്കുകയും ചെയ്തു.

അദ്ദേഹം അവരെ പുറത്തുകൊണ്ടുവന്ന് പറഞ്ഞു: "ഞാൻ മരി ച്ചാൽ എന്റെ പിൻഗാമി ആരായിരിക്കുമെന്ന് നിങ്ങളുടെ ഉത്തരത്തിൽ നിന്ന് ഉറപ്പിക്കാൻ പോവുകയാണ്. എന്റെ നിഗൂഢസമീപനത്തിന്റെ സത്ത എന്തായിരുന്നു? കുറഞ്ഞ വാക്കുകൾകൊണ്ട് പറയണം!"

ഒന്നാമൻ പറഞ്ഞു: "അതു ധ്യാനമാകുന്നു."

ബോധിധർമ്മൻ പറഞ്ഞു: "നിനക്കെന്റെ തൊലിയുണ്ട്, നീ അതിന്റെ ആഴം വരെ മാത്രം പോയി!"

രണ്ടാമനോടു ചോദിച്ചു, "നിന്റെ ഉത്തരമെന്താണ്?"

"ബോധോദയം."

"നിനക്കെന്റെ എല്ലുകളുണ്ട്, നീ പോയിരിക്ക്." ഗുരു പറഞ്ഞു.

മൂന്നാമന്റെ ഊഴം വന്നു.

"ഗുരു, എനിക്കറിയില്ല!"

"നീ എന്റെ വളരെ അടുത്താണ്. ഇതു നല്ലതുതന്നെ. പക്ഷേ, വേണ്ടത്ര നല്ലതല്ല. നിനക്കിപ്പോൾ കുറച്ചറിയും! പോയിരിക്ക്." ഗുരു

നാലാമനെ നോക്കി. അയാൾ കണ്ണുനിറഞ്ഞ് ഒരു വാക്കും ഉരിയാടാതെ നിന്നു, അയാൾ ഗുരുവിന്റെ പാദങ്ങളിൽ വീണു. ഗുരുമൊഴിഞ്ഞു: "നിന്നെ തിരഞ്ഞെടുത്തിരിക്കുന്നു! നീ എന്നെ പ്രതിനിധീകരിക്കും. നിന്നിൽ എന്റെ സത്തയുണ്ട്. അവർക്കു വാക്കുകൾകൊണ്ട് പറയാനാവാത്തത് നിശ്ശബ്ദതയിലൂടെ, താഴ്മയിലൂടെ നീ വെളിപ്പെടുത്തി."

യഥാർത്ഥമായ ധാരണയിൽ നിന്നത്രെ താഴ്മ വരുന്നു. ഒരാൾ താഴ്മയുള്ളവനാണെങ്കിൽ മറ്റുള്ളവർ അയാളുടെ മീതെ കയറി നടക്കും എന്നു പറയുന്നതു ശരിയല്ല.

താഴ്മയില്ലാതിരിക്കുമ്പോൾ ഒരാളെ മറ്റുള്ളവർക്ക് എളുപ്പം സ്വാധീനിക്കാൻ കഴിയും. കാര്യങ്ങളൊക്കെ വളരെ പ്രയാസമായി തോന്നുകയും ചെയ്യും. എന്നാൽ, താഴ്മയുണ്ടാകുമ്പോൾ അവിടെ സത്യത്തിന്റെ ശക്തി മറ്റുള്ളവർ പറയുന്നതോ ചിന്തിക്കുന്നതോ പരിഗണിക്കാതെ ഒരാൾ അയാളുടെ ലക്ഷ്യം തേടും.

താഴ്മയുള്ള ഒരാൾ മറ്റുള്ളവരെയെല്ലാം വണങ്ങുകയാണെന്ന് ഒരിക്കലും കരുതുന്നില്ല. "തലയുയർത്തിപ്പിടിക്കാതെയും താഴ്ത്താതെയും", നിർഭയം മുന്നോട്ടുപോകാൻ താഴ്മയുള്ള ഒരാൾക്കു കഴിയുന്നു. താഴ്മ അയാളുടെ സത്യത്തെ അനാവരണം ചെയ്യുന്നു.

അഹന്ത മറ്റുള്ളവരെ വിമർശിക്കാൻ അയാളെ പ്രേരിപ്പിക്കുന്നു. അഹന്ത അയാളുടെ ബുദ്ധിക്ക് ഒരു പൂട്ടിടുന്നു. ഈ പൂട്ടു തുറക്കാനുള്ള താക്കോലത്രേ താഴ്മ.

സ്വന്തം ആന്തരികനാദത്തെ കേൾക്കാനും അനുസരിക്കാനും താഴ്മ, ഒരാളെ അനുവദിക്കുന്നു. താഴ്മ അയാളെ മുഴുവനായി പരിവർത്തനപ്പെടുത്തുന്നു. ഏതു തർക്കവും എളുപ്പം അവസാനിപ്പിക്കാൻ അയാൾക്കു കഴിയുന്നു.

"ഓകെ, എനിക്കു തെറ്റുപറ്റി" എന്ന് അയാൾ ഉടൻ പറയുന്നു. താഴ്മ ഹൃദയത്തെ സത്യമുള്ളതാക്കുന്നു. വിശാലവും വൃത്തിയുള്ളതുമാക്കുന്നു. സഹകരണമുള്ളവനും എല്ലാവരുമായും എളുപ്പം ബന്ധങ്ങളുണ്ടാക്കുന്നവനുമാകുന്നു. പരന്റെ ഉള്ളിലെ വികാരങ്ങൾ അയാൾ പറയാതെ അറിയാൻ സഹായിക്കുന്നു.

താഴ്മ ഒന്നിനെയും പുറന്തള്ളുന്നില്ല. മറിച്ച് ചെറിയവയെപ്പോലും ഗൗരവത്തിലെടുക്കുന്നു. ജീവിതത്തിലുള്ളതെന്തും, ഒരാളുടെ മുന്നിലുണ്ടാകുന്നതെന്തും അയാളെ മുന്നോട്ടുപോകുന്നതിൽനിന്ന് തടയുന്നില്ല.

താഴ്മ എന്തെങ്കിലും നേടാനായി കൈ പുറത്തേക്കു നീട്ടുന്നില്ല. താഴ്മയുള്ളവൻ ജീവിത മഹാനാടകത്തിലെ സുന്ദരനായ ഒരു കഥാ പാത്രമാകുന്നു. അയാൾക്കു കിട്ടുന്ന സുഖം ജീവിതത്തിൽ മറ്റൊ രാൾക്കും കിട്ടുന്നില്ല.

താഴ്മയുള്ളവരാകാൻ കുട്ടികളെ നാം അഭ്യസിപ്പിക്കുന്നില്ല. അവരെ അഹങ്കാരികളാകാൻ, പൊങ്ങച്ചക്കാരാകാൻ നാം പ്രേരിപ്പി ക്കുകയാണ്.

താവോ ഗുരു ലാവോത്സു പറഞ്ഞു: "ലോകത്തിൽ ഒന്നാമനാ കാൻ ഒരാളാഗ്രഹിക്കുന്നുവെങ്കിൽ അയാൾ തന്നെ ഏറ്റവും അവ സാനം കാണണം. ഏറ്റവും പിറകിൽ നിൽക്കാൻ ഒരാൾക്കാകുമ്പോൾ അയാൾ യഥാർത്ഥത്തിൽ ഒന്നാമനാവുകയാണ്!"

ഒരിക്കലും ഒന്നിനും ആരുടെയെങ്കിലും മുന്നിൽ ആരെയെങ്കിലും തോല്പിച്ച് മത്സരിച്ചു താഴ്ത്താൻ ഒരു ശ്രമവും താത്പര്യവും ഉള്ളിൽ അരുത്. നന്മയുടെ വഴിയിൽ ഇടറാതെ പോവുകയേ വേണ്ടൂ. അപ്പോൾ അയാൾക്കു വേണ്ടതൊക്കെയും ജീവിതം അയാൾക്കു നൽകും. ഇതു ജീവിതത്തിന്റെ ഒരു മഹാനിയമമാണ്. ജീവിതത്തിന്റെ ബാഹ്യമോ ടികൾക്കപ്പുറത്തുള്ള പരമമായ അർത്ഥമാണ് ഒരാൾ ആരായുന്നതെ ങ്കിൽ അയാൾക്കു ജീവിതം വെച്ചുനീട്ടുന്നവയോടെല്ലാം കൃതജ്ഞത യുള്ളവനായിരിക്കുകയും വേണം. താഴ്മയുള്ളയാൾക്ക് ജീവിത ത്തിന്റെ ഏതു കൊടുങ്കാറ്റിനേയും പതറാതെ നേരിടാനാകും. കാറ്റി ലുലയുകയും വളയുകയും ചെയ്യുന്ന മരങ്ങൾ ആയുസ്സേറിയവയാണ്. പുറമേയ്ക്കു ഭാരിച്ചും പരുക്കനായ തടിയുമുള്ള വൻമരങ്ങളുണ്ട്. നല്ലൊരു കാറ്റടിച്ചാൽ അവ മുറിഞ്ഞു വീഴും. ആദ്യം പറഞ്ഞ വൃക്ഷ ങ്ങൾ താഴ്മയുള്ള ഒരാളെപ്പോലെയാണ്.

ലാളിത്യപാഠം

'ലാളിത്യം അനുഗ്രഹിക്കപ്പെട്ടതത്രെ. ലാളിത്യമുള്ളവർ അനുഗൃഹീതർ, കാരണം അവർക്കേറെ സമാധാനം കിട്ടും!' - തോമസ് എക്കമ്പിസ് (Imitation of Christ)

'ലാളിത്യമാർന്ന പ്രവൃത്തി മഹത്ത്വത്തിന്റെ അടയാളമാകുന്നു. ലാളിത്യംതന്നെ പ്രത്യക്ഷ ജീവിതമായിത്തീർന്ന ഒരപൂർവ മനുഷ്യനായിരുന്നു മഹാത്മാഗാന്ധി. അദ്ദേഹം മൂന്നാം ക്ലാസ് തീവണ്ടിമുറിയിലാണ് പതിവായി യാത്ര ചെയ്തിരുന്നത്. ഒരിക്കൽ ഒരു വിദേശ പത്രപ്രവർത്തകൻ അദ്ദേഹത്തോട് ചോദിച്ചു "നിങ്ങൾ ഒരു വലിയ രാജ്യത്തിന്റെ നേതാവാണ്. നിങ്ങൾ എന്തുകൊണ്ടാണ് മൂന്നാംക്ലാസ് തീവണ്ടിമുറിയിൽ യാത്ര ചെയ്യുന്നത്?"

"ഞാൻ മൂന്നാം ക്ലാസ് മുറിയിൽ യാത്ര ചെയ്യാൻ കാരണം നാലാം ക്ലാസ് മുറി ഇല്ലാത്തതുകൊണ്ടു മാത്രമാണ് സാർ" എന്നായിരുന്നു ഗാന്ധിജിയുടെ പെട്ടെന്നുള്ള മറുപടി. അദ്ദേഹം അവസാനകാലത്തു ജീവിച്ച ചെറിയ കുടിലും അതിൽ അദ്ദേഹം ഉപയോഗിച്ചിരുന്ന പരിമിത വസ്തുക്കളും ഒരുനോക്കു കണ്ടാൽ ഇല്ലായ്മ ദാരിദ്ര്യമായല്ല സമ്പന്നതയായാണ്, പാവനതയായാണ് തോന്നുക. ഒരിക്കൽ ഗാന്ധിജി ഇംഗ്ലണ്ടിൽ പോയപ്പോൾ ചിലർ അത്ഭുതത്തോടെ അദ്ദേഹത്തോടാരാഞ്ഞു "താങ്കൾ എന്തുകൊണ്ടാണ് ശരീരത്തിന്റെ പാതി മാത്രം വസ്ത്രമണിഞ്ഞത്?"

"ഞങ്ങളുടെ രാജ്യത്ത് ഉത്പാദിപ്പിക്കുന്ന തുണി തുല്യമായി വിതരണം ചെയ്യുകയാണെങ്കിൽ, എന്റെ ഓഹരിയായി എനിക്കിത്രയേ ഉണ്ടാവുകയുള്ളൂ" എന്നായിരുന്നു ഗാന്ധിജിയുടെ ദയ നിറഞ്ഞ മറുപടി. ലാളിത്യത്തിന്റെ വെളിച്ചമുള്ള ഒരു മനസ്സിൽനിന്നു മാത്രമെ ഇത്തരം ഒരു മറുപടി വരികയുള്ളൂ.

ലാളിത്യമുള്ളവനാകുക എന്നാൽ സാധാരണക്കാരിലും സാധാരണക്കാരനാവുക എന്നാണ്. പുറമെ ഒരാകർഷണവും വശ്യതയും ഇല്ലാതെ ഓരോ നിമിഷവും ജീവിക്കുക എന്നാണ്.

ഒരു കാട്ടുപൂ കാടിന്റെ വന്യതയിൽ ആരെയും വശീകരിക്കാതെ ജീവനോടെ നിലകൊള്ളുന്നു. അതുപോലെയത്രേ ലാളിത്യമുള്ള ഒരാൾ. അയാൾ മറ്റുള്ളവരാൽ ശ്രദ്ധിക്കപ്പെടുന്നതിലോ അറിയപ്പെടുന്നതിലോ താത്പര്യമില്ലാത്തവനാണ്.

ഉള്ളിൽ ലാളിത്യമുള്ള ഒരാൾ അവനവനോ മറ്റുള്ളവർക്കോ ഒരിക്കലും ഒരു പ്രശ്നം ഉണ്ടാക്കുന്നില്ല. ലാളിത്യമില്ലാതാവുമ്പോൾ, സങ്കീർണതയിൽ കുടുങ്ങി സമാധാനം തകരുമ്പോൾ അയാൾ തനിക്കും ലോകത്തിനും ഒരു പ്രശ്നമായി മാറുന്നു. ഇന്നു ജീവിക്കുന്ന ഓരോ മനുഷ്യനും, തനിക്കും കുടുംബത്തിനും സമൂഹത്തിനും ഒരു പ്രശ്നമായി മാറിയിരിക്കുന്നു. ഇതിൽനിന്നും പുറത്തേക്കു വരാൻ ഒരൊറ്റ വഴിയാണുള്ളത്, ലാളിത്യത്തിന്റെ.

ലളിതം എന്ന വാക്കിന്റെ നിർവചനം വളരെ ആഴമുള്ളതാകുന്നു. ലളിതമെന്നാൽ പൂർണമായും ശുദ്ധം എന്നത്രേ.

ലാളിത്യമുള്ളവനായാൽ ഒരാൾക്ക് സർവരിൽനിന്നും സ്നേഹവും സഹകരണവും ലഭിക്കുന്നു. ചിന്തകളിൽ, ബന്ധങ്ങളിൽ, ജീവിതരീതിയിൽ ലാളിത്യമുണ്ടാകണം.

അനാവശ്യമായി എത്രയെത്ര ചിന്തകളുടെ ഭാരമാണ് നാം ഓരോ നിമിഷവും പേറുന്നത്! ഇത്രയധികം ചിന്തകൾകൊണ്ട് വല്ല പ്രയോജനവും ഒരാൾക്കുണ്ടോ? ചിന്തകളെ കുറച്ച്, ജീവിതത്തെ ലാളിത്യത്തോടെ കണ്ട് ബന്ധങ്ങളിൽ ലാളിത്യവും സ്വച്ഛതയും നിലനിർത്തി ജീവിക്കാൻ നമുക്കിന്നറിയില്ല. ജീവിതരീതിയിലും നമുക്കിന്ന് ലാളിത്യമില്ല. അമ്പതിനായിരം രൂപകൊണ്ട് വീടുണ്ടാക്കേണ്ട ഒരാൾ, രണ്ടു ലക്ഷത്തിന്റെ ഒരു വീടാണ് കടം വാങ്ങി വയ്ക്കുന്നത്. അതോടെ അയാൾക്കു ജീവിതം സങ്കീർണമാവുന്നു. സുഖം, സന്തോഷം ഇല്ലാതാവുന്നു. മറിച്ച്, അയാൾ നാല്പതിനായിരത്തിൽ ഒതുങ്ങുന്ന ഒരു ചെറിയ വീടാണ് ഉണ്ടാക്കുന്നതെങ്കിൽ സമാധാനത്തോടെ അതിന്റെയുള്ളിൽ കിടന്നുറങ്ങാം, ജീവിക്കാം. ഇടത്തരക്കാരന്റെ ഇടയിൽ പെരുകിവരുന്ന ആത്മഹത്യ ലാളിത്യം എന്ന മൂല്യത്തിൽനിന്ന് നാം അകന്നുപോയതിനെ ഓർമപ്പെടുത്തുന്നു.

മനസ്സിനകത്ത് എന്തെങ്കിലും കൺഫ്യൂഷനോ പ്രശ്നങ്ങളോ ഉള്ള ഒരാളെ ലാളിത്യമുള്ളവൻ എന്നു പറയാനാവില്ല. ഉള്ളിൽ സത്യത്തിന്റെ പ്രകാശം എത്തുമ്പോൾ അയാൾക്ക് ജീവിതത്തിന്റെ മഹാനിയമങ്ങൾ എളുപ്പം മനസ്സിലാകുന്നു. അഹന്ത, കോപം, അസൂയ ഇതൊന്നും അയാളിൽ ശേഷിക്കുന്നില്ല. അത്തരത്തിലുള്ള ലളിതമായ

ഒരു മനസ്സുകൊണ്ട് ലോകത്തെ കാണുമ്പോൾ ലോകം അയാൾക്ക് കൺഫ്യൂഷൻ ഉണ്ടാക്കുന്നില്ല. പ്രശ്നം ഉണ്ടാക്കുന്നില്ല. അയാൾ അകമഴിഞ്ഞ കൃതജ്ഞതയോടെ ജീവിതത്തിന്റെ വഴിത്താരയിലൂടെ ഭയരഹിതനായി കടന്നുപോകുന്നു.

ലാളിത്യം ഉള്ളിലുള്ള ഒരാൾ എന്തു ചെയ്താലും അത് ലോകത്തിനു മംഗളം ചൊരിയുന്നു. മഹാകവി രവീന്ദ്രനാഥ ടാഗോർ ലാളിത്യത്തോടെ വാക്കുകൾ പ്രയോഗിച്ചുകൊണ്ടാണ് ലോകത്തെ ആനന്ദിപ്പിച്ചത്. അദ്ദേഹം എഴുതി: “പ്രഭാതത്തിൽ ഉണർന്നെഴുന്നേൽക്കുന്നതുപോലെയും ഇലകളിൽനിന്ന് മഞ്ഞുതുള്ളികൾ വീഴുന്നതുപോലെയും ലളിതമായിരിക്കട്ടെ എന്റെ ഗാനങ്ങൾ!...”

സേവന പാഠം

"സേവനം ആത്മാവിന്റെ ശ്വാസമാണ്..."

- ദാദാ ലേഖരാജ്

ലോകത്തിലെ മുഴുവൻ യോഗികളും സേവനത്തെ പരമപ്രധാനമായെണ്ണി. ധ്യാനം വഴി ഒരാൾക്കു കിട്ടിയ ശാന്തി മുഴുവൻ, സ്നേഹം മുഴുവൻ അയാൾ ലോകത്തിനു തിരിച്ചുകൊടുക്കണമെന്ന് ധ്യാനഗുരു ദാദാലേഖരാജ് മൊഴിഞ്ഞു. ഇന്നു ജീവിച്ചിരിക്കുന്ന ഓരോ മനുഷ്യനും 'ആത്മീയ ഫയർ സർവീസ് സേന'യിൽ അണിചേരണം. വിശ്വമാകെ മനുഷ്യനുണ്ടാക്കിയ, പ്രകൃതി ഒരുക്കിയ, സംഹാരത്തിന്റെ തീയിൽ, പ്രളയത്തിൽ കൂട്ടമായി ഒടുങ്ങിക്കൊണ്ടിരിക്കുകയാണ്. ഒരു തീപ്പിടിത്തമുണ്ടായാൽ ഫയർ സർവീസുകാർ ഉടനവിടെ കുതിച്ചെത്തുന്നു; ആ തീയണയ്ക്കുന്നു, പോകുന്നു. ആരിതുണ്ടാക്കി? ആരിതിനു കാരണക്കാർ?- എന്നൊന്നും അവർ ചോദിക്കുന്നില്ല. ഇത്തരം ഒരു ഫയർ സർവീസ് സേനയിൽ അംഗങ്ങളാകാൻ നമുക്കു കഴിയണമെന്ന് അദ്ദേഹം പറയുന്നു. ദുരന്തവും അത്യാഹിതവും ഉള്ളിടത്ത് ഓടിയെത്തുക; അവിടത്തെ തീയണയ്ക്കുക. അവിവേകത്തിന്റെ തീ, ക്രോധത്തിന്റെ തീ, വികലമായ പെരുമാറ്റത്തിന്റെ തീ ഇല്ലാതാക്കാൻ, സ്നേഹത്തിന്റെ ജലം തളിയ്ക്കാൻ ഒരാൾക്കു കഴിയണം. അയാൾക്കേ ഒരു യഥാർത്ഥ സേവാധാരിയാകാനാവൂ.

സൂർദാസ് ദൈവത്തോടു നടത്തിയ പ്രാർത്ഥന: "ദൈവമേ അങ്ങയുടെ ദാസന്മാരുടെ ദാസനാകാൻ അനുവദിക്കൂ... അങ്ങയെ പൂജിയ്ക്കാൻ, ആരാധിയ്ക്കാൻ ഏറെ ആളുകളുണ്ട്. എന്നാൽ അങ്ങയുടെ യഥാർത്ഥ ദാസന്മാരായ ഏറെ പേരുണ്ട്. സഹായം, കരുണ, ശ്രദ്ധ തേടുന്നവർ. ഞാനവരെ സഹായിക്കാൻ, സേവിക്കാൻ പോകുന്നു!"

കുഷ്ഠരോഗികളുടെ കോളനിയിൽ സേവാ പ്രവർത്തനം നടത്തിക്കൊണ്ടിരിക്കുന്ന അത്തരം ഒരു സേവാധാരിയുടെ അനുഭവമാണിത്. ചുണ്ടുകളില്ലാത്തതുകൊണ്ട് വികൃതമായി തുറന്നുകിടക്കുന്ന

മോണയും പല്ലും വിരൂപമാക്കിയ, പൂർണ്ണമായും അന്ധനായ ഒരു കുഷ്ഠരോഗിയെ ശുശ്രൂഷിക്കാനായി ആഴ്ചയിലൊരിക്കൽ അയാൾ പോയിരുന്നു. അന്നൊരു വിശേഷ ദിവസം, ആ രോഗിയുടെ വായി ലേക്ക് ഒരു ലഡു വച്ചുകൊടുത്ത് സ്നേഹപൂർവം തീറ്റുകയായിരുന്നു. മുമ്പൊക്കെയും യാന്ത്രികമായി വായ തുറന്നുവയ്ക്കുകയും അതു മരവിപ്പോടെ തിന്നുകയും ചെയ്യുന്നതിലപ്പുറം തന്റെ ഉള്ളിൽ നിന്ന് ഒരു പ്രതികരണവും അയാൾ കാട്ടിയിരുന്നില്ല. എന്നാലാദിവസം പല ഹാരം തിന്നുന്നതിനിടയ്ക്ക്, ആ രോഗി കാഴ്ചയില്ലാത്ത ശൂന്യമായ മുഖമൊന്നുയർത്തി, വികൃതമായ മോണകൾ മുഴുക്കെ പുറത്തുകാട്ടി ഒന്നു ചിരിക്കുകയുണ്ടായത്രെ!.... ലോകത്തിലെ ഏറ്റവും ഹതഭാഗ്യ നായൊരാൾ തന്റെ സത്ത മുഴുവനുപയോഗിച്ചുകൊണ്ട്, തന്നെ സ്നേഹിക്കുന്ന, സേവിക്കുന്ന ലോകത്തിനുനേരെ സ്നേഹത്തോടെ, കൃതജ്ഞതയോടെ ചിരിച്ചപ്പോൾ ആ മുഖത്തുകണ്ട തിളക്കത്തെ പ്പറ്റി അദ്ദേഹം എഴുതി... 'ഞാനവിടെ, അപ്പോളെന്റെ ഈശ്വരനെ കണ്ടു!...'

മനുഷ്യന്റെ ഔന്നത്യം അവന്റെ സേവനത്തിലും മൂല്യത്തിലു മത്രെ. മറ്റുള്ളവർക്കുപകാരപ്പെടുന്നവരത്രേ ലോകത്തിലെ ഏറ്റവും മികച്ച മനുഷ്യർ.

> *"നോക്കൂ നിങ്ങളാരും സേവനത്തിനുള്ള ഒരു ക്ഷണവും കാത്തുനില്ക്കേ ണ്ടതില്ല. ചുറ്റും ഒന്നു കണ്ണോടിയ്ക്കയേ വേണ്ടൂ. നിങ്ങളുടെ സേവന ത്തിനായി കേഴുന്ന ജീവിതങ്ങളെ കണ്ണുതുറന്നു കാണൂ. അവർക്കുവേണ്ടി കഴിയുന്നത് അപ്പോൾത്തന്നെ ചെയ്യൂ!..."* -സായിബാബ

ത്യാഗത്തിന്റെ പാഠം

ചോർന്നൊലിക്കുന്ന പൊട്ടിപ്പൊളിഞ്ഞ ഒരു കുടിലിൽ നിന്ന് വൃത്തിയും സുഖവും പകരുന്ന ഒരു വീട്ടിലേക്കു മാറുന്നതിനെ ആരെങ്കിലും ത്യാഗം എന്നു പറയുമോ? ഗുണങ്ങൾ കുറഞ്ഞ ഒരു ജീവിതത്തിൽനിന്ന് സ്നേഹവും നന്മയും നിറഞ്ഞ ഒരു ജീവിതത്തിലേക്കു പോകുന്നതിനെ ത്യാഗം എന്ന് ആരെങ്കിലും പറയുമോ?

ത്യാഗികളെന്നു നാം പറയുന്ന മഹാന്മാർ ആരും യഥാർത്ഥത്തിൽ ത്യാഗികളല്ല! കാരണം, അവർ ശരാശരി മനുഷ്യന്റെ ജീവിതതാത്പര്യങ്ങളെ ഉപേക്ഷിച്ച് ഉന്നതമായ ഒരു ജീവിതത്തിന്റെ വഴി സ്വയം കണ്ടെത്തിയവരാണ്.

മഹാഭാരതം വായിച്ചുകഴിഞ്ഞാൽ ഒരുപക്ഷേ, അതിൽ ഒരാളുടെ ഹൃദയത്തിൽ ബാക്കിയാവുന്നത് രന്തിദേവന്റെ ജീവിതം ചൊരിഞ്ഞ വെളിച്ചമായിരിക്കും. പൂർണത്തിൽ നിന്ന് പൂർണമെടുത്താൽ പൂർണം തന്നെ അവശേഷിക്കുന്നതുപോലെ, വെളിച്ചത്തിൽ നിന്ന് വെളിച്ചമെടുത്താൽ പിന്നെയും വെളിച്ചം പൂർണതയോടെ പ്രകാശിക്കുന്നു. ഒരു മനുഷ്യജീവിതം കൊണ്ട് ഇതോർമിപ്പിക്കുന്ന ഒരപൂർവ ജന്മമത്രെ രന്തിദേവന്റേത്.

ഒരു ധനിക കുടുംബത്തിൽ വായിൽ സ്വർണക്കരണ്ടിയുമായി ജനിച്ച രന്തിദേവൻ കുട്ടിയായിരിക്കുമ്പോൾത്തന്നെ പൂർണ വെളിച്ചത്തിലായിരുന്നു. അതുകൊണ്ടയാൾ മനുഷ്യജീവിതത്തിന്റെ വേദന, അനാഥത്വം, നിസ്സഹായത, ദാരിദ്ര്യം മുഴുവനായിക്കണ്ടു. തന്റെ കൺമുന്നിലുള്ള മനുഷ്യജീവിതത്തിന്റെ അത്തരം ഒരപൂർണതയും അയാൾക്കു സ്വസ്ഥത നൽകിയില്ല. അതുകൊണ്ട് അത്തരം സാഹചര്യങ്ങളെ തത്ക്കാലത്തേക്കാണെങ്കിലും ഇല്ലാതാക്കുന്നത് അയാളുടെ ജീവിതവ്രതമായി. ഇതിന്റെ ഫലമായി അയാൾ തന്റെ കൺമുന്നിലുള്ള ഭൗതികമായതു മുഴുവനും നൽകി ഒടുവിൽ ഒന്നുമില്ലാത്തവനായി. 'വിശന്ന ഒരു മനുഷ്യനെയും എങ്ങും കാണരുത്'

എന്നത് പ്രാവർത്തികമാക്കാൻ ശ്രമിച്ച രന്തിദേവന്റെ കൊട്ടാരത്തിൽ ഒടുവിൽ ഒരു അരിമണിപോലും ഇല്ലാതായി.

പൂർണമായും ഒന്നുമില്ലാത്തവനായി, ഒരു യാചകനായി രന്തിദേവൻ ക്ഷാമബാധിതമായ ഗ്രാമങ്ങളിലൂടെ സഞ്ചരിച്ചു. ഭാര്യയും പുത്രനും പുത്രവധുവുമാണ് ഒപ്പം. ഏറെ നാളുകളായുള്ള പട്ടിണിയും യാത്രയുടെ ക്ഷീണവും അവരെ അവശരാക്കിയെങ്കിലും അവർ തളർന്നില്ല. രന്തിദേവന്റെ സ്നേഹജ്വാലയിൽ അവർ വിശപ്പും ദാഹവുമൊക്കെ മറന്നു.

കടുത്ത വറുതി കാരണം ഓരോ വീട്ടിൽ നിന്നും പലപ്പോഴും ഓരോ നെന്മണിയാണ് അവർക്കു കിട്ടിയത്. ഒടുവിൽ ഒരു വൈകുന്നേരം നദിക്കരയിലെ വൃക്ഷച്ചുവട്ടിലിരുന്ന് സ്വർണമണികളെപ്പോലെ അമൂല്യമായ നെന്മണികൾ അദ്ദേഹം മുന്നിൽ ചൊരിഞ്ഞു. ഒരു കല്ലിൻ കഷണംകൊണ്ട് നെല്ലിലെ ഉമി നീക്കി. രന്തിദേവന്റെ ഭാര്യയും പുത്രവധുവും തളർന്നു കിടക്കുകയായിരുന്നു. മകൻ നിശ്ശബ്ദനായി പുഴക്കരയിലും.

രന്തിദേവൻ പുത്രവധുവെ വിളിച്ചു പറഞ്ഞു – 'മകളെ ഇതുകൊണ്ട് കഞ്ഞിവയ്ക്ക്. എത്ര നാളായി എന്തെങ്കിലും കഴിച്ചിട്ട്?' അവർ ചെറിയ മൺകലത്തിൽ വെള്ളമെടുത്തു വന്ന് കഞ്ഞിവച്ചുണ്ടാക്കി. രന്തിദേവന്റെ പുത്രൻ കൊണ്ടുവന്ന ഇലകളിൽ അത് നാലായി വിളമ്പി ഓരോരുത്തർക്കുമുള്ള ഓഹരി ഓരോരുത്തരുമെടുത്തു. രന്തിദേവൻ ആവിപറക്കുന്ന അന്നത്തിനു മുന്നിൽ പ്രാർത്ഥനാമയനായി ഇരുന്നു. ഒരു വിരൽകൊണ്ട് അതു തൊടുന്നതിനു മുൻപായി വിശപ്പിന്റെ ഒരു ഭീകരസത്വം അവരുടെ മുന്നിൽ ചാടി വീണു. 'അയ്യോ വിശന്നിട്ടു പ്രാണൻ പോണേ, അന്നം കണ്ടിട്ട് മാസങ്ങളായേ' എന്നു കരഞ്ഞു. രന്തിദേവൻ ഉടൻ അത് അയാളുടെ നേരെ സ്നേഹത്തോടെ വച്ചു നീട്ടി. അയാളത് ഇലയോടെ വെട്ടിവിഴുങ്ങി. വീണ്ടും കരഞ്ഞു, 'വിശന്നിട്ട് പ്രാണൻ പോണേ.' രന്തിദേവന്റെ പത്നി ഉടൻ തന്റെ ഓഹരിയും അവർക്കു കൊടുത്തു. അപ്പോഴും വിശപ്പുമായി നിലവിളിച്ച അയാളുടെ നേരെ പുത്രനും തുടർന്ന് പുത്രവധുവും തങ്ങളുടെ ഓഹരി വെച്ചു നീട്ടി. അയാൾ അതെല്ലാം കഴിച്ച് ഉടൻ അപ്രത്യക്ഷനായി.

പ്രതീക്ഷിക്കാതിരിക്കെ അപ്പോൾ ഒരത്ഭുതം ഉണ്ടായി. ഒരു ദിവ്യരൂപം അവിടെ പ്രത്യക്ഷമായി. അയാൾ സ്വയം പരിചയപ്പെടുത്തി. 'ഞാൻ ധർമ്മദേവനാണ്. രന്തിദേവാ നിങ്ങളുടെ ധർമ്മത്തിന്റെ, ദാനത്തിന്റെ

അതിരുകൾ എവിടംവരെ എന്ന് ഞാൻ പരീക്ഷിക്കുകയായിരുന്നു. ഇതിൽ നിങ്ങൾ വിജയിച്ചു. നിങ്ങൾക്ക് ഇതിനുള്ള സമ്മാനമായി ഞാൻ രണ്ടു വരങ്ങൾ തരികയാണ്. ഇഷ്ടമുള്ള രണ്ടു വരങ്ങൾ ചോദിക്കൂ, ഈ നരകത്തിൽനിന്ന് രക്ഷപ്പെടൂ.' രന്തിദേവൻ പൊട്ടിച്ചിരിച്ചു. അയാൾ ചോദിച്ചു. 'ഞാൻ ചോദിക്കുന്ന രണ്ടു വരങ്ങൾ ഏതും നിങ്ങൾ തരും അല്ലേ? എങ്കിൽ ഞാനത് ചോദിക്കുകയാണ്. എനിക്കു വേണ്ട ഒന്നാമത്തെ വരം ഭൂമിയിൽ ആരും വിശന്ന്, രോഗിയായി, ദരിദ്രനായി, സ്നേഹം കിട്ടാതെ കരയരുത്. എല്ലാവർക്കും സന്തോഷവും സുഖവും വരണം. രണ്ടാമത്തെ വരമായി ഭൂമിയിലെ മുഴുവൻ മനുഷ്യരുടെയും വേദനകൾ, രോഗങ്ങൾ, അവരുടെ ശരീരം പേറുന്ന മുറിവുകൾ, വ്രണങ്ങൾ എല്ലാം എന്റെയീ ശരീരത്തിനു തരൂ... എന്നെ മുക്തനാക്കൂ, സ്വതന്ത്രനാക്കൂ, പൂർണനാക്കൂ...!'

വിദ്യാഭ്യാസപാഠം

'ഹൃദയവതിയായ അമ്മേ,'
കുഞ്ഞുങ്ങളുടെ കാര്യത്തിൽ ഉത്കണ്ഠപ്പെടുന്നവളേ! നിന്നോടാണ് എനിക്ക് അഭ്യർത്ഥിക്കാനുള്ളത്. ഈ പിഞ്ചു തൈമരത്തെ പെരുവഴിയിൽനിന്നു മാറ്റിനിർത്തി, സാമൂഹ്യമായ കീഴ്‌വഴക്കങ്ങളുടെ ചവിട്ടിത്തേയ്ക്കലിൽനിന്ന് അതിനെ രക്ഷിക്കാൻ നിനക്കു കഴിയും. അത് ഉണങ്ങിപ്പോകാതെ വെള്ളവും സംരക്ഷണവും നൽകി കാത്തുകൊള്ളുക. ആ മരത്തിന്റെ മധുരക്കനികൾ നിന്റെയീ സംരക്ഷണത്തിന് പ്രതിഫലം നൽകുന്ന ഒരു നാൾ വരും! തുടക്കത്തിൽതന്നെ കുഞ്ഞിന്റെ ആത്മാവിനു ചുറ്റും ഒരു ഭിത്തികെട്ടി ഉയർത്തണം. സ്നേഹത്തിന്റെ ഭിത്തി. മറ്റാരെങ്കിലും ആ ഭിത്തിയുടെ രൂപരേഖ തയ്യാറാക്കിത്തന്നെന്നിരിക്കും. എന്നാൽ അതിനെ പ്രവൃത്തിപഥത്തിൽ കൊണ്ടുവരാൻ നീ ഒരാൾ മാത്രമേയുള്ളൂ.' - റൂസ്സോ

വിദ്യാഭ്യാസമെന്നത് ഒരാൾ വിദ്യാലയത്തിൽവെച്ചു നേടിയതെല്ലാം മറക്കുമ്പോൾ അയാളിൽ ബാക്കിയുള്ളതു മാത്രമാണ്.

Educate (വിദ്യാഭ്യസനം) എന്ന വാക്ക് educare എന്ന ലാറ്റിൻ വാക്കിൽനിന്നും വന്നതാണ്. അതിന്റെ അർത്ഥം 'അന്തർലീനമായതിനെ പ്രകാശിപ്പിക്കുക' എന്നതത്രെ. അന്തർലീനമായത് എന്നാൽ എന്താണ്? നമ്മുടെ മനസ്സിന്റെ ആഴത്തിൽ ലയിച്ചുകിടക്കുന്ന ശാന്തി, ആനന്ദം, പ്രേമം, ശക്തി, ത്യാഗം തുടങ്ങിയ എണ്ണമറ്റ മൂല്യങ്ങൾ. ഇവയെ വളർത്തുവാൻ ഇന്ന് വിദ്യാഭ്യാസംകൊണ്ട് സാധിക്കുന്നുണ്ടോ?

ഇപ്പോൾ നമ്മുടെ ലോകം എല്ലാതരം അറിവുകൾകൊണ്ടും നിറഞ്ഞിരിക്കുന്നു. അറിവ് അതിരുകളില്ലാതെ വളരെ വിശാലമായി ഗഹനമായി വളർന്നുകൊണ്ടുമിരിക്കുന്നു. എന്നിട്ടും ഈ അറിവുകളൊന്നും തന്നെ യുദ്ധം, അഴിമതി, ഭീകരവാദം, അനീതി, വെറുപ്പ്, കുറ്റകൃത്യം, പാരിസ്ഥിതികവിനാശം, അസന്തുഷ്ടമാകുന്ന പരാജയപ്പെടുന്ന മനുഷ്യബന്ധങ്ങൾ ഇവയ്ക്കൊന്നും ഒരു മാറ്റവും വരുത്തുന്നില്ല. ഇതിൽനിന്നു നാം എന്താണ് മനസ്സിലാക്കേണ്ടത്. കേവലമായ

ഒരറിവും ജ്ഞാനവിജ്ഞാനങ്ങളും എത്രയേറെ നേടിയതുകൊണ്ട് ജീവിതത്തെ നമുക്കു മെച്ചപ്പെടുത്താൻ കഴിയുന്നില്ല. ഒരു ഡിഗ്രി നേടുന്നതോടെ ഒടുങ്ങുന്നതാണ് ഇന്നത്തെ വിദ്യാഭ്യാസം.

ഒരായുഷ്കാലം മുഴുവൻ ഒരു വ്യക്തിക്കു മുന്നിൽ അരങ്ങേറുന്ന ജീവിതത്തിന്റെ മഹാപ്രവാഹത്തിൽ, തിരിച്ചറിവോടെ ജീവിക്കാനും ഏതു പ്രതിസന്ധികളെയും ഭയരഹിതമായി അഭിമുഖീകരിക്കാനുമുള്ള കഴിവാണ് യഥാർത്ഥ വിദ്യാഭ്യാസം വഴി വളരേണ്ടത്.

വിദ്യാഭ്യാസത്തിന്റെ ഭാഗമായുള്ള മുഴുവൻ പരീക്ഷകളിലും നല്ല മാർക്കോടെ പാസ്സായിട്ടും ജീവിതത്തിന്റെ പരീക്ഷകളിൽ അതിദയനീയമായി തോറ്റുകൊണ്ടിരിക്കുന്ന നമ്മുടെ കുട്ടികൾ നമ്മുടെ വിദ്യാഭ്യാസത്തിന്റെ ഒരൊഴിഞ്ഞ ഇടത്തെ സൂചിപ്പിക്കുകയാണ്.

ജീവിതപരീക്ഷയിൽ ആരും തോൽക്കരുത്. അതിന്നുതകുന്ന അറിവ്, അനുഭവം നമ്മുടെ ആളുകൾക്ക് പകർന്നുകൊടുക്കാനാവുന്നില്ല. കാരണം, ജീവിതത്തിന്റെ ഭിന്നമേഖലകളിൽ പണിയെടുക്കാൻ കാര്യക്ഷമതയുള്ള കുറേ ഉദ്യോഗസ്ഥന്മാരെ ഉത്പാദിപ്പിച്ചെടുക്കാനാണ് നമ്മുടെ വിദ്യാലയങ്ങൾ ശ്രമിച്ചുകൊണ്ടിരിക്കുന്നത്.

നീ സത്യം പറയണമെന്ന് ഉപദേശിച്ചുകൊണ്ട് സത്യത്തിന്റെ മഹത്വത്തെപ്പറ്റി ഒരു കുട്ടിയെ പഠിപ്പിക്കാനാവില്ല. സത്യത്തിൽനിന്നും വ്യതിചലിച്ചപ്പോൾ മോഹൻദാസ് കരംചന്ദ് ഗാന്ധി എന്ന കുട്ടിയെ ശാസിക്കുകയോ ശിക്ഷിക്കുകയോ ചെയ്യുന്നതിനു പകരം അവന്റെ അച്ഛൻ മകനെ ഓർത്ത് കണ്ണീരൊഴുക്കിയത് ആ കുട്ടിയെ അടിമുടി മാറ്റുന്നു.

അച്ഛനമ്മമാർക്ക്, ടീച്ചർമാർക്ക് സ്വന്തം ജീവിതംകൊണ്ട് പകർത്താനാവാത്ത ഒരു സദാചാരബോധവും കുട്ടികളിൽ ഉണ്ടാക്കാനാവില്ല.

'വിദ്യാലയത്തിൽനിന്നു മാത്രം വിദ്യാഭ്യാസം നേടിയ ഒരാൾ വിദ്യാഭ്യാസമില്ലാത്ത ഒരാളാവുന്നു.' - അമേരിക്കൻ ദാർശനികൻ ജോർജ് സന്തായന.

'പ്രപഞ്ചമാണ് സ്കൂൾ. ജീവിതമാണ് ടീച്ചർ.' ഈ ബോധം ഓരോ കുഞ്ഞിന്റെയുമുള്ളിൽ സ്വാഭാവികമായി വളർത്താനുതകുന്ന ഒരു വിദ്യാഭ്യാസമാണ് ശരിയായ വിദ്യാഭ്യാസം. എല്ലാതരം ഭയങ്ങളിൽനിന്നും മുക്തനാവാൻ വിദ്യാഭ്യാസം ഉതകണം. അതിന് ട്യൂഷൻ പോരാ. 'ഇൻട്യൂഷൻ' (ഉള്ളിൽനിന്നുള്ള ബോധനം) വേണം. ഇതിനു

സഹായകമായ പാഠപുസ്തകങ്ങൾ രണ്ടു മൂവായിരം വർഷങ്ങൾക്കു മുൻപു മുതൽ രചിക്കപ്പെട്ടിരിക്കുന്നു. ഇപ്പോഴും അത്തരം ബോധാവസ്ഥയിൽനിന്നുള്ള വിചാരങ്ങൾ മനുഷ്യരാശിയുടെ മുന്നിലുണ്ട്. ഗീത, ബൈബിൾ, ഖുർആൻ, ധർമപദം, ഗുരുഗ്രന്ഥ സാഹിബ്, താവോതേ ചിങ് തുടങ്ങിയ ഉദാഹരണങ്ങൾ ജീവിതത്തിന്റെയും മരണത്തിന്റെയും മഹാരഹസ്യങ്ങൾ, മഹാപാഠങ്ങൾ ഇവയും ഇതുപോലുള്ള പുസ്തകങ്ങളും പഠിപ്പിക്കുന്നു.

> *'ജനങ്ങളെ അവർക്കറിയാത്തത് പഠിപ്പിക്കുക എന്നതല്ല വിദ്യാഭ്യാസം. മറിച്ച് അവർക്ക് പെരുമാറാനറിയാത്തത് പെരുമാറുവാൻ ശീലിപ്പിക്കുക എന്നതാണ്.'* – ജോൺ റസ്കിൻ.

പരിവർത്തന പാഠം

പ്രപഞ്ച പരിവർത്തനത്തിന്റെ പ്രക്രിയയെ പതിവായി നിരീക്ഷിക്കുന്നത് ഒരു ശീലമാക്കുക. ഇതിൽനിന്ന് നിങ്ങൾ സ്വയം പഠിക്കുന്ന രീതി വികസിപ്പിച്ചെടുക്കുക. ഇതിനേക്കാൾ മനസ്സിനെ ആനന്ദിപ്പിക്കുന്ന ഒന്നുണ്ടാവില്ല. കാരണം, തൊട്ടടുത്ത ഏതു നിമിഷത്തിലും തന്റെ മുന്നിലെ ജീവന്റെ പാത്രം തട്ടിമാറ്റപ്പെടാം എന്ന അറിവിനപ്പുറം ഒന്നിനും ഒരാളെ രക്ഷിക്കാനാവില്ല - മാർക്കസ് ഒറീഷ്യസ്

ബോധോദയം നേടിയ ഒരാളുടെ മനസ്സിന് മനുഷ്യവംശത്തെ മുഴുവൻ മാറ്റാനുള്ള അതിരറ്റ ഊർജ്ജമുണ്ട്, വെളിച്ചമുണ്ട്, സ്നേഹമുണ്ട്. അത്തരത്തിലുള്ള ഒരു ബുദ്ധന്, ഒരു യേശുവിന്, ഒരു മുഹമ്മദ് നബിക്ക്, ഒരു മഹാവീരന്, ഒരു ദാദാ ലേഖരാജിന്, ഒരു കൃഷ്ണമൂർത്തിക്ക് ലോകത്തിലെ മനുഷ്യവംശത്തിന്റെ മുഴുവൻ ചിന്തയെക്കാളും മനുഷ്യനെ വെളിച്ചത്തിലേക്ക്, സ്നേഹത്തിലേക്ക് പരിവർത്തിപ്പിക്കുവാനുള്ള മൂല്യമുണ്ട്.

ഒരിക്കൽ മുഴുക്കുടിയനായ ഒരാൾ ഒരാത്മീയ കൂട്ടായ്മയിൽ സ്ഥിരമായി പങ്കെടുത്തതിനുശേഷം അതയാളുടെ സ്വഭാവത്തിൽ കാര്യമായ മാറ്റമുണ്ടാക്കി. ഇതറിഞ്ഞ ഒരയൽവാസി അയാളോടു ചോദിച്ചു:

"നീ പോകുന്ന സ്ഥലത്തുള്ള ആ ഗുരുവിന്റെ പേരെന്താണ്?"

"അറിയില്ല."

"അയാളുടെ ജീവചരിത്രത്തെപ്പറ്റി വല്ലതും അറിയാമോ?"

"ഇല്ല."

"അവർ പ്രധാനമായി എന്തൊക്കെയാണ് പഠിപ്പിക്കുന്നത്?"

"അറിയില്ല..."

ഇതുകേട്ടപ്പോൾ അയാൾ പരിഹാസത്തോടെ ചോദിച്ചു: "ഇതിനെപ്പറ്റിയൊന്നും അറിയില്ലെങ്കിൽ പിന്നെ നീയെന്തിനാ അവിടെ പോകുന്നത്?"

ഇതിനു മറുപടിയായി അയാൾ പറഞ്ഞു:

"ഞാനവിടെ പോകുന്നതിനു മുൻപ് നന്നായി മദ്യപിച്ചിരുന്നു. വീട്ടിൽ വന്ന് ഭാര്യയേയും മക്കളേയും ഒരു കാരണവുമില്ലാതെ അടിച്ചിരുന്നു. എന്റെ വീട്ടിൽ എന്നും ദാരിദ്ര്യവും കണ്ണീരും ശാപവാക്കുമായിരുന്നു. എന്നാലിപ്പോൾ, ഞാനീ സ്ഥലത്തുപോകാൻ തുടങ്ങിയതിനുശേഷം കുടി നിർത്തി. എന്റെ വീട്ടിൽ എല്ലാവർക്കും സുഖവും സന്തോഷവും ഉണ്ട്. അവർ സമയത്തിനു ഭക്ഷണം കഴിക്കുന്നുണ്ട്. അവർ ചിരിക്കുന്നുണ്ട്. അവർ എന്നെ സ്നേഹത്തോടെ കാത്തിരിക്കുന്നുണ്ട്. ഇതു മാത്രമെ എനിക്കറിയൂ...." ഇതത്രെ യഥാർത്ഥ പരിവർത്തനം.

രണ്ട്

ഖുർആനിൽ ഒരു പ്രസ്താവനയുണ്ട് – "പിശാചിനെ വെറുക്കുക." പ്രസിദ്ധ സൂഫി പുണ്യവതി റാബിയ തന്റെ കയ്യിലുള്ള ഖുർ ആനിൽനിന്ന് ഇതു തിരുത്തി മാറ്റി. അക്കാലത്തെ മറ്റൊരു മഹാ ഗൂഢവാദിയായ ഹസൻ റാബിയ ഇതു ചെയ്യുന്നതു കണ്ടത്രെ. അദ്ദേഹം ആരാഞ്ഞു: "അങ്ങ് എന്താണ് ചെയ്യുന്നത്. ഇതു തിരുത്താൻ പാടില്ല!"

റാബിയ മൊഴിഞ്ഞു: "ഹസൻ ഞാനിതു ചെയ്തു കഴിഞ്ഞു. ഇത് ഖുർ ആനിന്റെ ഒരു പ്രശ്നമല്ല, ഇതു മുഴുവനായും ഭിന്നമായ മറ്റൊന്നാണ്!.... ദൈവത്തെ അറിഞ്ഞതു മുതൽ എനിക്കു വെറുക്കാനാവില്ല... ഇതൊരു പിശാചിന്റെ പ്രശ്നമല്ല. വളരെ ലളിതമായി പറഞ്ഞാൽ എനിക്കു വെറുക്കാനാവില്ല. പിശാച് എന്റെ മുന്നിൽ വരുകയാണെങ്കിൽ ഞാനയാളെ സ്നേഹിക്കും. കാരണം, എനിക്കിപ്പോൾ സ്നേഹിക്കാനേ അറിയൂ. വെറുപ്പ് കാട്ടാനെനിക്കാവില്ല. അതെന്നിൽ നിന്നു മറഞ്ഞുപോയി. ഒരാളിൽ മുഴുവനായി വെളിച്ചമുണ്ടെങ്കിൽ അയാൾക്ക് അപരന് വെളിച്ചം മാത്രമേ കൊടുക്കാനാവൂ: അയാൾ ശത്രുവായാലും മിത്രമായാലും ഒരുപോലെയാണ്...."

റാബിയ തുടർന്നു ചോദിച്ചു "പിശാചിനു നേരെ വെറുപ്പ് എവിടെന്നാണ് ഞാനെടുത്തുപയോഗിക്കുക? അതെന്നിൽ എവിടെയും ഒരല്പം പോലുമില്ല. ഞാൻ പ്രകാശമാണ്! എന്റെ വെളിച്ചം പിശാചിനു മീതെ വീഴും. ദൈവത്തിനുനേരെ വീഴുന്നതുപോലെ തന്നെ. ഇപ്പോളെനിക്ക് ദൈവമെന്നും പിശാചെന്നും ഇല്ല; എന്റെ സമഗ്ര സത്തയാകെ സ്നേഹത്തിലേക്കു മാറിക്കഴിഞ്ഞു. മറ്റൊന്നും അവിടെയില്ല. വാസ്തവത്തിൽ ഞാൻ ഖുർആൻ തിരുത്തുന്നതേയില്ല. അതു ചെയ്യാൻ ഈ എളിയവളായ ഞാനാര്? പക്ഷേ, ഖുർആനിലെ ഈ പ്രസ്താവന എന്നെ സംബന്ധിച്ചെങ്കിലും ഇനിയില്ല..."

ഉള്ളിൽ പരിവർത്തിതനായ, വെളിച്ചത്തിലെത്തിയ, സ്നേഹത്തി ലെത്തിയ ഒരാളിൽ പിന്നെ ദ്വന്ദങ്ങളില്ല. ഭൂമിയിലെ മനുഷ്യരെല്ലാം ഒരുപോലെ പരിവർത്തിതരാകുന്ന, ഒരുപോലെ ബോധോദയത്തിന്റെ വെളിച്ചത്തിൽ നടന്നുപോകുന്ന ഒരു മഹാസ്വപ്നം ഗൗതമബുദ്ധന്റെ ഉള്ളിലുണ്ടായിരുന്നു. റാബിയയ്ക്ക് ഇങ്ങനെ മാറാൻ കഴിഞ്ഞത് ഭൂമി യിലെ മുഴുവൻ സ്ത്രീകൾക്കും പുരുഷന്മാർക്കും ഇതുപോലെ മാറാൻ കഴിയുമെന്നതിനെ ഓർമ്മപ്പെടുത്തുകയാണ്!

ഉണർവിന്റെ പാഠം

'ലോകത്തിൽ എല്ലാവരും ഉറങ്ങുകയാണ്! മായ ഉറക്കിക്കിട ത്തിയതാണ്. അതുകൊണ്ട് കുറഞ്ഞ സമയംകൊണ്ട് ആരും ഉണരില്ല!" - *ദാദാ ലേഖരാജ്*

ഉണർന്നിരിക്കുന്നതാണ് സുന്ദരം. പ്രിയങ്കരവും സുന്ദരവുമായൊരു മുഖം ഉറക്കത്തിൽ അസുന്ദരമോ വിരൂപമോ ആയി മാറുന്നു. ഉറങ്ങു ന്നവനിൽ നിന്ന് മരിച്ചവനിലേക്കുള്ള ദൂരം വളരെ കുറവാണെന്ന് ഓർമ്മിപ്പിക്കുന്നുണ്ട് ഓരോ ഉറങ്ങുന്നവനും.

ഭൂമിയിലിപ്പോൾ കുട്ടികളൊഴിച്ച് എല്ലാവരും പാതിമൃതരാകുന്നു. എന്തെന്നാൽ, മനുഷ്യരാശി ഭീതിയുടെ മരണശയ്യയിൽ ഉറങ്ങുക യാണ്. അത്യാനന്ദത്തിന്റെ ഒരു ഇൻജക്ഷൻ കുത്തിവെച്ചാൽ ഒരു വേള, അവർ അല്പനേരത്തേക്കു കണ്ണുതുറന്നു നോക്കിയെന്നു വരാം!

ഒരു സെൻബുദ്ധ കഥയിൽ ആഴമേറിയ ഒരു പൊട്ടക്കിണറിൽ ഒരാൾ വീണുപോകുന്നു. അയാളുടെ ഏക ചിന്ത 'പുറത്തുകടക്കുക ' എന്നതിനെപ്പറ്റി മാത്രം. രക്ഷപ്പെടാനുള്ള പഴുതിനായി ബുദ്ധിയുടെ എല്ലാ കഴിവും അയാൾ ഉപയോഗിക്കുന്നു. ഇതുപോലൊരു കിണ റ്റിൽ വീണുകിടക്കുകയാണ് മനുഷ്യരാശിയുടെ ബോധം. ഈ വീണു കിടക്കുന്നത് നിങ്ങളാണെന്നു കരുതുക. എത്ര ചിന്തിച്ചിട്ടും പുറത്തു കടക്കാനുള്ള ഒരു പഴുതും ബുദ്ധിയിൽ ഉദിക്കുന്നില്ല. ഒടുവിൽ ബു ദ്ധിക്കപ്പുറത്തുള്ള, ഇതുവരെ അജ്ഞാതമായിരുന്ന ഒരു തലം ഇപ്പോൾ നിങ്ങളിൽ ഉണ്ടാവുകയാണ്. നിങ്ങൾ ഉണരുകയാണ്. നിങ്ങൾ ഒരു വഴി കണ്ടുപിടിക്കുകയാണ്.

മനുഷ്യൻ ജീവിതത്തിൽ അഭിമുഖീകരിക്കുന്ന ഏതു പ്രശ്ന ങ്ങളും, ഉറങ്ങുന്ന ഒരു ബോധം കൊണ്ട് പരിഹരിക്കാനാണ് നാം നോക്കുന്നത്. അതുകൊണ്ടുതന്നെ പ്രശ്നത്തെ അതിന്റെ പൂർണരൂ പത്തിൽ നമുക്കു കാണാനാകുന്നില്ല. വ്യക്തിജീവിതത്തിലും സാമൂഹ്യജീവിതത്തിലും സംഭവിക്കുന്ന എല്ലാ തോൽവികൾക്കു

പിന്നിലും ഉണർന്നിരിക്കുമ്പോഴും നമ്മിലുള്ള ഉറക്കംതന്നെ ഒന്നാം പ്രതി.

അല്പം ഉണർന്ന ഒരാൾ അല്പമേ കാണുന്നുള്ളൂ. ഒരു മുറിയിലുള്ള വസ്തുക്കൾ മങ്ങിയ വെളിച്ചത്തിൽ കാണുന്നതുപോലെ. അല്പം കൂടി വെളിച്ചമുള്ള ഒരു വിളക്കിന്റെ വെളിച്ചത്തിൽ നേരത്തെ കാണാത്തതുകൂടി കാണാൻ കഴിയുന്നു. ബോധം മുഴുവനായി ഉണർന്ന ഒരാൾ തന്റെ സഹജാതരേയും വൃക്ഷകുലത്തേയും പക്ഷികുലത്തേയും എല്ലാം ഒരേപോലെ കാണുന്നു.

മനുഷ്യകുലം പല ഘട്ടങ്ങളിലൂടെ സഞ്ചരിച്ച് ഇന്നിവിടെയെത്തി. പക്ഷേ, ഇന്നും പ്രാകൃതശിലായുഗ മനുഷ്യന്റെ അതേ ബോധാവസ്ഥയിൽ ജനിച്ചുജീവിച്ചു മരിക്കുന്നവരുണ്ട്. ചെറുതും വലുതുമായ എല്ലാ മനുഷ്യക്കുരുതികൾക്കും യുദ്ധങ്ങൾക്കും കാരണക്കാർ ഇവരാണ്; ഈ ഉറങ്ങുന്ന മനുഷ്യർ. ലോകം മുഴുവൻ കൂർക്കംവലിച്ചുറങ്ങുമ്പോൾ തളർന്നും തകർന്നും തോറ്റും ഇരുളിലിരിക്കുമ്പോഴും ഉണർന്നിരിക്കുന്നവരുണ്ട്. വെളിച്ചത്തെപ്പറ്റി, സ്നേഹത്തെപ്പറ്റി, പ്രതീക്ഷയെപ്പറ്റി, ഉണർവിനെപ്പറ്റി പാടുന്നവർ. സോക്രട്ടീസ്, ബുദ്ധൻ, ക്രിസ്തു, നബി, ജലാലുദ്ദീൻ റൂമി, സെന്റ് ഫ്രാൻസിസ്, ഗുരുനാനാക്, കബീർ, ഗുർജീഫ്, രമണമഹർഷി, നിസർഗദത്ത മഹാരാജ, നാരായണഗുരു. ഇവരൊക്കെയും മനുഷ്യവംശത്തിന്റെ ഉണർന്നിരുന്ന ശിരസ്സുകളായിരുന്നു. ഇവർ ഇല്ലാതായിട്ടും അവർ ജീവിച്ചതും പറഞ്ഞതും ചെയ്തതും മനുഷ്യവംശത്തിന് സ്വയം നോക്കുവാനുള്ള കണ്ണാടികളായി ഇന്നും നിലനില്ക്കുന്നു. 'മൃഗാവസ്ഥയിൽ നിന്ന് മാനവാവസ്ഥയിലേക്കും തുടർന്ന് ദിവ്യാവസ്ഥയിലേക്കും ഉണർന്നുവരൂ!' എന്ന് അവർ ഓരോ നിമിഷവും നാം ഉറങ്ങുന്നവരോട് മന്ത്രിക്കുന്നു.

ബുദ്ധന്റെ എല്ലാ ഉദ്ബോധനങ്ങളും ഒന്നിൽ ഉറപ്പിച്ചിരിക്കുന്നു - 'ഉണർന്നിരിക്കുക!' ശ്രദ്ധാലുവായിരിക്കുക. ഈ അവബോധമില്ലാതെ ഒരാളുടെ നാസാദ്വാരത്തിലൂടെ ഒരു ശ്വാസംപോലും കടന്നുപോകരുത്!...

ബുദ്ധൻ സദാ പറയുന്നൊരു മൊഴിയുണ്ട്, "നോക്കൂ! നിങ്ങളും ഞാനും തമ്മിൽ ഒരു വ്യത്യാസം മാത്രമാണുള്ളത്. ഞാൻ ഇന്നലെ വരെ ഉറങ്ങുകയായിരുന്നു. ഇന്ന് ഉണർന്നുകഴിഞ്ഞു. നിങ്ങളാണെങ്കിൽ ഇന്നും ഉറങ്ങുകയാണ്. പക്ഷേ, നാളെ നിശ്ചയമായും നിങ്ങളുണരും! നാം തമ്മിലുള്ള വ്യത്യാസം അത്രമാത്രമാണ്. ഇന്നലെയും ഇന്നും തമ്മിലുള്ള വ്യത്യാസം, ഇന്നും നാളെയും തമ്മിലുള്ള വ്യത്യാസം!"

മനസ്സിന്റെ പാഠം

ഭിക്ഷുക്കളേ! മനസ്സിനുള്ളത്ര വേഗത ലോകത്തിൽ മറ്റൊന്നിനുമില്ല. മനസ്സുകൊണ്ടത്രെ ലോകം നയിക്കപ്പെടുന്നത്. മനസ്സുകൊണ്ടത്രെ ലോകം ചലിക്കപ്പെടുന്നത്. ലോകത്ത് നിലനില്ക്കുന്ന നല്ലതും ചീത്ത യുമായവ മനസ്സുകൊണ്ടത്രെ നിർമിക്കപ്പെടുന്നത്. - ഗൗതമബുദ്ധൻ

വേഗതയുള്ള മനസ്സ് ആതുരമാകുന്നു. വേഗതയില്ലാത്ത മനസ്സ് ആരോഗ്യ മുള്ളതാകുന്നു. നിശ്ചലമായ മനസ്സ് ദിവ്യമാകുന്നു. - മെഹർബാബ

മനസ്സ് ശരിയായാൽ എല്ലാം ശരിയായി. മനസ്സിന്റെ അപാരശക്തിക ളെപ്പറ്റി പറയവെ ഐൻസ്റ്റൈൻ മൊഴിഞ്ഞു: "ആറ്റത്തെ വിഭജിക്കാൻ സയൻസിനു കഴിഞ്ഞേക്കാം. പക്ഷേ, മനസ്സിനെ നിയന്ത്രിക്കാൻ അതി നാവില്ല!" മനസ്സിന്റെ ഊർജം ആറ്റമിക ഊർജ്ജത്തേക്കാൾ ശക്തി പൂർണമാണെന്നത്രെ ഐൻസ്റ്റൈൻ ഇവിടെ സൂചിപ്പിക്കുന്നത്.

ബുദ്ധനെപ്പോലുള്ള മഹാമനസ്സുകൾ മനസ്സിനെ അടക്കി നിർത്താനും ശരിയായുപയോഗിക്കാനും വേണ്ട 'ടെക്നിക്കുകൾ' 2500 വർഷങ്ങൾക്കു മുമ്പ് പറഞ്ഞുവെച്ചിട്ടുണ്ട്. അതു മനസ്സിലാക്കാനും പ്രയോഗിച്ച് നോക്കാനും ശ്രമിക്കുമ്പോൾ ഒരാൾക്ക് ജീവിതത്തിന്റെ സൂക്ഷ്മവും സ്ഥൂലവുമായ സത്യങ്ങൾ തിരിച്ചറിയാനാവുന്നു.

കാളവണ്ടിയിൽനിന്ന് ജെറ്റ് വിമാനത്തിലേക്ക് മനുഷ്യൻ ബാഹ്യ മായി പുരോഗമിച്ചിരിക്കുന്നു. എന്നാൽ വ്യക്തി, മനസ്സിനുള്ളിൽ ഒരല്പം പോലും മാറിയിട്ടില്ല. ഹിറ്റ്ലറിന്റെ, ഈദി അമീനിന്റെ, പോൾ പോട്ടിന്റെ പോലെയുള്ള മനസ്സു മനുഷ്യരാശിക്കു കടുത്ത ദുഃഖവും യാതനയും നല്കുന്നതായിരിക്കും. മനസ്സ് ശരിയായി പരിപാലിക്ക പ്പെടുകയും പരിശീലിക്കപ്പെടുകയും ചെയ്തതല്ലെങ്കിൽ ആപത്കര മായ ഒരു ശക്തിയായി അതു മാറുന്നു.

പൂർണനായ ഒരു മനുഷ്യൻ തുറന്ന മനസ്സോടെയത്രെ സംസാരി ക്കുക. മനസ്സ് മുഴുവനായി തുറന്നിരിക്കുമ്പോൾ അത് ഒരു പാരച്യൂട്ട് പോലെ പ്രവർത്തിക്കുന്നു.

മനസ്സിനെ ശരിയായി നിയന്ത്രിക്കുകയാണെങ്കിൽ ജീവിതത്തിന്റെ ഉദ്ദേശ്യം നിറവേറ്റപ്പെടുന്നു. അല്ലെങ്കിൽ ജീവിതം ഒരു മഹാപ്രശ്ന മായിത്തീരുന്നു. ദേഹത്തിന്റെ തടിമിടുക്കുകൊണ്ട്, 'കാട്ടിന്റെ നിയമ'ത്തെ നാം പിന്തുടരരുത്. മറിച്ച്, യുക്തിയോടെ, 'മാനവികമായ മനസ്സ്' നാം ഉപയോഗിക്കുക. സത്യം ലളിതമാകുന്നു. മനസ്സ് സങ്കീർ ണവും. ഏതവസരങ്ങളിലും ശാന്തത ദൗർബല്യമല്ല. കാര്യങ്ങൾ അനുകൂലമായിരിക്കെ ശാന്തനായിരിക്കുക പ്രയാസമല്ല. കാര്യങ്ങൾ പ്രതികൂലമാകുമ്പോൾ സ്വസ്ഥതയോടെ പുലരുകയെന്നത് മനസ്സിന്റെ അത്യുന്നതമായ ഒരു പെരുമാറ്റമത്രെ.

ആശയങ്ങൾ സൃഷ്ടിക്കുന്ന ഒരു ഫാക്ടറി മാത്രമല്ല മനസ്സ്. ആരോഗ്യപ്രദമായ രസങ്ങൾ ഉത്പാദിപ്പിക്കുന്ന ഒരു ഗ്രന്ഥികൂടിയാണ് മനസ്സ്. ആരോഗ്യദായകങ്ങളായ ഗാമ്മാഗ്ലോബുലിൻ, എൻഡോർ ഫിൻസ്, ഇവാൻ ഫെറോൺ എന്നിവ ഉത്പാദിപ്പിക്കാൻ മനസ്സിനു കഴിയും. ചിന്തകൾ മസ്തിഷ്കത്തെ ബാധിക്കുന്നു. ഓരോ ചിന്തയും വികാരവും മസ്തിഷ്കത്തിൽ ചില രാസമാറ്റങ്ങൾ ഉണ്ടാക്കുന്നു. അതു ശരീരത്തിലെ കോടിക്കണക്കിൽ സെല്ലുകളെ ബാധിക്കുന്നു.

വിവേകിയായൊരാൾ തന്റെ മനസ്സിന്റെ യജമാനനായിരിക്കും; ഒരു വിഡ്ഢി അതിന്റെ അടിമയും. ഒരു സാധാരണ മനസ്സ് 'നിന്റേത് നിന്റേത്, എന്റേത് എന്റേത് എന്നു പറയുമ്പോൾ സ്വാർത്ഥതയുള്ള ഒരു മനസ്സ്' എന്റേതും എന്റേത്, നിന്റേതും എന്റേത് എന്നും ഒരു ബുദ്ധന്റെ മനസ്സ് 'നിന്റേതായി ഒന്നുമില്ല, എന്റേതായി ഒന്നുമില്ല' എന്നും പറയുന്നു. 'എന്റെതായി ഒന്നുമില്ല' എന്ന് കണ്ടെത്തുന്നതു വരെ മനസ്സിന്റെ ആർത്തി, അലയൽ, തീ ശമിക്കുകയില്ല.

ചിന്തയുടെ പാഠം

"നാമെന്തു ചിന്തിച്ചുകൊണ്ടിരിക്കുന്നുവോ, ഒടുവിൽ നാം അതായി മാറുന്നു!" - *ഗൗതമബുദ്ധൻ*

മറ്റൊരാളുടെ ദോഷത്തെപ്പറ്റി മാത്രം ചിന്തിക്കുന്ന ഒരാളുടെ മനസ്സിൽ അയാൾ ചിന്തിക്കുന്നത്, അയാളറിയാതെ പാർപ്പുറപ്പിക്കുന്നു.

അന്നന്ന് കുടിക്കാനുള്ള ജലം മൺകലത്തിൽ എടുത്തുവയ്ക്കുന്ന ശീലം പണ്ട് ഉണ്ടായിരുന്നു. ഇതുപോലെ ബുദ്ധിയുടെ പാത്രത്തിൽ പ്രഭാതധ്യാനത്തിനുശേഷം നല്ല നല്ല ചിന്തകൾ നിറച്ചുവയ്ക്കുക. ഉന്നതമായ ബോധാവസ്ഥയിൽ ജീവിച്ച വ്യക്തികളുടെ വിവേക പൂർണമായ വഴികൾ, പൂനിലാവുപോലെ മനോഹരമായ ചിന്തകൾ മനസ്സിൽ ഉൾകൊണ്ട് മനനം ചെയ്യുന്ന ശീലം വളർത്തുക. അങ്ങനെ യാണെങ്കിൽ അതതു ദിവസം നമുക്കു ജീവിതത്തിൽ ഉണ്ടാകുന്ന പല പ്രശ്നങ്ങൾക്കും പ്രതിസന്ധിക്കും നമ്മുടെ വ്യക്തിപരമായ ചിന്ത കൾക്കപ്പുറത്തുള്ള ഉന്നതമായ ഒരു ബോധത്തിൽ നിന്നു വരുന്ന ചിന്തകളെ ഒരു വെളിച്ചംപോലെ നമുക്കെടുത്ത് ഉപയോഗിക്കാനാവും. ഇതിനായി ഉപനിഷത്തുക്കൾ, ഗീത, ബൈബിൾ, ഖുർആൻ, ബുദ്ധൻ, അരബിന്ദോ, കൃഷ്ണമൂർത്തി തുടങ്ങിയവരുടെ മഹാമൊഴികൾ ഒരു പുസ്തകത്തിൽ പകർത്തിവച്ചത് വായിക്കുന്നതു ശീലമാക്കുക.

ഒരു ദിനം ഒരുത്തന്റെ മനസ്സിൽ 60,000 ചിന്തകൾ ഉണ്ടാകുന്നു വെന്നാണ് കണക്ക്. നാം ഓരോ ദിവസവും ഇതുതന്നെ ആവർത്തി ക്കുകയാണ്! പുതിയ ഒരു ചിന്തപോലും സാധാരണ ഒരു മനസ്സിൽ ഉണ്ടാകുന്നില്ല!

ഇന്ത്യൻ സിദ്ധനായ മാർതൃപ പറയുന്നു: അതിരറ്റ സമുദ്രമദ്ധ്യ ത്തിൽ, കപ്പലിൽ വച്ച് ഒരു പ്രാവിനെ സ്വതന്ത്രമാക്കുന്നതുപോലെ നിങ്ങളുടെ ചിന്തകളെ സ്വതന്ത്രമായി അലയാൻ വിടുക. സമുദ്ര മദ്ധ്യത്തിൽ നിന്ന് പ്രാവ് പറന്നു പറന്നു പറന്ന് മറ്റെവിടെയും പോകാ നാകാതെ കപ്പലിലേക്കുതന്നെ തിരിച്ചുവരുന്നു. അതുപോലെ

ചിന്തകൾക്ക് അതു പുറപ്പെട്ട ഇടത്തേക്കു തിരിച്ചുപോകുകയല്ലാത മറ്റെവിടെയും പോകാനാകില്ല." ഉറവിടത്തെ, മനസ്സിനെത്തന്നെ നന്നായി അറിയൂ, സ്വതന്ത്രമാക്കൂ എന്ന് അദ്ദേഹം ഓർമ്മപ്പെടുത്തുന്നു.

"നിരാശയോടെ ഒന്നും ചിന്തിക്കരുത്. നിരാശയ്ക്ക് ഒരു സെക്കന്റ് നമ്മുടെ ഉള്ളിൽ സ്ഥാനം കൊടുത്താൽ അത് അവിടെനിന്നു പോകില്ല." - ദാദാ ലേഖരാജ്.

"ഒന്നും നന്നാവില്ല, ആരും നേരെയാവില്ല." എന്ന് എപ്പോഴും കുറ്റപ്പെടുത്തുന്ന ഒരാൾ ഒരിക്കലും നന്നാവുകയോ നേരെയാവുകയോ ചെയ്യാതെ മുരടിച്ചുപോകുന്നുവെന്നത് എത്ര ഖേദകരമാണ്. സ്നേഹമുള്ള അച്ഛനമ്മമാർ, അധ്യാപകർ, കുട്ടികളോടു 'നീ നന്നാകില്ല' എന്നു പറയുന്നത്ര കടുത്ത ശിക്ഷ വേറെയില്ല. കുട്ടികൾ നന്നാവണമെങ്കിൽ അവർ നന്നാവും. അവർ ഓരോ ദിവസം കഴിയുമ്പോഴും നന്നായി വരികയാണ് എന്നൊരു ഭാവന അവരുടെ നേരെ വളർത്തിയെടുക്കുയാണ് വേണ്ടത്. മോശം കുട്ടിയിലുമുള്ള ചെറിയ നന്മകൾ, ഗുണങ്ങൾ, കൂടുതൽ വളരുവാനായി അതു സഹായിക്കും.

ചിന്തയിൽനിന്ന് വാക്കും വാക്കിൽനിന്ന് പ്രവൃത്തിയും എന്നതാണ് ശരിയായ മുറ. വാക്ക് ആദ്യവും ചിന്ത പിന്നീടും അതുകഴിഞ്ഞ് പ്രവൃത്തിയും എന്നത് തെറ്റ്. എന്തു ചെയ്യുമ്പോഴും അതിനുമുൻപ് ചിന്ത വിശദമായി, പൂർണമായി, ഒന്നുമായും അന്ധമായി പക്ഷം ചാരിനില്ക്കാതെ ചിന്ത ചെയ്യുക. അപ്പോൾ പറയുന്ന വാക്ക് നേരായതും ശരിയായതും ആയിരിക്കും. തുടർന്നത്രെ പ്രവൃത്തിയുടെ ഊഴം. ശരിയായ ചിന്തയ്ക്കും വാക്കിനും ശേഷം വരുന്ന പ്രവൃത്തിയും ശരിയുടെ, നേരിന്റെ പാതയിലായിരിക്കും.

ചിന്തയുടെ പരിമിതിയെ ജെ. കൃഷ്ണമൂർത്തി ഇപ്രകാരം ഓർമിപ്പിക്കുന്നുണ്ട്. "ചിന്ത തലച്ചോറിൽ, നാഡീകേന്ദ്രത്തിൽ ഉള്ള വെറുമൊരു ചലനം മാത്രം! അജ്ഞാതമായത്, അതിരറ്റത് ചിന്ത കൊണ്ട് ലഭിക്കാനാകില്ല!"

യുക്തിയുടെ പാഠം

യുക്തി നമുക്ക് മനോഹരമായ യന്ത്രങ്ങളെ തന്നു. പക്ഷേ, ഇത് മനോഹരമായ മാനവികതയെ തകർത്ത് തരിപ്പണമാക്കി - ഓഷോ

ഒരാളുടെ സത്തയിൽ പത്തിലൊന്ന് മാത്രമാണ് അയാളറിയുന്നത്; പത്തിൽ ഒൻപതും ഇരുളിലാണ്. ബോധോദയത്തിലെത്തിയ ഒരു മനസ്സിന് ഇരുളിലുള്ളത്, അപ്പുറത്തുള്ളത് അറിയാനാവുന്നു. അത്തരമൊരു മനസ്സുകൊണ്ട് അസ്തിത്വത്തെ നോക്കിയാൽ യാഥാർത്ഥ്യം യുക്തിപരമല്ല, മറിച്ച് ദ്വന്ദ്വവാദപര(ഡയലക്ടിക്കൽ)മാണ്. 'ജീവിതം വിപരീതങ്ങളിലൂടെ ചലിക്കുന്നു'വെന്നത് പറയുന്നു. നദി എതിരായി നില്ക്കുന്ന രണ്ടു കരകളിലൂടെ ഒഴുകുന്നതുപോലെയാണിത്. എതിരായി നില്ക്കുന്ന ആ രണ്ട് കരകളാണ് നദിയെ അവയ്ക്കിടയിലൂടെ ഒഴുകാനനുവദിക്കുന്നത് - രാവും പകലും, സ്ത്രീയും പുരുഷനും, ചൂടും തണുപ്പും, യൗവനവും വാർധക്യവും, ജനനവും മരണവും... വിപരീതങ്ങൾക്ക്, ദ്വന്ദ്വങ്ങൾക്ക് മാത്രമാണ് ഒരു സിംഫണിയുണ്ടാക്കാനാവുന്നത്.

ജീവിതത്തിനു നേരെയുള്ള ദ്വന്ദ്വവാദപരമായ ഈ സമീപനം പടിഞ്ഞാറ് ഹെറാക്ലീറ്റസ്, ഹെഗൽ എന്നിവരിലൂടെയാണ് വളർന്നുവന്നത്. ഇത് തീർത്തും യുക്തിനിഷ്ഠമായ ഒരു ലൈനിലൂടെ മാത്രം സഞ്ചരിച്ചു. ഈ കാഴ്ചപ്പാടിനെ നിരാകരിക്കുന്നതാണ് യുക്തിവാദപരമായ സമീപനം, ഈ പടിഞ്ഞാറൻ സമീപനത്തിന്റെ പിതാവ് അരിസ്റ്റോട്ടിലത്രെ. ഇതു തീർത്തും യുക്തിവാദപര സമീപനം. ഈ സമീപനത്തിന്റെ പടിഞ്ഞാറൻ പിതാവ് അരിസ്റ്റോട്ടിലത്രെ.

രണ്ട്

"പൂർണജ്ഞാനം പൂർണമായ സ്നേഹംപോലെയാകുന്നു. ഈ രോഗശമനസ്പർശം കൂടാതെ ലോകം മുഴുവൻ പാലും തേനുമൊഴുക്കിയാലും വ്യാപകമായ ദുഃഖവും നിസ്സഹായതയും യാതനയും ഭൂമിയിൽനിന്ന് അപ്രത്യക്ഷമാവില്ല." - ബുദ്ധൻ

യുക്തി ഉപയോഗിച്ചുള്ള വാദപ്രതിവാദം എന്നത് രണ്ട് തലകൾ തമ്മിലാകുന്നു. സ്നേഹം, വിനിമയം, വിശ്വാസം, രണ്ട് ഹൃദയങ്ങൾ തമ്മിൽ നടക്കുന്നു. യുക്തി വഴി, തർക്കം വഴി, വാദപ്രതിവാദം വഴി ഒരാൾക്കൊരിക്കലും പരമമായ സത്യത്തിലെത്താനാവില്ല. ഇതനുഭവപ്പെടുത്തിയ ഒരു സംവാദത്തിൽ ഈ ലേഖകൻ പങ്കെടുക്കാനിടയായി. 'ആത്മീയത, വർഗ്ഗീയത നമ്മുടെ സമകാലീന സന്ദർഭത്തിൽ' എന്നതായിരുന്നു വിഷയം. യുക്തിവാദി പ്രസ്ഥാനത്തിന്റെയും മാർക്സിസ്റ്റ് പാർട്ടിയുടെയും കരുത്തനായ ഒരു നേതാവുമായി നേരിടാൻ ഈ ലേഖകന് അല്പംപോലും താത്പര്യമുണ്ടായിരുന്നില്ല. സംഘാടകർക്കാകട്ടെ വളരെ ആരോഗ്യകരമായ ഒരു കാഴ്ചപ്പാടാണുള്ളത്. മതങ്ങൾ ചരിത്രത്തിലൊരിക്കലും ഉണ്ടാവാത്തത്ര ഇരുണ്ട, രക്തപങ്കിലമായ ഒരു 'റോൾ' അരങ്ങേറുന്ന ഇക്കാലത്ത് ഈ ലേഖകൻ മതത്തെ, ആത്മീയതയെ എന്തുകൊണ്ടുയർത്തിപ്പിടിക്കുന്നു എന്ന് ജനങ്ങളെ അറിയിക്കണം. ഒപ്പം ഇതിനെ യുക്തിവാദത്തിന്റെ ലൈനിൽ നിന്നുകൊണ്ട് ഒരു പ്രഗല്ഭൻ ലേഖകന്റെ വാദമുഖത്തെ എങ്ങനെയൊക്കെ നിരാകരിക്കുന്നുവെന്നും അതിനെ ലേഖകൻ എങ്ങനെ സ്വീകരിക്കുന്നുവെന്നും ജനങ്ങളറിയണം. ഇതായിരുന്നു സംഘാടകരുടെ ലക്ഷ്യം.

ഒരു 'ഡിബേറ്റി'നു വേണ്ടിയല്ല ഇത്തരമൊരു വേദിയിൽ നില്ക്കുന്നതെന്നും തലയ്ക്കു പകരം ഹൃദയംകൊണ്ടുള്ള വിനിമയമാണ് ഇത്തരം വിഷയത്തിനുനേരെ വേണ്ടതെന്നും സൂചിപ്പിച്ച ഈ ലേഖകൻ പറഞ്ഞതിന്റെ ചുരുക്കം ഇതായിരുന്നു: മതങ്ങൾ മുഴുവൻ ഇന്ന് മതവിരുദ്ധവും മനുഷ്യവിരുദ്ധവുമായി മാറിയിരിക്കുന്നു. മതങ്ങളും പ്രത്യയശാസ്ത്രങ്ങളും ചേർന്ന് ഇന്ന് ജീവിക്കുന്ന മനുഷ്യന്റെ ഉള്ളിലും പുറത്തും ഉണ്ടാക്കിയിട്ടുള്ള മുറിവുകൾ ഉണക്കാൻ മതേതരമായ ഒരാത്മീയതയിൽ ഊന്നിനിന്നുകൊണ്ടുള്ള ധ്യാനം, സെൻ ബുദ്ധദർശനം പ്രസക്തമാണെന്ന് ഈ ലേഖകൻ വിചാരിക്കുന്നു. നമ്മുടെ സമൂഹത്തിൽ ഭൗതികമായ അസമത്വം നിലനില്ക്കുവോളം കാറൽ മാർക്സിന്റെ ചിന്തകൾക്ക് എത്രത്തോളം പ്രസക്തിയുണ്ടോ, അതുപോലെ മനുഷ്യന്റെ മനസ്സിൽ ഏതുവരെ അസ്വസ്ഥതയും വേദനയും നിലനില്ക്കുന്നുവോ അതുവരെ ധ്യാനത്തിനും പ്രസക്തിയുണ്ട്. ധ്യാനത്തെക്കാൾ വലുതൊന്നുണ്ട്! സ്നേഹം. അതുള്ളൊരാൾക്ക് ധ്യാനംതന്നെ വേണമെന്നില്ല. അതില്ലാത്ത ലോകത്ത് മതമുക്തമായ ഒരാത്മീയതയിലേക്കു വ്യക്തികളുടെ ബോധത്തെ നയിക്കാൻ, പരിചരണാത്മകമായ മാർഗ്ഗമായി ധ്യാനം ലോകത്തെങ്ങുമുള്ള മനുഷ്യനു സ്വീകാര്യമാകുന്നു എന്നതായിരുന്നു ഈ ലേഖകന്റെ സംഭാഷണത്തിന്റെ കാതൽ.

തുടർന്ന് യുക്തിവാദ പ്രസ്ഥാനത്തിന്റെ നേതാവ് നടത്തിയ പ്രസംഗം ശക്തവും ക്ഷുബ്ധവും വികാരനിർഭരവുമായിരുന്നു. കാറൽ മാർക്സിനെ, എംഗൽസിനെ, ലെനിനെ പ്രമാണമാക്കി ധ്യാനം തികഞ്ഞ ഒരസംബന്ധമാണെന്ന് സംശയരഹിതമായ ഭാഷയിൽ അദ്ദേഹം ഉറപ്പിച്ചു പറഞ്ഞു. ധ്യാനം ചെയ്യുന്നതുകൊണ്ട് ആർക്കെങ്കിലും ശാന്തിയുണ്ടാകുന്നുണ്ടെങ്കിൽ അതിനു താൻ എതിരല്ലെന്നും അദ്ദേഹം പറഞ്ഞു. മാനവികമൂല്യങ്ങളെയാണ് നാം ഉയർത്തിപ്പിടിക്കേണ്ടതെന്നും ധ്യാനത്തെയല്ലെന്നും അദ്ദേഹം ആഹ്വാനം ചെയ്തു. ഈ ലേഖകനെപ്പോലുള്ളവർ പറയുന്ന ധ്യാനത്തിന്റെ ആശയങ്ങൾ ചെറുത്തു തോല്പിക്കപ്പെടേണ്ടതാണെന്നും അദ്ദേഹം സദസ്യരെ ഉദ്ബോധിപ്പിച്ചു.

അദ്ദേഹം ഉറക്കെ പറഞ്ഞതിലെ യുക്തിപരതയെ, ആധികാരികതയെ, നിരീക്ഷണ-പരീക്ഷണ നിഗമനങ്ങളിലൂടെ തെളിയിക്കപ്പെട്ട അതിന്റെ സുതാര്യതയെ സദസ്സിലുള്ളവരെപ്പോലെ ഈ ലേഖകനും നന്നായി ബോധ്യമാവുകയുണ്ടായി. 'ഒന്നും ഒന്നും രണ്ട്' എന്ന കൃത്യമായ ഉത്തരത്തിലെത്തിയതുപോലെ ഒരു തോന്നൽ ഉണ്ടായി. ഭംഗിയുള്ള പ്ലാസ്റ്റിക് പൂക്കൾ കാണുമ്പോളെന്നതുപോലെ ആകർഷിക്കുകയുണ്ടായി. 'അനുഭവൈകപ്രമാണപര'മായ യുക്തിവാദം പ്ലാസ്റ്റിക്പൂക്കളെപ്പോലെയാണോ? കണ്ണുകൊണ്ട് കാണുന്നതിനപ്പുറത്തായി ഒന്നും അതിലില്ല! അവയിലുള്ളതൊക്കെയും കാണുന്നവയാണ്, കാണാനാവാത്തതൊന്നും അതിലില്ല! (രാത്രി പരിപാടി കഴിഞ്ഞ് മടങ്ങുമ്പോൾ വഴിവക്കിലെ പറമ്പിൽ പരിമളം ചൊരിഞ്ഞ് നിന്നിരുന്ന മുല്ലപ്പൂക്കൾക്ക് കാണാത്തതെന്തോ ഉണ്ടായിരുന്നു. കാണാത്തതത്രെ അതിന്റെ യഥാർത്ഥ സത്ത! സെൻബുദ്ധദർശനത്തിലും താവോയിസത്തിലും ധ്യാനപൈതൃകത്തിലും സെയിന്റ് ഫ്രാൻസീസിന്റെ ദർശനത്തിലും ഉള്ള ആത്മീയത, മതാത്മകത, അത്തരത്തിലുള്ളതാകുന്നു. അതിനെപ്പറ്റി വാക്കുകളുപയോഗിച്ചുകൊണ്ട് പറയാനുള്ള ഈ ലേഖകന്റെ ശ്രമം, ഒരു മൂകൻ കണ്ട മനോഹരമായ സ്വപ്നത്തെ ആംഗ്യങ്ങൾകൊണ്ടും ചേഷ്ടകൾകൊണ്ടും പ്രകടിപ്പിക്കാൻ ശ്രമിച്ചതുപോലെയായിരുന്നു!)

ആധുനിക പരിഷ്കൃതിയുടെ ഭാഗമായുണ്ടായ മനുഷ്യന്റെ ബൗദ്ധിക സംഭാവനകളൊക്കെയും പ്ലാസ്റ്റിക് പൂക്കളെപ്പോലെയാണോ? അവ കാണുന്നിടത്തുവച്ച്; കേൾക്കുന്നിടത്തുവച്ച് തീരുന്നു. അതിന് അജ്ഞാതമായതുമായി, അദൃശ്യമായതുമായി ഉണ്ടായിരിക്കേണ്ട ബന്ധം നഷ്ടമായിരിക്കുന്നു. അതുകൊണ്ടത്രെ മനുഷ്യർ ഇത്രയേറെ ഭയം തോന്നിക്കുംവിധം ഹിംസാപരനാകുന്നത്. മുൻപൊരിക്കലു

മില്ലാത്തതുപോലെ തന്റെ തന്നെ വേരുകളിൽ നിന്ന് മുറിച്ചുമാറ്റപ്പെടുന്നത്.

വൃക്ഷം, അതിന്റെ ഇലകൾ, പൂക്കൾ, കനികൾ, എല്ലാം കാണാവുന്നത്; പക്ഷേ, വേരുകൾ ഭൂമിക്കടിയിലും. വേരുകൾ അജ്ഞാതമായിടത്ത്, അദൃശ്യമായിടത്ത്! വിശ്വജീവിതവുമായി കണ്ണിചേർക്കപ്പെട്ട ജീവിതത്തിന്റെ കേന്ദ്രം അജ്ഞാതമാണെന്നു മാത്രമല്ല, അറിയാനാവാത്തതുമാകുന്നു. അജ്ഞാതമായത് ചിന്തകൾ വഴി നേടാനാവില്ല. ചിന്തയുടെ പരിധി അറിയപ്പെടുന്നതിൽ, കാണപ്പെടുന്നതിൽ ഒടുങ്ങുന്നു. ചിന്തതന്നെയും ജ്ഞാതമായതുവഴി, കാണപ്പെടുന്നതുമായി ബന്ധപ്പെട്ടതത്രെ.

"യുക്തിയെ രാജാവാക്കിയതാണ് മനുഷ്യനു പറ്റിയ മുഖ്യമായ യുക്തിരാഹിത്യം. നാം അടിസ്ഥാനപരമായ യുക്തിയില്ലാത്തവരാണ്. ഞാൻ എല്ലാറ്റിൽനിന്നും വേർപെട്ടവനാണെന്ന യുക്തിരാഹിത്യം ഉണ്ടാക്കുന്നത് ചിന്തയാണ്. ഈ യുക്തിരാഹിത്യം കാണാൻ കഴിഞ്ഞില്ലെങ്കിൽ യുക്തിപരമായി ജീവിക്കാൻ നമുക്കാവില്ല." -ജെ. കൃഷ്ണമൂർത്തി

സംവാദപാഠം

ഒരു വിഡ്ഢിയുടെ ഹൃദയം അയാളുടെ വായയിലാകുന്നു. പക്ഷേ, ഒരു ജ്ഞാനിയുടെ വായ അയാളുടെ ഹൃദയത്തിലാകുന്നു" - ബഞ്ചമിൻ ഫ്രാങ്ക്ളിൻ

"ഒരു ഗ്രീക്ക് തത്ത്വചിന്തകൻ തന്റെയൊരു ശിഷ്യനു നൽകിയ ഉപദേശം ഇപ്രകാരമായിരുന്നു - "നിന്നെ അപമാനിക്കുന്നവർക്കൊക്കെ നീ മൂന്നുവർഷം തുടർച്ചയായി സമ്മാനങ്ങൾ കൊടുക്കണം!"

കാലാവധി കഴിഞ്ഞപ്പോൾ ഗുരു മൊഴിഞ്ഞു. "ഇനി നിനക്ക് ഏതൻസിലേക്കു പോകാം! ജ്ഞാനം നേടാം!..."

ശിഷ്യൻ ഏതൻസിലേക്കു പ്രവേശിക്കുകയായിരുന്നു. അവിടെയുള്ള കവാടത്തിലിരുന്ന് ഒരു ജ്ഞാനി അവിടെ വരികയും പോകുകയും ചെയ്യുന്നവരെ കഠിനമായ ഭാഷയിൽ നിന്ദിച്ചുകൊണ്ടിരിക്കുന്നതാണ് അദ്ദേഹം ആദ്യമായി കണ്ടത്.

"നിന്നെ നിന്ദിച്ചപ്പോൾ നീ എന്താണ് ചിരിക്കുന്നത്?" ജ്ഞാനി അയാളോടു ചോദിച്ചു. അയാൾ മന്ദഹാസത്തോടെ മൊഴിഞ്ഞു.

"കാരണം മൂന്നു വർഷത്തോളം ഈ ഇനത്തിൽപ്പെട്ടതു കിട്ടാൻ പണമെത്രയോ ചെലവഴിച്ചവനാണു ഞാൻ! ഇപ്പോൾ താങ്കൾ അതെനിക്കു സൗജന്യമായി തരുന്നു! അതോർത്തു ചിരിച്ചുപോയതാണ്. അങ്ങു ക്ഷമിച്ചാലും!" ഇത്രയും കേട്ടപ്പോൾ ആ ജ്ഞാനി ആദരവോടെ മൊഴിഞ്ഞു, "താങ്കൾക്ക് ഈ നഗരത്തിലേക്കു സ്വാഗതം, നിങ്ങൾക്കു വേണ്ടതെല്ലാം നേടൂ!"

ഒരു വ്യക്തി എന്ന നിലയ്ക്ക് നിങ്ങളെ അപമാനിക്കുന്ന ഒരാളെ അപകീർത്തിപ്പെടുത്തുന്ന ഒരാളെ, വേദനിപ്പിക്കുന്ന ഒരാളെ കൃതജ്ഞതയോടെ സഹോദരനെന്ന ബോധത്തോടെ കാണാൻ, മനസ്സിലാക്കാൻ, ഇടപെടാൻ നിങ്ങൾക്കു കഴിയുമോ.

അങ്ങനെ കഴിയണമെങ്കിൽ ഒരാൾ പൂർണമായും അഹന്തയറ്റവനായിരിക്കണം. സാധാരണക്കാരിൽവച്ച് സാധാരണക്കാരനായിരിക്കണം. അതുകൊണ്ട് സെൻബുദ്ധ ആചാര്യന്മാർ ഒരുപോലെ മൊഴിയുന്നു. "സാധാരണനാവുക!"

ഇരുട്ടിൽ ഒരു മൺവിളക്ക് എരിയുകയും കാറ്റുവന്ന് അതണച്ചു കളയുകയും ചെയ്യുന്നു. അതുപോലെ ഞാനെന്നഭാവം അണഞ്ഞു പോകണം. തിരിനാളമണയുകയും നിങ്ങളെ കാണാതിരിക്കുകയും ചെയ്യുന്നു. ഇതുപോലെ 'നിങ്ങൾ ' അപ്രത്യക്ഷനാവുക!

ജീവിതത്തിൽ ഇത്തരത്തിൽ ആരുമില്ലാത്തവനാകാൻ, ഒന്നുമില്ലാത്തവനാകാൻ ഒരാൾക്കു കഴിയുമ്പോൾ അയാൾ അങ്ങേയറ്റം വരെ അഹം വെടിഞ്ഞവനത്രെ. അയാളുടെ സത്തയിൽ സംഘർഷത്തിന്റെ ഒരു കണം പോലും ഉണ്ടാവുന്നില്ല. അത്തരമൊരു മനസ്സ് സത്യവും സ്നേഹവും ഉപയോഗിച്ച് വിനിമയം ചെയ്യുമ്പോൾ, സംവദിക്കുമ്പോൾ ഇതരനെ തോല്പിക്കാനല്ല, അയാൾ സംസാരിക്കുന്നത്. സത്യം കാണിക്കുവാനാണ്.

ബസ്രയിലെ ഒരു പൗരൻ, അബു ജറിയ, മുഹമ്മദ് നബിയുടെ പ്രവാചകപരമായ ദൗത്യത്തെപ്പറ്റി ബോധ്യമായിട്ട് പെരുമാറ്റത്തിൽ അടങ്ങിയിരിക്കേണ്ട ഏറ്റവും മഹത്തായ ഗുണമെന്തെന്ന് ചോദിക്കുകയുണ്ടായി. "ആരോടും ഹീനമായത് പറയരുത്." ഇതായിരുന്നു പ്രവാചകന്റെ മറുപടി.

സാധാരണയായി നാം വാദപ്രതിവാദം നടത്തുമ്പോൾ യുക്തിയാണ് പ്രധാനമായി മാറുന്നത്. ഒരാൾ അധികം വാദിക്കുമ്പോൾ അന്യരുമായി അത്രയുമധികം അകലുന്നു. സ്നേഹമുള്ളവർ തമ്മിൽ വാദപ്രതിവാദമില്ല. വിനിമയമേയുള്ളൂ.

ഒരാൾ വിജയിയാകാൻ വേണ്ടി വാദിക്കുമ്പോൾ അയാൾ ഹിംസാപരനാകുന്നു. വാദപ്രതിവാദം വഴി സത്യത്തെ കൊല്ലാൻ അയാൾക്കു കഴിയുന്നു. വാദപ്രതിവാദത്തിൽ നഖശിഖാന്ത ശ്രദ്ധയോടെ പോകുന്നവർ സത്യത്തെയല്ല, വിജയത്തെ തേടുകയാണ്. വിജയം ലക്ഷ്യമാകുമ്പോൾ സത്യം ബലി കഴിക്കപ്പെടുന്നു.

> *"ഒരാൾക്കെതിരാണു നിങ്ങളെങ്കിൽ അയാളെ നിങ്ങൾക്ക് എങ്ങനെ മനസ്സിലാകും? മനസ്സിലാക്കുകയെന്നത് ദയ ആവശ്യപ്പെടുന്നു, പങ്കാളിത്തം ആവശ്യപ്പെടുന്നു."* - ജെ. കൃഷ്ണമൂർത്തി.

യുക്തിയുടെ ഭാഷ അക്രമപരമാകുന്നു, താർക്കികമാകുന്നു, ഹിംസാത്മകമാകുന്നു. സ്നേഹഭാഷ പൂർണമായും ഭിന്നം. അവിടെയൊരാൾ തന്റെ അഹംബോധത്തെ ഗണിക്കുന്നില്ല. അന്യനെയാണ് പരിഗണിക്കുന്നത്. വളരാൻ, പരിവർത്തിക്കാൻ, പുനർജനിക്കാൻ. സ്നേഹ ഭാഷയിൽ പറയുന്ന രീതിക്കത്രെ പ്രാധാന്യമുള്ളൂ. ഉള്ളടക്കം, സന്ദേശം അപ്രധാനമാണെന്നല്ല. ഇതൊരു മനസ്സും മനസ്സും തമ്മിലുള്ള ഭാഷണമല്ല, മറിച്ച് ഹൃദയവും ഹൃദയവും തമ്മിലുള്ള ഒരു സംഭാഷണമാകുന്നു.

താരതമ്യപാഠം

അത്ഭുതം! അത്ഭുതം
ചുവന്നപൂക്കൾ ചുവന്നതാണ്,
നീലപ്പൂക്കൾ നീലയാണ്
അത്ഭുതം!....

(ഹൈക്കുകവിത)

ചുവന്നപൂവിന് നീലപ്പൂവാകാനാവില്ല. നീലപ്പൂവിന് ചുവന്ന പൂവാകാനാവാത്തതു പോലെ. ഇതാണ് പ്രപഞ്ചത്തിന്റെ അതുല്യത, വൈവിധ്യത.

ഒരു സെൻഗുരുവിനോട് ഒരു ശിഷ്യൻ ചോദിച്ചു: "നാം എന്തുകൊണ്ടാണ് ദുഃഖിതരാവുന്നത്?"

ഗുരു മൊഴിഞ്ഞു. "മുറ്റത്തെ സൈപ്രസ് മരത്തെ നോക്കു" ചോദ്യകർത്താവ് മുറ്റത്തെ സൈപ്രസ് മരത്തെ നോക്കി. അയാൾ പറഞ്ഞു. "എനിക്കൊന്നും മനസ്സിലായില്ല." മറുപടിയായി ഗുരു പറഞ്ഞു. "ഒന്നുകൂടി നോക്കൂ, സൈപ്രസ് മരത്തിന്റെ അടുത്ത് ഒരു റോസാച്ചെടിയുണ്ട്. റോസാച്ചെടി ഞാനെന്തുകൊണ്ട് ചെറുതായീയെന്ന് ഒരിക്കലും പരാതിപ്പെടുന്നില്ല. അതുപോലെ സൈപ്രസ്മരവും പരാതിപ്പെടുന്നത് ഞാൻ കേട്ടിട്ടില്ല. എല്ലാ ദിവസവും രാവിലെയും ചിലപ്പോൾ സന്ധ്യയിലും അവ തർക്കിക്കുകയോ ചർച്ച ചെയ്യുകയോ താരതമ്യം ചെയ്യുകയോ ചെയ്യുന്നുണ്ടോ എന്നറിയാൻ ഞാൻ നോക്കാറുണ്ട്. അവ പൂർണ്ണ മൗനത്തിലാണ്. സൈപ്രസ് മരവും റോസാച്ചെടിയും അങ്ങനെയായതിൽ സ്വയം സന്തോഷിക്കുന്നവരാണ്. കാരണം യാതൊരു താരതമ്യവും മാത്സര്യവും അപകർഷബോധവും അവ തമ്മിലില്ല."

ഇന്ത്യയിലെ പ്രശസ്തനായ ഒരു സന്ന്യാസി ശിഷ്യന്മാരോടു പറഞ്ഞതായി കേട്ടിട്ടുണ്ട്. "നിങ്ങളുടെ അത്രയും ഒന്നുമില്ലാത്തവരെ, താഴെയുള്ളവരെ സദാ നോക്കുക. നിങ്ങൾക്കപ്പോൾ വളരെ

സന്തോഷമുണ്ടാകും. നിങ്ങൾക്കൊരു വീടുണ്ടെങ്കിൽ വീടില്ലാത്ത മനുഷ്യരെ എപ്പോഴും നോക്കുക. നിങ്ങൾക്ക് ഒരു കണ്ണേ ഉള്ളൂ വെങ്കിൽ കുരുടനായ ആളെ നോക്കുക. സ്വാഭാവികമായും നിങ്ങൾക്കു സന്തോഷമുണ്ടാകും!"

അത്ഭുതം ഇതെന്തുതരം സന്തോഷമാണ്? നിങ്ങൾക്കൊരു കണ്ണുണ്ട്. കുരുടനെ കാണുമ്പോൾ നിങ്ങൾക്കു സന്തോഷം, പക്ഷേ മനോഹരമായ രണ്ടു കണ്ണുകളുള്ള ഒരാളെ കണ്ടുമുട്ടിയാൽ നിങ്ങളെന്തു ചെയ്യും? നിങ്ങൾക്ക് അസന്തുഷ്ടിയുണ്ടാവും. നിങ്ങളുടെ സന്തുഷ്ടിയെന്ന് പറയപ്പെടുന്നതിൽ അസന്തുഷ്ടി അടക്കം ചെയ്തിരിക്കുന്നു! താരതമ്യം വഴി ഒരിക്കലും ആർക്കും സന്തുഷ്ടിയുണ്ടാക്കാനാവില്ല. താരതമ്യത്തിലൂടെ ഉണ്ടാകുന്ന സന്തോഷം കൃത്രിമമായിരിക്കും. എനിക്കൊരു വലിയ വീട്, നിങ്ങൾക്ക് ചെറിയ വീട്, ഞാൻ സന്തുഷ്ടൻ! മറ്റുള്ളവരുടെ ഇല്ലായ്മയിൽ എന്റെ സന്തോഷം നിലനിൽക്കുന്നുവെങ്കിൽ അത് യഥാർത്ഥ സന്തോഷമാണോ? നിങ്ങൾ ദുഃഖിതനാണെന്നതിലാണ് എന്റെ സന്തോഷം! എന്നു പറയുന്ന യുക്തി എത്ര ഭീകരമാണ്.

ക്ലാസ്സിൽ ഒന്നാമനായ ഒരു വിദ്യാർത്ഥിയെ ചൂണ്ടി, വീട്ടിൽ ഒന്നാമനായ ഒരു മകനെ ചൂണ്ടി 'നീയും അവനെപ്പോലെയാകൂ' എന്ന് പിന്നാക്കം നിൽക്കുന്നവനെ ഉപദേശിക്കുന്നതുപോലൊരു പാതകം വേറെയില്ല. എന്തെന്നാൽ, ഭൂമിയിലൊരാളും മറ്റൊരാളെപ്പോലെയല്ല. ഒരാൾക്കും മറ്റൊരാളെപ്പോലെയാകാനാവില്ല. അങ്ങനെ ശ്രമിക്കുന്നതുതന്നെയും അയാളിൽ സംഘർഷവും അസൂയയും ഹിംസാപരതയും ക്രോധവും വളർത്തും. ആത്യന്തികമായി അത് വ്യക്തികളിൽ ദുഃഖം ഉണ്ടാക്കുകയേ ഉള്ളൂ.

ഒരാൾ തന്റെ സുന്ദരിയല്ലാത്ത ഭാര്യയെ, വേണ്ടത്ര കാര്യക്ഷമതയില്ലാത്ത ഭാര്യയെ, സുഹൃത്തിന്റെ സുന്ദരിയായ ഭാര്യയോട് കാര്യക്ഷമതയുള്ള ഭാര്യയോട് താരതമ്യം ചെയ്തുകൊണ്ട് ചിന്തിക്കാൻ തുടങ്ങുമ്പോൾത്തന്നെ അയാളിൽ തീരാത്ത സംഘർഷങ്ങളും ശമിക്കാത്ത പ്രയാസങ്ങളും ഉയർന്നുവരാൻ തുടങ്ങുന്നു.

ഒരേ വീട്ടിൽ ഒരേ അച്ഛനമ്മമാർക്ക് ജനിച്ച്, ഒരുപോലുള്ള ഭക്ഷണം കഴിച്ച്, ഒരുപോലുള്ള ഭൗതിക മാനസിക സാഹചര്യങ്ങളിൽ വളർന്നുവരുന്ന വ്യക്തികൾക്ക് ഒരുപോലെയുള്ള ജീവിതമല്ല ഉണ്ടാകുന്നത്. ഭിന്നത, തുല്യതയില്ലായ്മ ജീവന്റെ നിയമമാണെങ്കിൽ ഒരാൾ മറ്റൊരാളെപ്പോലെയാകണമെന്ന വിചാരം അയുക്തികവും

അശാസ്ത്രീയവുമല്ലെ? അതുകൊണ്ട് ജീവിതത്തിൽ ഒരു സാഹച ര്യത്തിലും ഒരാളെ വേറൊരാളുമായി താരതമ്യം ചെയ്യരുത്.

> *"ഒരാൾ ഒരിക്കലും താരതമ്യം നടത്താതിരിക്കുമ്പോൾ, എതിരി ടാനുള്ള ഒരു രൂപവും അയാൾക്കു മുന്നിൽ ഇല്ലാതിരിക്കുമ്പോൾ അയാൾക്കു ജീവിതം സ്വച്ഛവും സത്യപൂർണ്ണവുമായി മാറുകയാണ്. അപ്പോളയാളുടെ മനസ്സ് വിശാലവും നിശിതവും സംവേദനമുള്ള തുമായി മാറുകയാണ്. അയാളുടെ ആലോചനകളിൽ, വാക്കു കളിൽ, കർമ്മങ്ങളിൽ അയത്നത നിറയുകയാണ്. അയാളെ ന്താണോ അതാവുകയാണ്. അയാൾ അയാളാവുകയാണ്. അയാൾ മത്സരിക്കുകയല്ല ജീവിക്കുകയാണ്."* - ജെ. കൃഷ്ണമൂർത്തി

വേഗതയുടെ പാഠം

തിരക്കും വേഗതയും മനസ്സിൽ സംഘർഷമുണ്ടാക്കുന്നു, ഒപ്പം രോഗങ്ങളും. പെരുമാറ്റത്തിലെ വെപ്രാളവും വേഗവും പ്രത്യേകതരത്തിലുള്ള ചില ശാരീരിക-മാനസിക രോഗങ്ങൾക്കു കാരണമായിത്തീരുന്നു. ഹൃദ്രോഗവും കാൻസറും പോലുള്ള രോഗങ്ങൾ ഇത്തരത്തിലുള്ള ഒരു ജീവിതശൈലിയിൽനിന്ന് ഉണ്ടാവുന്നു.

ദിവസത്തിൽ ഉടനീളം വേഗതയ്ക്കെതിരെ ഒരു ഉണർവ് ഉണ്ടാക്കാൻ സാധിക്കണം. ദിവസത്തിന്റെ തുടക്കം തന്നെ വളരെ നേരത്തെയാക്കുക. വേഗതയില്ലാതാക്കുക. അങ്ങനെയാണെങ്കിൽ ഒരാൾക്ക് സമാധാനത്തോടെ തന്റെ പണികൾ ചെയ്തുതീർക്കാനാവും. നിങ്ങൾ നിങ്ങളെത്തന്നെ സ്വയം മാറിനിന്ന് ഒരു സാക്ഷിയെപ്പോലെ ശ്രദ്ധിക്കുകയാണെങ്കിൽ വേഗവും വെപ്രാളവും നമ്മുടെ ദൈനംദിന ജീവിതത്തെ എത്രയധികം വികൃതമാക്കുന്നു എന്നു നമുക്കു കാണാനാകും. ഇതിനെതിരെ ഒരു മന്ത്രമുണ്ട് - "മന്ദം, മന്ദം, മന്ദം...."

ഗൗതമബുദ്ധൻ 2500 വർഷങ്ങൾക്കു മുൻപ് ഇതേ മന്ത്രം ഉണർത്തുകയുണ്ടായി. ശാന്തനും തൃപ്തനുമായി ഒരിടത്ത്. ബോധിവൃക്ഷച്ചുവട്ടിൽ ഇരിക്കുന്ന ബുദ്ധന്റെ രൂപം വേഗരോഗം മൂർച്ഛിച്ച ആധുനിക ലോകത്തിനുള്ള ഒരു മരുന്നാകുന്നു.

വേഗതയുടെ ഈ യുഗത്തിൽ 'വേഗതയില്ലാതെ ജീവിക്കുക' എന്ന് സ്വന്തം ജീവിതംകൊണ്ട് പഠിപ്പിച്ചുകൊണ്ടിരിക്കുന്ന ആ തീർത്ഥാടകനെ, ഗോവിന്ദസ്വാമിയെ ഈയിടെ വീണ്ടും കണ്ടുമുട്ടി. മൂന്നു പതിറ്റാണ്ടുകളിലേറെയായി 'പാദയാത്രി, തീർഥയാത്രി' എന്ന തന്റെ ഏകാംഗ സംഘടനയുടെ സ്ഥാപകനും അതിന്റെ ഒരേയൊരനുനായിയുമായ അദ്ദേഹം കയ്യിൽ നാണയം കരുതാതെ ഭൂമിയിലെവിടെയും സഞ്ചരിച്ചുകൊണ്ടിരിക്കുന്ന ഒരാളാണ്. അദ്ദേഹം ഷിർദിയിലേക്കു നടന്നുകൊണ്ടിരിക്കെ ഉണ്ടായ ഒരു സംഭവം വിവരിച്ചു. വിജനമായ, ഒഴിഞ്ഞ റോഡിലൂടെ ആ ദിവസം ഒന്നും കഴിച്ചില്ലല്ലോ എന്ന ചിന്തയോടെ അദ്ദേഹം നടന്നു പോകുകയായിരുന്നു. അപ്പോൾ ഒരു കാർ

അതുവഴി വരികയും അദ്ദേഹത്തെ കണ്ടപ്പോൾ കാർ അവിടെ നിർത്തുകയും ചെയ്തു. സ്വാമി ഷിർദിയിലേക്കാണെന്നറിഞ്ഞപ്പോൾ അവർ അദ്ദേഹത്തെ ക്ഷണിക്കുകയും അദ്ദേഹം അത് സ്നേഹപൂർവം നിരസിച്ചുകൊണ്ട് താൻ ഒരു ഉറച്ച പദയാത്രി തീർത്ഥാടകനാണെന്ന് അവരോടു പറഞ്ഞ് അവരോടു വിടപറയുകയും ചെയ്തു. കാർ കുറച്ചു മുന്നോട്ടു നീങ്ങിയപ്പോൾ സ്വാമി വിചാരിച്ചു: അവർ ഭക്ഷണം വല്ലതും തന്നിരുന്നെങ്കിൽ വിശപ്പടക്കാമായിരുന്നു. അദ്ദേഹം തുടർന്നു മുന്നോട്ടു നോക്കിയപ്പോൾ, കാർ അവിടെ നിർത്തിയതായി കണ്ടു. അവർ സ്വാമിയോടു പറഞ്ഞു: "സ്വാമിക്കു കഴിക്കാൻ പഴങ്ങളും തേങ്ങയുമൊക്കെയുണ്ട്. ഇതു സ്വീകരിക്കുമോ? ഇതു കേട്ടപ്പോൾ അയാളുടെ കണ്ണുകൾ നിറഞ്ഞു. മനസ്സിൽ നന്ദി പറഞ്ഞുകൊണ്ട് അവർ കൊടുത്ത പഴങ്ങളും നാളികേരവും വാങ്ങി. അദ്ദേഹം ഒരു മരച്ചുവട്ടിലിരുന്ന് അതു കഴിച്ചു. വഴിയിലെവിടെയും ഭക്ഷണം കിട്ടാൻ സാധ്യതയില്ലാത്ത വിജനമായ നിരത്തിലൂടെയാണ് അന്നു രാത്രി ഏറെ വൈകുംവരെ അദ്ദേഹം നടന്നത്. അദ്ദേഹം ഈ ലേഖകനോട് പറഞ്ഞു: "എനിക്ക് അധികമൊന്നും പറയാനില്ല. വേഗതയുടെ യുഗത്തിൽ ജീവിക്കുന്ന നാം വേഗതയില്ലാത്തവരായി ജീവിക്കാൻ പഠിക്കണം. സ്വകാര്യവാഹനങ്ങൾ പരമാവധി ഒഴിവാക്കി പൊതുവാഹനങ്ങൾ ഉപയോഗിച്ചു ജീവിക്കണം. ഒരു മഹായുദ്ധത്തിൽ മരിക്കുന്നതിനേക്കാൾ അധികം പേർ ഓരോ ദിവസവും നമ്മുടെ റോഡുകളിൽ രക്തം ചിന്തി മരിച്ചു വീഴുന്നു. ഇതിനെതിരെ ഓരോ മനുഷ്യനും ഒരു സഹനസമരം നടത്തണം. പരമാവധി ദൂരം ഓരോരുത്തരും സ്വന്തം കാലുകൾകൊണ്ട് നടന്നു ശീലിക്കണം. രണ്ടുണ്ട് ലാഭം - നടത്തംകൊണ്ട് ആരോഗ്യം, നടത്തംകൊണ്ട് ധനലാഭം. സ്വന്തം വാഹനം ഉപയോഗിക്കാതെ നടത്തത്തെയും പൊതുവാഹനത്തെയും ആശ്രയിക്കുന്ന ആൾ തന്റെ ജീവിതംകൊണ്ട് ദ്രോഹമുണ്ടാക്കാതെ, അന്തരീക്ഷ മലിനീകരണം നടത്താതെ ജീവിക്കുന്നു. ഇങ്ങനെ ജീവിക്കാൻ ഭൂമിയിൽ എല്ലാവർക്കും കഴിയട്ടെ!"

വിഡ്ഢിത്ത പാഠം

താനൊരു വിഡ്ഢിയാണെന്നു സ്വയം സമ്മതിക്കാത്തൊരാൾ ഒരു യഥാർത്ഥ വിഡ്ഢിയാകുന്നു. താനൊരു വിഡ്ഢി യാണെന്നു സ്വയം സമ്മതിക്കുന്നൊരു വിഡ്ഢി അത്രയെ ങ്കിലും ഒരു ജ്ഞാനിയാകുന്നു... - ഗൗതമബുദ്ധൻ (ധർമപഥം)

"ഒരു മഹായതിയുടെ തലച്ചോറിൽ പോലും വിഡ്ഢിത്തം നിറഞ്ഞ ഒരു മൂലയുണ്ട്!...' - അരിസ്റ്റോട്ടിൽ

വിഡ്ഢികൾ രണ്ടുവിധമെന്ന് ബുദ്ധൻ. ഒന്ന്: ഇവർ അനാവശ്യഭാര ങ്ങൾ സ്വയം ചുമക്കുന്നു. രണ്ട്: ഇവർ അത്യാവശ്യമായ ഉത്തരവാദി ത്വങ്ങൾ പോലും സ്വയം വഹിക്കുന്നില്ല.

ഒന്നാമതു പറഞ്ഞ തരക്കാരെ ഓർമ്മിപ്പിച്ചുകൊണ്ടിരുന്ന ഒരു മഹാ യോഗിയായിരുന്നു നാറാണത്തുഭ്രാന്തൻ. പൊന്താത്ത കല്ല് വളരെ പ്രയാസപ്പെട്ട് മലമുകളിലേക്ക് ഉരുട്ടിയുരുട്ടിക്കൊണ്ടെത്തിക്കുകയും തുടർന്നത് താഴേക്കുതന്നെ തള്ളിയിടുകയും ചെയ്തുകൊണ്ട്, അത് ഉരുണ്ടുരുണ്ടു പോകുമ്പോൾ പൊട്ടിച്ചിരിച്ചുകൊണ്ട് ജീവിച്ച അദ്ദേഹം, നാം സാധാരണ മനുഷ്യർ ജീവിതത്തിനു നൽകുന്ന അമിതഗൗരവ ത്തിനു നേരെ, തീർത്തും മന്ദബുദ്ധികളായി നാം കാണിച്ചുകൂട്ടുന്ന മണ്ടത്തരങ്ങൾക്കു നേരെ നോക്കി ചിരിക്കുകയാണ്. മരിച്ചാൽ അടക്കം ചെയ്യാൻ ആറടി മണ്ണേ വേണ്ടൂ! ഏക്കർകണക്കിൽ മണ്ണുണ്ടായാലും ഒരിഞ്ചുമണ്ണ് അയൽക്കാരനു വിട്ടുകൊടുക്കാൻ ഒരാൾക്കു പറ്റുന്നില്ല. ഇത്തരം തർക്കങ്ങളുടെ പേരിൽ കോടതിയിൽ പോകാൻ, പോലീസ് സ്റ്റേഷനിൽ പോകാൻ, വേണ്ടതിലേറെ പണം ചെലവാക്കാൻ, തല്ലും വക്കാണവുമുണ്ടാക്കാൻ അയാൾക്ക് ഒരു പ്രയാസവുമില്ല. എന്നാൽ ആർത്തിരോഗവും അഹന്താരോഗവും മൂർച്ഛിച്ച് തല ചൂടായി അയാൾ എന്തൊക്കെ മണ്ടത്തരങ്ങളാണ് കാട്ടിക്കൂട്ടുന്നത്, അല്ലേ?

രണ്ടാമത്തെ ഇനത്തിൽപ്പെടുന്ന വിഡ്ഢികളുണ്ട്. ഇവർ അത്യാ വശ്യമായ ഉത്തരവാദിത്വങ്ങൾ പോലും സ്വയം വഹിക്കുന്നില്ല. അച്ഛനോട്, അമ്മയോട്, ഭാര്യയോട്, മക്കളോട്, അയൽക്കാരനോട്,

ലോകത്തോട് പരിഗണന കാട്ടുക. ഉത്തരവാദിത്വം കാട്ടുക എന്നത് ജീവിതത്തിന്റെ സുഖം ഇല്ലാതാക്കുമെന്ന് തോന്നുന്ന ഒരു സ്വാർത്ഥി ഒരുത്തരവാദിത്വവും സ്വയം ഏറ്റെടുക്കാതെ പരമസ്വാർത്ഥിയായി ജീവിക്കാൻ ശ്രമിക്കുന്നു. അത്തരം ഒരു ജീവിതം അസ്വാഭാവികമായതുകൊണ്ട്, ശരിയല്ലാത്തതുകൊണ്ട് ഇങ്ങനെ ജീവിക്കുന്ന ഒരാൾക്ക് ഒരിക്കലും സുഖമോ സന്തോഷമോ തോന്നില്ല.

രണ്ടുതരം വിഡ്ഢികൾ കൂടിയുണ്ട്. സ്വന്തം ധിഷണയെ ദുരുപയോഗപ്പെടുത്തുന്ന ബുദ്ധിമാന്മാരായ വിഡ്ഢികൾ. വൈകാരികമായ ദയാർദ്രത യുക്തിയൊന്നുമില്ലാതെ ഉള്ളിൽ പുലർത്തുന്ന കാരുണികരായ വിഡ്ഢികൾ. ഇവർ തങ്ങളെ സ്വയം കരുണാർദ്രരായ വിഡ്ഢികളായി വിചാരിക്കുന്നു. കരുണ, സത്യം, ക്ഷമാഭാവം, നമ്രത എന്നീ ഗുണങ്ങൾ നിറഞ്ഞ ഒരു മനസ്സിൽ പരിഹാസമോ നിന്ദനമോ ഏശുന്നില്ല.

സ്വയം വിഡ്ഢിയാണെന്നറിയാതെ ജീവിക്കുകയും മരിക്കുകയും ചെയ്യുന്നവരാണ് മനുഷ്യരാശിയിലേറെയും. അത്തരക്കാർ വിഡ്ഢിയല്ലാതെ ഒരാളെ വിഡ്ഢിയായി കാണുകയും അതിനുനേരെ ചിരിക്കുകയും ചെയ്യുന്നു.

വലിയൊരു രാജ്യമായിട്ടും ഇന്ത്യക്ക് ഹാസ്യത്തിന്റെ വലിയൊരു പൈതൃകമില്ലാത്തത് യാദൃച്ഛികമല്ല. അക്ഷരം കൈകാര്യം ചെയ്തിരുന്നവർ ജീവിതത്തെ 'സീരിയസാ'യ ഒന്നായാണ് കണ്ടത്.

മതത്തെയും ചിരിയെയും ഒന്നിച്ചുകൊണ്ടുവന്ന മഹാനായിരുന്നു മുല്ലാ നസറുദ്ദീൻ. അദ്ദേഹം ഒരു കഥാപാത്രമല്ല; ഒരു സൂഫിയായിരുന്നു. അദ്ദേഹത്തിന്റെ ശവകുടീരം ഇന്നും ഉണ്ട്. അദ്ദേഹം മരിക്കുമ്പോളെഴുതിവെച്ചു: "എന്റെ ശവക്കല്ലറയ്ക്കു കല്ലുകൾ വെച്ചു മൂടരുത്. പൂട്ടിയ ഒരു വാതിൽ മാത്രം മതി. താക്കോൽ കടലിലേക്കെറിഞ്ഞുകളയണം." ജനങ്ങൾ അദ്ദേഹത്തിന്റെ ശവകുടീരത്തിൽ വന്നാൽ കാണുന്നതും ചുവരുകളില്ലാത്ത പൂട്ടിയിട്ട ഒരു വാതിൽ മാത്രം! മുല്ലാ നസറുദ്ദീനെന്ന മനുഷ്യൻ തന്റെ ശവകുടീരത്തിലിരുന്ന് ചിരിക്കുകയാണ്.

കുറച്ചു വിഡ്ഢിത്തവും കുറച്ചു ജ്ഞാനവും നല്ലത്. ഒരാൾ വെറും ജ്ഞാനി മാത്രമാകരുത്. കുറച്ചു വിഡ്ഢിത്തം ജീവിതം രസിക്കാനാവശ്യമാണ്. തെറ്റുകൾ ഒഴിവാക്കാൻ കുറച്ചറിവും. അതുമതി. വിഡ്ഢിത്തം മുഴുവനായൊഴിവാക്കരുത്. കാരണം ചില വേളകളിൽ വിഡ്ഢിയാകുന്നതാവും ജ്ഞാനിയാകൽ! ഒരു കുഞ്ഞിനെ നോക്കൂ അവനൊരു ജ്ഞാനിയാണ്, ഒപ്പം വിഡ്ഢിയും.

അഹംപാഠം

"ഒരാൾ അഹംബോധം വിടുമ്പോൾ അയാൾ തെരഞ്ഞെടുക്കപ്പെട്ട ഒരാളാണ്. അയാൾ സ്വർഗ്ഗത്തിൽ മഹത്തായ ഒന്നിനു വേണ്ടി വഴിയൊരുക്കുകയാണ്." - സി.ഡബ്ലിയു. ലീഡ്ബീറ്റർ

ഒരാളുടെ അസ്തിത്വത്തിൽ മൂന്നു തലങ്ങൾ: ശരീരം, മനസ്സ്, ആത്മ സത്ത. അഹംബോധത്തിന് ആവിഷ്കൃതമാകാൻ ഈ മൂന്നു സാധ്യതകളുണ്ട്.

ഒരു സുന്ദരദേഹം, കരുത്തുറ്റ ദേഹം ഉള്ളൊരാളിൽ ശരീരതലത്തിൽ അഹംബോധമുണ്ടാകുമ്പോൾ അയാൾ ഒരു മൃഗസമാനനാകുന്നു. എല്ലാ മല്ലന്മാരും അവരുടെ മൃഗീയഭാവത്തെ പ്രകടമാക്കുകയാണ്. കായികശേഷിയെ ആധാരമാക്കിയുള്ള ഒരു 'മിസ്റ്റർ യൂനിവേഴ്സ്' ഒരു മനുഷ്യനേക്കാൾ ഒരു മൃഗത്തെപ്പോലെയാണ്. തീർച്ചയായും, അയാൾ ശാരീരികമായി വളരെ കരുത്തനും അത്രയ്ക്ക് അക്രമാസക്തനുമാണ്. ലൈംഗികനും സുഖനിരതനുമാണ്. അയാളൊരു റോബോട്ടിനെ പോലെ ചലിക്കും. അയാളുടെ ജീവിതം മുഴുവനങ്ങനെയാണ്. തിന്നുക, കുടിക്കുക, രമിക്കുക. ഇത്തരക്കാർ ജീവിതത്തിന്റെ ഉപരിതലത്തിൽ ജീവിക്കുന്നു.

സംസ്കൃതി ഇതിനെതിരാണ്. അതുപറയുന്നു: "അഹം മോശം, ഇതു വെടിയുക! അക്രമരഹിതമാവുക; അഹിംസാത്മകനാവുക, മൃഗീയത അരുത്, കാരുണ്യം, ദയ ഉള്ളവരാവുക..." ഇത്തരത്തിലുള്ള ഒരാളിലും അഹംഭാവം മറ്റൊരുതലത്തിൽ, മനസ്സിന്റെ തലത്തിൽ തുടരുകയാണ്. സർവകലാശാലകളിൽനിന്ന് ഗോൾഡ് മെഡൽ നേടുന്നവർ കൂടുതൽ അറിവു നേടി, പഠിച്ച് അതിൽ അഹന്തയുള്ളവരായി മാറുന്നു. അത്തരക്കാർ ശാരീരിക തലത്തിലല്ല മാനസിക തലത്തിൽ അക്രമാസക്തമാണ്. കായികതാരങ്ങൾ അഹന്തയുടെ ഒന്നാം പ്രതലത്തിലാണെങ്കിൽ പണ്ഡിതന്മാർ, പഠിച്ചവർ രണ്ടാം തലത്തിലാണെന്നു മാത്രം.

ഒന്നാം തലത്തിൽ, കായിക തലത്തിൽ പോരടിക്കുന്നത് മൃഗീയം. സാംസ്കാരഹീനം എന്നു പറയുന്ന നാം ഭാഷകൊണ്ട്, അറിവു കൊണ്ട് നടത്തുന്ന യുദ്ധത്തെ സാംസ്കാരികപോരാട്ടം എന്നു പറയും. പക്ഷേ, അതേ ഞാനെന്ന ഭാവം ഇവിടെയും, വ്യക്തിയെ ഹനിക്കുകയാണ്.

മതങ്ങൾ 'അഹ'ത്തെ ഈ ദ്വിതീയ പ്രതലത്തിൽനിന്നും പുറത്തു കളയണമെന്ന് ഉപദേശിക്കുന്നു. മതങ്ങൾ പറയുന്നു: "അറിവ് ഒന്നുമല്ല. ധനം ഒന്നുമല്ല. അധികാരം ഒന്നുമല്ല." അപ്പോൾ യഥാർത്ഥ ശക്തി? അത് സിദ്ധിയാകുന്നു. ഇത്തരക്കാർ അത്ഭുത രോഗശമനം, സത്വര സാന്ത്വനം നടത്തുന്നു. ഇവിടെ അഹംഭാവം മൂന്നാംതലത്തിൽ പ്രവർത്തിക്കുകയാണ്.

മരത്തിലെ ഇല 'ഞാനാണ് മരം' എന്നു ചിന്തിക്കുന്നതു പോലെ യത്രെ അഹംഭാവമുള്ളവർ. വ്യക്തിത്വത്തിന്റെ മൂന്നു തലങ്ങളിൽ നിന്നും 'ഞാൻ' പോകുമ്പോൾ ഒരു മഹത്തായ സ്ഫോടനം നടക്കു കയാണ്. ഇതിനെയത്രെ സെൻബുദ്ധമതത്തിൽ 'സതോരി', പരമ മായ വെളിച്ചം, പരമമായ ആനന്ദം എന്നു പറയുന്നത്. അഹംപോയ ഒരാൾക്കു നനയാതെ വെള്ളത്തിലിറങ്ങാനാവുന്നു. പൊള്ളാതെ തീയിൽ നടക്കാനാവുന്നു. അയാൾ തന്റെ തന്നെ യജമാനനാകുന്നു. വിശ്വം അയാൾക്കു മുന്നിൽ തുറന്നിടപ്പെട്ടിരിക്കുന്നു.

അഹന്തയറ്റ ഒരു മനസ്സിൽ നിന്നു പുറപ്പെടുന്ന ചിന്തകൾക്ക്, വാക്കുകൾക്ക്, പ്രവൃത്തികൾക്കു മാത്രമെ മനുഷ്യൻ ഭൂമിയിൽ ഉണ്ടാക്കിയിട്ട ഇരുട്ട് ഇല്ലാതാക്കാനാവൂ. ഒരു കടുകുമണിയോളം പോലും അഹന്തയില്ലാത്ത, നൂറു ശതമാനവും താഴ്മയുള്ള, അന്യനെ എപ്പോഴും പരിഗണിക്കുന്ന, ശ്രദ്ധിക്കുന്ന വ്യക്തികളുടെ കൂട്ടാ യ്മയ്ക്കു മാത്രമെ അഹന്താരോഗംകൊണ്ട് ഭ്രാന്തമായ നമ്മുടെ സമൂ ഹത്തെ നേർദിശയിലേക്കു കൊണ്ടുപോകാനാവൂ. സേവനത്തിൽ മുഴുകി ജീവിക്കുന്നത് അഹന്താരോഗത്തിനുള്ള നല്ലൊരു ചികിത്സ യത്രെ.

അഹന്തയുള്ള ഒരു മനസ്സ് അസത്യത്തിന്റെ മീതെ, വ്യാജമായ തിന്റെ മീതെ തന്റെ സങ്കല്പമാളിക പണിയുകയാണ്. അഹന്തയി ലൂടെ കെട്ടിപ്പടുത്ത ഇന്നത്തെ ലോകം പൊളിഞ്ഞു വീഴാറായ ഒരു പഴയ വീടാണ്. അഹന്തയുടെ ഭാഗമാണ് ആർത്തി, കോപം, മതി ഭ്രമം, വെറുപ്പ്, ഉൽക്കണ്ഠ, വെപ്രാളം, ധിക്കാരം. അത്തരം മനുഷ്യർ. കാലഹരണപ്പെട്ടവർ. ജീവിതത്തിന്റെ ആന്തരികജ്ഞാനത്തിൽ നിര ക്ഷരരായവർ പണിതുയർത്തിയ ജീവിതത്തിന്റെ എല്ലാ കോട്ടകളും

ചരിത്രത്തിലൂടെ പൊളിഞ്ഞു വീഴുന്നതു കാണാൻ വലിയ പഠിപ്പൊന്നും വേണ്ട.

എല്ലാം ത്യജിച്ച ഒരു സന്ന്യാസിയുടെ കഥയുണ്ട്. അന്നന്ന് കഴിക്കാനുള്ള ഭക്ഷണം ഭിക്ഷയായി വാങ്ങി ഒരേകാന്തമായ പാറപ്പുറത്തു ചെന്നിരുന്ന് കഴിച്ച് അവിടെത്തന്നെ ഉറങ്ങും. ഒരു നാൾ സന്ന്യാസി വന്നപ്പോൾ ഒരപരിചിതൻ ആ പാറപ്പുറത്തു കയറിയിരിക്കുന്നതാണ് കണ്ടത്. അയാൾ ക്രോധത്തോടെ അലറി "ഇതെന്റേതാണ്. നീ ഇവിടെ ഇരിക്കരുത്."

ഞാനെന്ന ഭാവം മൂന്നു തലത്തിൽ നിന്നും പോകണം. അഹന്തയ്ക്ക് നമ്മുടെ സത്തയിൽ ഒരിരിപ്പിടം കിട്ടാതാവണം. അഹം പൂർണമായി അപ്രത്യക്ഷമാകുമ്പോൾ, അതിന് ഒരു തലത്തിലും നിലനില്ക്കാനാകാതെ വരുമ്പോൾ, അപ്പോൾ ഒരാൾ ഒരാളല്ല; അയാളെല്ലാമാണ്. അയാളെല്ലാവരുമാണ്.

ക്രോധപാഠം

"ക്രോധത്തിന്റെ തീ ഒരു വീട്ടിനകത്ത് എരിഞ്ഞുകൊണ്ടിരിക്കുകയാണെങ്കിൽ അടുക്കളയിലെ മൺകലത്തിലെ വെള്ളം ഒരൊറ്റ രാത്രികൊണ്ട് വറ്റിപ്പോകും!" - ധ്യാനഗുരു ദാദാ ലേഖരാജ്

ക്രോധിയായ ഒരാളുടെ ഉള്ളിലെ കോപത്തിന്റെ തീ അതിഭയങ്കരമായ ഊർജ്ജമായി മാറ്റുവാൻ കഴിയുമ്പോൾ അയാൾ ശീതളമായ മനസ്സും ശരീരവും ഉള്ളവനാണ്.

കോപിക്കുമ്പോൾ മൂന്നോ നാലോ ഇരട്ടി ഊർജ്ജം ഒരാളിൽ പ്രവർത്തിക്കുന്നു. കോപമില്ലാത്തപ്പോൾ ചെയ്യാൻ കഴിയാത്തത് കോപിക്കുമ്പോൾ ഒരാൾക്കു കഴിയുന്നു. ക്രോധിയായൊരാൾക്ക് എന്തു പറയണമെന്ന്, എന്ത് ചെയ്യണമെന്ന് അറിയില്ല. ക്രോധത്തിന് അധീനനാകുമ്പോൾ എത്ര നല്ലൊരാളായാലും അയാളൊരു ഭ്രാന്തനാണ്. അതുകൊണ്ട്, ഇ.എഫ്. ഷുമാഗ്ഗർ മൊഴിയുന്നു: "ക്രോധിയായൊരാൾ വായ തുറക്കുമ്പോൾ അയാളുടെ കണ്ണുകൾ അടഞ്ഞുപോകുന്നു!" ഇത്തരം അവസരങ്ങളെ വിവേകത്തിന്റെ വെളിച്ചം കൊണ്ട് നോക്കുവാൻ ദാദാ ലേഖരാജ് ഓർമ്മിപ്പിക്കുന്നു: "ആരെങ്കിലും നിങ്ങളോട് ക്രോധത്തിൽ സംസാരിക്കുമ്പോൾ സ്നേഹത്തിന്റെ, മൗനത്തിന്റെ സാന്ത്വനജലം തൂകി ക്രോധാഗ്നിയെ തണുപ്പിക്കുക."

നൂറു ശതമാനവും ക്രോധമറ്റുപോയ നിരവധി മനുഷ്യർ ഭൂമിയിലുണ്ടായി. അവർക്കതു സാധിച്ചതുകൊണ്ട് ഭൂമിയിൽ ഏതൊരാൾക്കും അതു സാധിക്കാനുള്ള സാധ്യതയുണ്ട്. ഇതു സാധിച്ചവരിലൊരാളായിരുന്നു ബുദ്ധൻ. ഒരിക്കലൊരാൾ വഴിയിൽവെച്ച്, ഒരു കാരണവുമില്ലാതെ, ക്രോധത്തോടെ ബുദ്ധന്റെ മുഖത്ത് പ്രഹരിച്ചു. അടിയുടെ ഊക്കുകൊണ്ട് മുഖം തിരിഞ്ഞുപോയ, വേദനകൊണ്ടു പുളഞ്ഞുപോയ ബുദ്ധൻ പതുക്കെ മുഖമുയർത്തി തല്ലിയവന്റെ നേരെ നോക്കുകയും നമ്രതയോടെ, "വല്ലതും പറയാനുണ്ടോ?" എന്നു ചോദിക്കുകയും മാത്രമാണ് ചെയ്തത്.

ബുദ്ധന്റെ വാക്കുകളിലെ അലിവ്, പരിഗണന തല്ലിയവനെ നടുക്കിക്കളഞ്ഞു. അയാൾ ബുദ്ധന്റെ മുഖത്തേക്കൊന്നുകൂടി നോക്കാൻ ധൈര്യമില്ലാതെ തലകുനിച്ചു നടന്നുപോയി. ശിഷ്യന്മാർ എന്തു ചെയ്യണമെന്നറിയാതെ നിശ്ചലരായി നിന്നു. ആനന്ദന്റെ മുഖത്ത് കോപം ജ്വലിച്ചു. അദ്ദേഹം ബുദ്ധനോടു ചോദിച്ചു: "അയാൾ ഒരു കാരണവുമില്ലാതെ നിങ്ങളെ തല്ലി. അങ്ങ് അയാളുടെ നേരെ 'വല്ലതും പറയാനുണ്ടോ എന്ന് ചോദിക്കുകയും ചെയ്തു. എന്താണിതിന്റെ അർത്ഥം?" ബുദ്ധൻ മൊഴിഞ്ഞു: "ഒരാൾക്കെന്തെങ്കിലും പറയാനുള്ളത് പറയാൻ കഴിയാതാവുമ്പോഴാണ് അയാൾ തല്ലുന്നത്. അയാൾക്കെന്നോട് അങ്ങനെ വല്ലതും ഉണ്ടാകാം!"

അന്നു രാത്രി അയാൾക്കുറങ്ങാനായില്ല. "വല്ലതും പറയാനുണ്ടോ?" എന്ന ചോദ്യം ഉള്ളിൽ നിന്നു മുഴങ്ങിക്കൊണ്ടിരുന്നു. പിറ്റേന്നു പുലരിയിൽ ഗംഗാനദിയുടെ കരയിൽ ധ്യാനത്തിന്റെ പ്രശാന്തിയിൽ മുഴുകിയിരിക്കുന്ന ബുദ്ധന്റെ മുന്നിൽ ഒരാൾ വിലപിച്ചുകൊണ്ട് വന്നുനിന്നു. അയാൾ കണ്ണീരോടെ പറഞ്ഞു: "അങ്ങെന്നോടു പൊറുക്കണം. അല്ലെങ്കിൽ ഈ നദിയിൽ ചാടി ഞാൻ മരിക്കും!..." ബുദ്ധന് ആളെ മനസ്സിലായി. ബുദ്ധൻ കരുണയോടെ നോക്കി; ബുദ്ധൻ മൊഴിഞ്ഞു: "നോക്കൂ! ഈ നദി ഒഴുകിക്കൊണ്ടിരിക്കുന്നതു കാണൂ! ഇന്നലെ ഇതിലെ ഒഴുകിപ്പോയ അതേ ജലമല്ല ഇപ്പോൾ നിങ്ങൾ കാണുന്നത്. പുതിയ വെള്ളം, ഇതാ ഒഴുകി വന്നുകൊണ്ടേയിരിക്കുന്നു. ഇന്നലെ വൈകുന്നേരം ഉള്ള അതേ മനസ്സുമായല്ല ഇപ്പോൾ നിങ്ങൾ ഇവിടെ നില്ക്കുന്നത്. നിങ്ങളാകെ മാറിയിരിക്കുന്നു. നിങ്ങൾ പുതിയൊരാളായിരിക്കുന്നു..." ഈ വാക്കുകൾ, ഈ പെരുമാറ്റം ആ മനുഷ്യനെ പൂർണ്ണമായി മാറ്റിക്കളഞ്ഞു. അയാൾ ബുദ്ധമാർഗ്ഗത്തിൽ ഒരെളിയ സഹയാത്രികനായി. ഇതോർത്തുകൊണ്ടാവാം, സ്വാമി വിവേകാനന്ദൻ പറഞ്ഞു. "ബുദ്ധൻ മാത്രമാണ് ഭൂമിയിലൂടെ നടന്നുപോയ ഒരേയൊരു ഈശ്വരൻ." ക്രോധം പോയാൽ ഒരാൾ ഈശ്വര തുല്യനാണ്.

ഒരാൾ ക്രോധിയാകുമ്പോൾ അയാൾക്കു ശ്വസനം പെട്ടെന്ന് കൂടുന്നു; ശ്വസനം അസ്വസ്ഥമാകുന്നു. ശരീരമാകെ ചിലതു ചെയ്യാൻ, ചിലതു വലിച്ചെറിയാൻ താത്പര്യപ്പെടുന്നു. അതു ചെയ്യുമ്പോഴാണ് ക്രോധത്തിന്റെ അസ്വാസ്ഥ്യം ശമിക്കുന്നത്. ക്രോധി ഉണർവ്വോടെ മന്ദമായി ശ്വാസോച്ഛ്വാസം ചെയ്തുകൊണ്ടിരുന്നാൽ തത്ക്കാലം ക്രോധം മരിക്കുന്നു. ശ്വസനം താളാത്മകമായിരിക്കുമ്പോൾ ക്രോധത്തിന് ഒരാളെ കീഴടക്കാനാവില്ല; ക്രോധം ഉള്ളിലുണ്ടാവും. പക്ഷേ, അതു പ്രകടമായി വരില്ല.

സെൻബുദ്ധ ഗുരു സൊസാൻ മൊഴിയുന്നു: "നിങ്ങൾ ക്രോധിയാകുമ്പോൾ നിങ്ങളുടെ മനസ്സിനു ക്യാൻസറാണ്! സ്നേഹമാണാവശ്യം, കൂടുതൽ സഹായമാണാവശ്യം." ലോകം അല്പംകൂടി ബോധോദയത്തിലെത്തിയാൽ ആരെങ്കിലുമൊരാൾ ക്രോധിയായാൽ ബന്ധുക്കളോ സുഹൃത്തുക്കളോ അയാളെ ആശുപത്രിയിലാണെത്തിക്കുക. അയാൾക്കു ചികിത്സയാണ് വേണ്ടത്. അയാളുമായി പോരടിക്കുന്നത്, കോപിക്കുന്നത് വങ്കത്തമാണ്, അർത്ഥശൂന്യമാണ്. കാരണം അയാളൊരു രോഗിയാണ്.

"മനസ്സിന്റെ വിളക്ക് ഊതിക്കെടുത്തുന്ന കാറ്റാണ് ക്രോധം!"

- റോബർട്ട് ഗ്രീൻ ഇംഗർ

കുറ്റപാഠം

"എല്ലാ കുറ്റങ്ങളും രോഗങ്ങളാകുന്നു. ഇതിനൊരു ശിക്ഷയാവശ്യമില്ല. ഇതിനെപ്പറ്റിയുള്ള ശരിയായ ധാരണയാണുണ്ടാവേണ്ടത്. ഇത് ചികിത്സയാവശ്യപ്പെടുന്നു." - ഓഷോ

മ്യാൻമറിൽ വളരെ ചെറിയൊരു ഗോത്രസമൂഹമുണ്ട്. അവിടെ ഒരിക്കലും ഒരു കൊല നടന്നിട്ടില്ല. ഒരാത്മഹത്യയോ ബലാത്സംഗമോ കത്തിക്കുത്തോ ഒന്നും. നൂറ്റാണ്ടുകളായി അവർ കുറ്റകൃത്യത്തെപ്പറ്റി ഫ്രോയ്ഡിനെപ്പോലുള്ള മനഃശാസ്ത്രജ്ഞന്മാർ പറഞ്ഞതിനെക്കാൾ അഗാധമായ മാനസികാപഗ്രഥനത്തിന്റെ, വിരേചനത്തിന്റെ ഒരു ക്രമം പരിശീലിച്ചു വരുന്നു. അവിടെ എല്ലാവരും രാവിലെ ഉറങ്ങിയെണീറ്റാൽ തങ്ങൾ കണ്ട സ്വപ്നങ്ങളെപ്പറ്റി പരസ്പരം പറയുന്നു. മിക്കവരും സ്വപ്നം കാണുന്നില്ല. എന്തെന്നാൽ, അവരിൽ അടിച്ചമർത്തപ്പെട്ട വികാരങ്ങളില്ല. അടിച്ചമർത്തലില്ലാത്ത ഒരു മനസ്സിൽ സ്വപ്നത്തിന് പിറക്കാനാവില്ല. ഇവിടെ സ്വപ്നത്തിലൊരാളെ തല്ലിയാൽ പിറ്റേന്നുതന്നെ തല്ലിയവൻ തല്ലുകൊണ്ടവന്റെ മുൻപിലെത്തുന്നു. സ്വപ്നത്തിലാണ് തല്ലുന്നത് എന്നതുകൊണ്ടുമാത്രം തെറ്റ് തെറ്റല്ലാതാകുന്നില്ല! സ്വപ്നത്തിൽ ചെയ്ത തെറ്റിനു മാപ്പു പറയുകയും സ്നേഹത്തോടെ മധുരപലഹാരങ്ങൾ നല്കുകയും ചെയ്യുന്നു. ഇത് ഒരു ഗോത്രത്തിൽ ഇന്നും നിലനില്ക്കുന്നുണ്ടെങ്കിൽ ഭൂമിയിൽ മുഴുവൻ ഇതു സംഭവിച്ചേക്കാം; കാരണം, മനുഷ്യൻ ഒരുപോലെയാകുന്നു!

ബുദ്ധന്റെ കാലത്ത് ചൈനയിൽ ജീവിച്ച തത്ത്വചിന്തകൻ, ലാവോത്സുവിന്റെ കാലത്തുണ്ടായതാണ് ഇത്. ചക്രവർത്തി ലാവോത്സുവിനെ പ്രധാനമന്ത്രിയാകാൻ ക്ഷണിച്ചു. അദ്ദേഹമത് നിരസിച്ചു. അതേദിവസം അവിടത്തെ കോടതിയിൽ ഒരു കള്ളനെ കൊണ്ടുവന്നു. നഗരത്തിലെ ഏറ്റവും വലിയ ഒരു ധനികന്റെ ധനം അപഹരിച്ചതിനാണ് അയാളെ കൊണ്ടുവന്നത്. ചക്രവർത്തിയുടെ അപേക്ഷപ്രകാരം ലാവോത്സു ഇതിനുള്ള ശിക്ഷ വിധിച്ചു. ധനികനെയും മോഷ്ടാവിനെയും ഒരുപോലെ ആറു മാസത്തേക്ക് ജയിലിലടയ്ക്കാനായി

അദ്ദേഹം പറഞ്ഞു. ധനികൻ ഇതു കേട്ടമ്പരന്നു. അയാൾ പറഞ്ഞു: “എന്ത്? ഞാനാണ് കൊള്ളയടിക്കപ്പെട്ടത്; ഞാനാണ് പരാതിക്കാരൻ! ഞാനൊരു കുറ്റവും ചെയ്തിട്ടില്ല. കട്ടവനെയല്ലാതെ ഉടമയെ ശിക്ഷിക്കുന്നത് ചരിത്രത്തിലിന്നുവരെ ഉണ്ടാകാത്തതാണ്...!”

ലാവോത്സു ശാന്തമായി മൊഴിഞ്ഞു: “യഥാർത്ഥത്തിൽ മോഷ്ടാവിനെക്കാൾ നീണ്ടൊരു കാലം നിങ്ങൾക്കു ജയിൽശിക്ഷ തരേണ്ടതാണ്. കാരണം, നഗരത്തിലെ ധനം മുഴുവൻ നിങ്ങൾ കുന്നുകൂട്ടിവച്ചു. ഇത്തരക്കാരെ കള്ളന്മാരാക്കുന്ന തരത്തിൽ ഇവരെ ഇത്രമേൽ ദരിദ്രരാക്കിയതാരാണ്? നിങ്ങളെപ്പോലുള്ളവർ! രണ്ടുപേരും ശിക്ഷിക്കപ്പെടണം. നിങ്ങളുടെ കുറ്റം ആഴത്തിലുള്ളതാണ്. അതിന്റെ മുന്നിൽ അദ്ദേഹത്തിന്റേത് ഒന്നുമല്ല. അദ്ദേഹം പാവമാണ്, നിങ്ങളാണതിനു കാരണക്കാരൻ. നിങ്ങളുടെ പക്കലുള്ള പണം എത്രയോ പാവങ്ങളുടേതാണ്.”

ഇതു കേട്ട ധനികൻ ചക്രവർത്തിയോടു പറഞ്ഞു: “ഈ മനുഷ്യനെ നിങ്ങൾ കോടതിയിൽനിന്ന് പറഞ്ഞുവിടുന്നില്ലെങ്കിൽ നിങ്ങളും എന്നെപ്പോലെ അഴികൾക്കുള്ളിലാവും. പറയൂ, എവിടെന്നാണ് നിങ്ങൾക്കുള്ള സ്വാതന്ത്ര്യവും കിട്ടിയത്? ഞാനൊരു കുറ്റവാളിയാണെങ്കിൽ നിങ്ങൾ അതിനെക്കാൾ വലിയ ഒരു കുറ്റവാളിയാണ്...!”

ജയിലുകളിലെ കഴുമരങ്ങൾ ഒരു സത്യം വിളിച്ചുപറയുന്നതായി ‘പാവങ്ങൾ’ എന്ന നോവലിന്റെ കർത്താവ് വിക്ടർ ഹ്യൂഗോ ‘കഴുമരം’ എന്ന നോവലിൽ ഓർമ്മിപ്പിക്കുന്നുണ്ട്. ‘വധശിക്ഷയ്ക്കു വിധിക്കപ്പെട്ടവർ ചെയ്തതിനെക്കാൾ കടുത്ത കുറ്റമാണ് നീതിന്യായ വ്യവസ്ഥയും ഭരണകൂടവും ചെയ്തുകൊണ്ടിരിക്കുന്നത്...!’

ഒരു വ്യക്തി കുറ്റവാളിയാകുന്നതിന്റെ പിന്നിൽ അനേകം ഘടകങ്ങളുണ്ട്. അയാൾ പെറ്റുവീണ് വളർന്നു വലുതാകുന്ന ഗാർഹിക ചുറ്റുപാട്. മാതാപിതാക്കളിൽനിന്ന്, സ്കൂളിൽനിന്ന്, സമൂഹത്തിൽനിന്ന് അയാൾക്കു ലഭിക്കുന്ന ശ്രദ്ധ, പരിഗണന, പൈതൃകമായി പകർന്നു കിട്ടിയ ജനിതക പാരമ്പര്യം. ഇതൊക്കെയും ചേർന്നാണ് ഒരാളെ കുറ്റവാളിയാക്കുന്നത്, പുണ്യവാളനാക്കുന്നത്.

ഭയപാഠം

ജീവനുള്ള ഒരു മനുഷ്യൻ എന്ന വാക്കിന്റെ ആഴത്തിലുള്ള അർത്ഥം, പരിപൂർണ ഭയമുക്തനെന്നത്രെ! അയാൾ തനിക്കു തന്നെ ഒരു വെളിച്ചമാകുന്നു; അയാൾക്ക് അന്വേഷിച്ചു പോകേണ്ടതില്ല. - ജെ. കൃഷ്ണമൂർത്തി

ഭയരഹിതനായി ജീവിക്കുക ജ്ഞാനത്തിന്റെ ആരംഭമാകുന്നു; സ്നേഹത്തിന്റെയും. മഹാവീരൻ ശാന്തമായൊരു പ്രഭാതത്തിൽ തന്റെ മുന്നിലിരിക്കുന്നവരെ സംബോധന ചെയ്യുകയായിരുന്നു. “അല്ലയോ സാധകരേ! ഭയം എങ്ങനെ ഒഴിവാക്കാനാവും?” ഒരാളിതു ചോദിച്ചാലും ഇല്ലെങ്കിലും ഇതേ ചോദ്യം ഏവരുടേയും കണ്ണുകളിൽ മിന്നിത്തെളിയുന്നു. ഒരുവേള ഇതത്രെ പരമമായ ചോദ്യം.

എല്ലാവരും ഭയത്തിലാണ്. അറിഞ്ഞതിനെപ്പറ്റി, അറിയാത്തതിനെപ്പറ്റി, ഭയം നമ്മിൽ പെരുകിവരുന്നു. ഇരിക്കുമ്പോഴും നില്ക്കുമ്പോഴും ഉറങ്ങുമ്പോഴും ഉണരുമ്പോഴും ഈ ഭയം നമ്മിൽ തുടരുകയാണ്. നമ്മുടെ പെരുമാറ്റത്തിലൊക്കെയും ഈ ഭീതിയുണ്ട്. ഓരോ ചിന്തയിലും ഓരോ വാക്കിലും ഓരോ പ്രവൃത്തിയിലും. സ്നേഹത്തിൽ ഭയമുണ്ട്, വെറുപ്പിൽ; എന്തിലും.

ഇത് നമ്മുടെയാകെ അവബോധം സൃഷ്ടിക്കുന്ന ഭയം പോലെയാകുന്നു. നമ്മുടെ വിശ്വാസങ്ങൾ, സങ്കല്പങ്ങൾ, മതങ്ങൾ, ദൈവങ്ങൾ എന്നിവയൊക്കെയും ഈ ഭയമല്ലാതെ മറ്റെന്താണ്? എന്താണീ ഭയം? ഭയത്തിനു നിരവധി രൂപങ്ങളുണ്ട്. പക്ഷേ, ഭയം ഏകമാകുന്നു: മരണഭയം. അതത്രെ അടിസ്ഥാന ഭയം; എല്ലാ ഭയങ്ങളുടെയും വേര്. സ്വയം ഇല്ലാതാകുന്നതിനെപ്പറ്റിയുള്ള പ്രത്യക്ഷ പ്രതികരണം എന്നത്രെ ഭയത്തിന്റെ അർത്ഥം.

യഥാർത്ഥത്തിൽ മരണഭയമെന്നത് മരണഭയം അല്ല. ജീവിതമെന്നു നാം നിനയ്ക്കുന്നത് അപ്രത്യക്ഷമായിപ്പോകുന്നതിനെച്ചൊല്ലിയുള്ള ഭയമാണത്.

എന്റെ ദേഹം, എന്റെ ധനം, എന്റെ ബന്ധങ്ങൾ, എന്റെ വിശ്വാസങ്ങൾ, എന്റെ പ്രതിബദ്ധതകൾ, എന്റെ ചിന്തകൾ. ഇവയെല്ലാം എന്റെ, 'ഞാനി'ന്റെ ജീവിതമായിത്തീർന്നിരിക്കുന്നു. മരണം ഈ 'ഞാനി'നെ ഇല്ലാതാക്കുന്നു. അതാണ് ഭയമുണ്ടാക്കുന്നത്.

ഭയത്തിൽ നിന്ന് മുക്തരാകാൻ നാം ആശിക്കുന്നുവെങ്കിൽ ഒന്നാമതായി ഇതിന്റെ മനഃശാസ്ത്രപരമായ കാരണങ്ങളിൽ നിന്നെല്ലാം നാം മുക്തരായിരിക്കണം.

നമ്മുടെ മനസ്സിന്റെ ഉപരിപ്ലവമായ തലം, ബോധതലം മാത്രം പരിഷ്കൃതമാകുന്നു. എന്നാൽ, അബോധതലത്തിൽ നാം കാടന്മാരാകുന്നു. ഭൂമിയിലെ ജീവിതത്തെ മുഴുവൻ നിരവധിവട്ടം ചാമ്പലാക്കാനുള്ള ശാസ്ത്രസാങ്കേതിക ഉപകരണങ്ങൾ ഒരു ഭാഗത്ത്. പലതരം പ്രത്യയശാസ്ത്രങ്ങളും ജീവിത കാഴ്ചപ്പാടുകളും മനുഷ്യന്റെ സഹജമായ വിവേകരാഹിത്യവും മറുഭാഗത്ത്. ഇവയൊക്കെച്ചേർന്ന് മനുഷ്യരാശിയിൽ ഉണ്ടാക്കുന്ന സംഘർഷം, വിഭജനം, ഹിംസാത്മകത, ആധുനിക മനുഷ്യസമൂഹത്തെ ശമിക്കാത്ത ഭയരോഗത്തിലാഴ്ത്തിയിരിക്കുന്നു.

ആഗ്രഹം, ചിന്ത, സമയം - ഇതത്രെ അടിസ്ഥാനതലത്തിൽ ഭയം. ഇതില്ലാതെ ഭയമില്ല. ഒരാൾ ഉള്ളിൽ ഭയപ്പെടുകയും എന്നാൽ പുറമെ, സമൂഹത്തിൽ, രാഷ്ട്രീയത്തിൽ, ധനശാസ്ത്രത്തിൽ ക്രമമുണ്ടാക്കാൻ ആവശ്യപ്പെടുകയും ചെയ്യുന്നു. ഒരാൾ ഉള്ളിൽ ക്രമരഹിതനാണെങ്കിൽ, ഭയഭീതനാണെങ്കിൽ അയാൾക്കെങ്ങനെയാണ് പുറത്ത് ക്രമമുണ്ടാക്കാനാവുക? ഭയമുക്തനാവുക? ഭയത്തെപ്പറ്റി ഒരുൾക്കാഴ്ച ഉണ്ടാകുമ്പോൾ ഭയം അവസാനിക്കുന്നു.

മനുഷ്യരാശി ഇന്നഭിമുഖീകരിക്കുന്ന പരമപ്രധാനമായ വസ്തുതകളിലൊന്ന് നമുക്ക് സാങ്കേതികപരമായ മഹാശക്തികൾ നിറഞ്ഞ ചില ഉപകരണങ്ങൾ ഉണ്ടെന്നതത്രെ. ഭാവി മനുഷ്യനിൽ അവ വമ്പിച്ച ഒരു പ്രത്യാഘാതം വരുത്തുവാൻ പോവുകയാണ്. "മനുഷ്യന്റെ പ്രതിസന്ധി അവബോധത്തിലും ജ്ഞാനത്തിലുമാകുന്നു" എന്ന് ജെ.കൃഷ്ണമൂർത്തി. ഈ അവബോധത്തെ മനുഷ്യൻ വിപ്ലവകരമായി മാറ്റുന്നില്ലെങ്കിൽ നാം 'രക്തരൂഷിതമല്ലാത്ത' യുദ്ധങ്ങളിൽ അവസാനിക്കാൻ പോവുകയാണ് എന്ന് അദ്ദേഹം ഓർമ്മിപ്പിക്കുന്നു.

സ്വാമി വിവേകാനന്ദന്റെ 'അഭീഃ അഭീഃ' (ഭയമരുത്, ഭയമരുത്) എന്ന അഭയമന്ത്രം നമ്മുടെ ജീവിതത്തെ ഗ്രസിച്ചുകഴിഞ്ഞ മഹാ

ഭയത്തെ തുറന്നുകാട്ടുകയായിരുന്നില്ലേ? "വീരഭോഗ്യാ വസുന്ധരാ" വീരന്നു ഭുജിക്കാനുള്ളതാണ് ഭൂമി. ഇതൊരു നിത്യസത്യം. വീരനാവുക, സർവദാ ഉദ്ഘോഷിക്കുക: 'അഭീഃ അഭീഃ' ഏവരോടും പറയുക: 'മാ ഭൈഃ മാ ഭൈഃ (ഭയപ്പെടരുത്) പാപം, ഭയംതന്നെ നരകം, ഭയംതന്നെ അധർമ്മം, ഭയംതന്നെ അപവിത്ര ജീവിതം...!"

മനുഷ്യമനസ്സ് എണ്ണമറ്റ സഹസ്രാബ്ദങ്ങളായി ഭയത്തിൽ ജീവിച്ചു. ആ ഭയത്തിന് ഒരറുതി വരുത്താനാവുമോ? അതോ, നമ്മുടെ ബാക്കി ജീവിതത്തിലും ഇതു തുടർന്നുകൊണ്ടുപോവുമോ?

യുദ്ധപാഠം

ആൽബർട്ട് ഐൻസ്റ്റീനോട് ഒരിക്കൽ ഒരു പത്രപ്രവർത്തകൻ അന്വേഷിച്ചു: "മൂന്നാം ലോകമഹായുദ്ധത്തെപ്പറ്റി താങ്കൾക്കു വല്ലതും പറയാനാകുമോ?"

"എന്നോടു ക്ഷമിച്ചാലും! മൂന്നാംലോക മഹായുദ്ധത്തെപ്പറ്റി എനിക്ക് ഒന്നും പറയാനാകില്ല. എന്നാൽ നാലാം ലോകമഹായുദ്ധത്തെപ്പറ്റി വല്ലതും അറിയണമെന്നുണ്ടെങ്കിൽ ഞാനതു പറയാം."

ചോദ്യം ചോദിച്ചയാൾക്ക് ഈ മറുപടി വിശ്വസിക്കാനായില്ല. മൂന്നാം ലോക മഹായുദ്ധത്തെപ്പറ്റി പറയാനാവാത്ത ഒരാൾക്ക് നാലാം ലോക മഹായുദ്ധത്തെപ്പറ്റി എന്തു പറയാനാണു കഴിയുക? അദ്ദേഹം അവിശ്വാസത്തോടെ പറഞ്ഞു:

"ശരി. നാലാമത് ലോകമഹായുദ്ധത്തെപ്പറ്റി താങ്കൾ പറഞ്ഞാലും."

ആ മഹാശാസ്ത്രജ്ഞൻ പറഞ്ഞു:

"നാലാമത്തേത് ഒരിക്കലും ഉണ്ടാവില്ല! അതിനെപ്പറ്റി അത്രയേ പറയാനുള്ളൂ. മൂന്നാമത്തേതിനെപ്പറ്റി ഒന്നും പറയാനാകില്ലല്ലോ."

ഒരു പുതിയ മനുഷ്യനു മാത്രമേ യുദ്ധം വേണ്ടാത്ത ഒരു ലോകത്തെ സങ്കല്പിക്കാനാകൂ. പഴയ മനുഷ്യൻ നിലനില്പിന്റെ വഴിയിൽനിന്ന് തുടച്ചു നീക്കപ്പെടാൻ പോവുകയാണ്.

മനുഷ്യരാശി വളരെയേറെ സഹിച്ചു. വളരെയേറെ ത്യജിച്ചു. എന്നാൽ, ആത്യന്തികഫലമോ, പരമമായ ശൂന്യതയും.

രാഷ്ട്രീയനേതാക്കൾ രാഷ്ട്രങ്ങളെ തുടർച്ചയായ യുദ്ധത്തിന്റെ വഴിയിലെത്തിച്ചു. ശാസ്ത്രജ്ഞന്മാരാകട്ടെ. ഭൂമിയെ ചുരുങ്ങിയത് ഏഴുവട്ടം സംഹരിക്കാനുള്ള ഉപകരണങ്ങളും നിർമ്മിച്ച് ഇരിക്കുകയാണ്. അടുത്ത പത്തു വർഷങ്ങൾകൊണ്ട് ഈ ഭൂമിയെ ചുരുങ്ങിയത് എഴുപതുവട്ടം സംഹരിക്കാനുള്ള വകയായി മാറിയിരിക്കും. അത്രയേറെ ന്യൂക്ലിയർ ആയുധങ്ങൾ!

യുഗങ്ങളായി മനുഷ്യൻ ഇപ്രകാരമാണ് നിലനില്ക്കുന്നത്. സംഹാരത്തിൽ വളരെയേറെ തത്പരനായി, സ്വയം ജീവിക്കാതെ, ജീവിതം ആസ്വദിക്കാതെ, അന്യരെ നശിപ്പിച്ചുകൊണ്ട്, മനുഷ്യർ എവിടേക്കു പോകുന്നുവോ, അവിടെ മരണവും നാശവും വിതച്ചു കൊണ്ട്. ഇതു പൂർണമായും ചിത്തരോഗം ബാധിച്ചവരുടെ ലോകമാ യിരിക്കുന്നു. കാരണം, മനുഷ്യർ പല കാരണങ്ങളാലും ചിത്തരോഗി കളായിരിക്കുന്നു. ലോകമിന്ന് അധികമധികം നരകമായിക്കൊണ്ടിരി ക്കുകയാണ്.

എന്താണിതിന്റെ കാരണം. എല്ലാ വ്യക്തികളുടെയും ഉള്ളിൽ 'എന്റേത്, എന്റേത്' എന്ന ബോധമാണ് നിലനില്ക്കുന്നത്. 'എന്റെ വീട്' എന്ന് ഒരാൾ പറയുമ്പോൾ യഥാർത്ഥത്തിൽ അയാൾ ബാലിശ മായിട്ടാണ് ഇപ്രകാരം പറയുന്നത്. ഒരു ഹിന്ദു മുഹമ്മദീയനുമായി മതത്തിന്റെ പേരിൽ പോരടിക്കുമ്പോൾ അയാളുടെ പ്രവൃത്തി ബാലിശമാകുന്നു. അതുപോലെ തിരിച്ചും. അവർ എന്താണ് ചെയ്യുക യെന്നത് അവരറിയുന്നില്ല. അവർ യഥാർത്ഥത്തിൽ പക്വതയുള്ളവരോ വളർന്നവരോ അല്ല. കുട്ടികൾ എപ്പോഴും തർക്കിച്ചുകൊണ്ടിരിക്കും. "എന്റെ അച്ഛൻ ഏറ്റവും കേമനായ ഒരാളാണ്." മതമേലധ്യക്ഷന്മാരും ഇതുതന്നെ പറയുന്നു: "എന്റെ ഈശ്വരസങ്കല്പമാണ് ഏറ്റവും മിക ച്ചത്."

ഒരു ആരാധനാലയം പൊളിച്ച് മറ്റൊന്നു നിർമ്മിക്കുവാൻ പറയു ന്നവരിലും ഈ കുട്ടികളുടെ അഹംബോധം തന്നെയാണോ ഉള്ളത്? എല്ലാ യുദ്ധങ്ങളും വ്യക്തികളുടെ ഉള്ളിൽനിന്നാണ് ആരംഭിക്കുന്നത്. ഊർജ്ജത്തിന്റെ 75 ശതമാനവും യുദ്ധങ്ങൾക്കായി ചെലവഴിക്കുക യാണ്; കൂടുതൽ ബോംബുകളുണ്ടാക്കാൻ. മനുഷ്യന്റെ ജീവിത ലക്ഷ്യംതന്നെ ഈ യുദ്ധത്തിനാണെന്നു തോന്നിപ്പോകും.

ഭീകരവാദികൾ അമേരിക്കയിൽ നടത്തിയ ആക്രമണത്തെ തുടർന്ന് യുദ്ധവിരോധികളായ കുട്ടികളും സാധാരണക്കാരുൾപ്പെടുന്ന എത്രയോ പേർ യുദ്ധം വേണ്ട എന്നു പറഞ്ഞുകൊണ്ട് അമേരിക്കൻ പ്രസിഡന്റിനു കത്തുകൾ അയയ്ക്കുകയുണ്ടായി. ഈ ലേഖകനും അത്തരത്തിലുള്ള ഒരെഴുത്ത് അദ്ദേഹത്തിനയച്ചുകൊടുത്തു. "പ്രസി ഡന്റിന് ആരുടെയും ഉപദേശം ആവശ്യമില്ല" എന്നു പറഞ്ഞുകൊണ്ട് ആ കത്ത് മടക്കുകയായിരുന്നു.

എല്ലാ പഴയ മനുഷ്യരും ഇങ്ങനെയായിരിക്കും. അവർക്ക് മനു ഷ്യരാശിയിലെ ഒരെളിയ അംഗത്തിൽനിന്ന് ഒന്നും കേൾക്കാനുള്ള വിശാലതയില്ല. അതുകൊണ്ടുതന്നെ അവർ സ്നേഹവും വിവേകവും

മാറ്റിവച്ച കമ്പ്യൂട്ടർപോലെയുള്ള ഒരു മനസ്സുമായി ജീവിക്കുന്നു. ഇങ്ങനെ ജീവിക്കുന്നവരുടെ നേതൃത്വങ്ങളാണ് ഭൂമിയെ നിലയ്ക്കാത്ത യുദ്ധക്കളമാക്കി മാറ്റിയത്.

യുദ്ധങ്ങളില്ലാത്ത, ഭയരഹിതമായ ഒരാകാശത്തിനു ചുവട്ടിൽ സ്നേഹത്തോടെ ജീവിക്കാൻ മനുഷ്യന് അവകാശമില്ലേ?

ലോകത്തിലെ യുദ്ധത്തിനും സമാധാനത്തിനും നമുക്ക് ഓരോരുത്തർക്കും പങ്കുണ്ട്. നാം വ്യക്തിജീവിതത്തിൽ കോപത്തിൽ നിന്നും ഹിംസയിൽനിന്നും മുക്തരായി ജീവിക്കുമ്പോൾ 'യുദ്ധം വേണ്ട' എന്നു നാം സ്വയം അറിയിക്കുകയാണ്.

സ്വപ്നപാഠം

സ്വപ്നത്തിന്റെ മായിക സൗന്ദര്യത്തെപ്പറ്റിയുള്ള ഒരു സെൻബുദ്ധ കഥയുണ്ട്. ഒരു ധ്യാനഗുരു സ്വപ്നത്തിൽ ഒരു പൂമ്പാറ്റയായി, മനോഹരമായ ഒരു പൂന്തോട്ടത്തിൽ, നിരവധി പൂക്കളിൽ മാറിമാറി പറന്നു ചെന്നിരുന്നു തേൻ നുകരുകയും പിന്നെയും പറന്നുകൊണ്ടിരിക്കുകയും ചെയ്തു.

പെട്ടെന്നാണ് ഗുരു ഉണർന്നത്. അദ്ദേഹം ആശ്ചര്യത്തോടെ തന്റെ കൈകാലുകൾക്കുനേരെ, ദേഹത്തിനുനേരെ കണ്ണോടിച്ചു. എന്ത്? താനൊരു പൂമ്പാറ്റയല്ലന്നോ? അദ്ദേഹത്തിനു വിശ്വസിക്കാനായില്ല.

അദ്ദേഹം ശിഷ്യന്മാരെ മുഴുവനും വിളിച്ചുവരുത്തി, സ്വപ്നത്തിലുണ്ടായതു മുഴുവൻ പറഞ്ഞു. തുടർന്ന് അദ്ദേഹം ചോദിച്ചു. “ഞാനീ കാണുന്നത്, ഒരു പൂമ്പാറ്റ മനുഷ്യനായതായി കാണുന്ന സ്വപ്നമായിരിക്കുമോ?”

സ്വപ്നത്തിന് ഒരു പ്രത്യേകതയുണ്ട്. സ്വപ്നം കാണുമ്പോൾ നാം അതൊരു സ്വപ്നമാണെന്ന് അറിയുന്നില്ല എന്നതാണത്. സ്വപ്നത്തിൽ ഒരു നായ ഒരാളെ ഓടിക്കുന്നു. യഥാർത്ഥത്തിൽ ഒരു നായ അയാളെ ഓടിക്കുമ്പോഴുള്ള എല്ലാ വിഹ്വലതകളും അപ്പോൾ അയാൾ അനുഭവിക്കുന്നു. ഉണരുമ്പോഴാണ് താൻ സ്വപ്നം കാണുകയായിരുന്നുവെന്ന് അറിയുന്നത്.

എന്നാൽ സ്വപ്നത്തിൽ ഒരു നായ നിങ്ങളെ ഓടിക്കുമ്പോൾ, ഇതൊരു സ്വപ്നം മാത്രമാണ്, യഥാർത്ഥമല്ല എന്ന് നിങ്ങൾക്കു തോന്നുകയാണെങ്കിലോ? നിങ്ങൾ ഉപബോധത്തിന്റെ അപ്പുറത്തേക്കു പോകാൻ കഴിയുന്ന ഒരാളാകുന്നു. അതോടെ ജീവിതത്തിന്റെ, മരണത്തിന്റെ മഹാരഹസ്യം മുഴുവനും നിങ്ങൾക്കു വെളിപ്പെടുന്നു.

റഷ്യൻ യോഗി ഗുർജിഫ് സ്വപ്നത്തെ ഇത്തരത്തിൽ വർഗ്ഗാത്മകമായി എങ്ങനെ മാറ്റാമെന്നും അതുവഴി എങ്ങനെ ഉണർച്ച നേടാമെന്നും പരീക്ഷിച്ചറിയുകയുണ്ടായി.

അദ്ദേഹം പറയുന്നു. "പ്രതിബന്ധങ്ങളെ തല്ലിത്തകർക്കുന്ന തരം സ്വപ്നത്തിൽ ഒരു പ്രത്യേകതരത്തിലുള്ള അവബോധം നിങ്ങളിലുയരുന്നു. സാധാരണ സ്വപ്നം അബോധമാണ്. നിങ്ങൾ കേവലം നിരീക്ഷിച്ചുകൊണ്ടിരിക്കുക മാത്രം ചെയ്യുന്നു. നിങ്ങൾ ഒരു കാര്യവും ഓർക്കുന്നില്ല. നിങ്ങൾ നിങ്ങളെ ഓർക്കുന്നില്ല. നിങ്ങൾ സ്വപ്നത്തിൽ മുഴുകി സ്വയം മറക്കുന്നു. എന്നാൽ പ്രതിബന്ധങ്ങളെ തകർക്കുന്ന സ്വപ്നം വ്യത്യസ്തം. അതു സജീവമാകുന്നു. നിങ്ങൾ ഒരുതരത്തിൽ സ്വപ്നത്തിൽ ഉണർന്നിരിക്കുന്നു." ഗുർജിഫ് തന്റെ ശിഷ്യന്മാരെ അത്തരം സ്വപ്നം കാണാൻ പരിശീലിപ്പിച്ചു.

സ്വപ്നത്തിൽ നിങ്ങളെ ഓർക്കാൻ ശ്രമിക്കുക. ഇതൊരു ദിവസം മുഴുവൻ ഓർത്തിരുന്നാൽ മാത്രമേ സ്വപ്നത്തിലും നിങ്ങൾക്കിതോർക്കാൻ കഴിയൂ. ഇതു ശീലിക്കുന്നയാൾ ദിവസം മുഴുവൻ ഇത് തുടർച്ചയായി ഓർക്കണം. നിരത്തിൽ നടക്കുമ്പോൾ നിങ്ങൾ ഓർക്കുന്നു. 'ഇതൊരു സ്വപ്നമാകുന്നു. ഈ കടകളെല്ലാം, ഈ ജനങ്ങൾ കടന്നുപോകുന്നത്, ഈ ശബ്ദം, ഇതെല്ലാം സ്വപ്നമാകുന്നു. വളരെ സൗന്ദര്യത്തോടെ കാണപ്പെടുന്ന ഈ സ്ത്രീ ഒരു സ്വപ്നമാകുന്നു, ഈ വൃക്ഷം ഒരു സ്വപ്നമാകുന്നു! ദിവസം മുഴുവൻ തുടർച്ചയായി നിങ്ങൾ ചിന്തിക്കുന്നു. 'ഇതു സ്വപ്നമാകുന്നു, സ്വപ്നമാകുന്നു.' ഇതു നിങ്ങൾ ലക്ഷം തവണ ആവർത്തിക്കുന്നു. സ്വാഭാവികമായും ഒടുവിൽ, ഇതൊരു സ്വപ്നമാണെന്ന ആശയം നിങ്ങളുടെ ബോധമനസ്സിൽ ആഴത്തിലെത്തുന്നു. വൈകാതെ ഇത് ഉപബോധ മനസ്സിലേക്കും ചെന്നെത്തുന്നു. അനന്തരം ഒരു നാൾ പെട്ടെന്ന് - മൂന്നു മുതൽ ആറു മാസംവരെയുള്ള അടിയുറച്ച പരിശീലനം വഴി നിങ്ങൾ മനസ്സിന്റെ അപ്പുറത്തേക്ക് എളുപ്പത്തിൽ എത്തുന്നു.

"ഇത് സ്വപ്നമാണ്. ഇതു സ്വപ്നമാണ്, ഇതു സ്വപ്നമാണ് എന്നു സദാ ഓർക്കുക. ഒരു നാൾ പെട്ടെന്ന് സ്വപ്നത്തിൽ ഇതൊരു സ്വപ്നമാണ് എന്ന തോന്നൽ നിങ്ങൾക്കുണ്ടാകുന്നു. ആ നിമിഷം തന്നെ ഒരു പുതിയ ഊർജ്ജം ഉളവാകുന്നു. നിങ്ങൾ ഉണർന്നവനാകുന്നു!

ഗുർജിഫ് തന്റെ ശിഷ്യന്മാരെ ഇത്തരം സ്വപ്നം കാണാൻ പരിശീലിപ്പിച്ചു. മനുഷ്യന്റെ പ്രജ്ഞയിൽ അഗാധമായി പ്രവർത്തിക്കാൻ ഇതൊരു താക്കോലാണെന്ന് അദ്ദേഹം പറയുന്നു.

ബോധത്തിനു നാലു തലങ്ങളുണ്ട്. ജാഗ്രത്, സ്വപ്നം, സുഷുപ്തി, തുരീയം, സ്വപ്നത്തെ ഈ രീതിയിലറിഞ്ഞാൽ ബോധത്തിന്റെ നാലു തലങ്ങളേയും പൂർണമായറിയാൻ ഒരാൾക്കു കഴിയുന്നു എന്ന് ഗുർജിഫ് കണ്ടെത്തി.

സദാചാര പാഠം

സദാചാരത്തെ, സന്മാർഗ്ഗത്തെപ്പറ്റി ആർക്കുംതന്നെ ബോധനം ചെയ്യാനാവില്ല. അങ്ങനെയാണെങ്കിൽ സദാചാരത്തെപ്പറ്റിയുള്ള പ്രഭാഷണങ്ങൾ കേട്ടുവളരുന്ന ആളുകളൊക്കെ നല്ലവരായി മാറുമായിരുന്നു. ക്ലാസ്സ്മുറികളിൽ, വീടുകളിൽ, സന്മാർഗ്ഗപ്രബോധന ക്യാമ്പുകളിൽ വിദ്യാർത്ഥികൾക്ക്, കുട്ടികൾക്ക് വളരെയേറെ ഉപദേശങ്ങൾ കിട്ടുന്നുണ്ട്, സൽസ്വഭാവത്തെപ്പറ്റിയുള്ള പ്രഭാഷണങ്ങൾ കേൾക്കുന്നുണ്ട്. അത് കുട്ടികളുടെ വ്യക്തിത്വത്തിൽ ഒരു മാറ്റവും വരുത്തുന്നില്ല. കാരണം, അത് പറഞ്ഞു കൊടുക്കുന്നവർക്ക് സദാചാരം സ്വന്തം ജീവിതത്തിൽ ഇല്ല. സ്വഭാവത്തിൽ, പെരുമാറ്റത്തിൽ എന്തെങ്കിലും വൈകല്യം ഉള്ളവർ വലിയ കാര്യങ്ങൾ സംസാരിക്കുന്നതുകൊണ്ടു മാത്രം ആരെയും സ്വാധീനിക്കുകയില്ല.

ശർക്കര തിന്നുന്ന ദുശ്ശീലമുള്ള ഒരു കുട്ടി ഉണ്ടായിരുന്നു - ശ്രീരാമകൃഷ്ണൻ. ഇതേ ശീലമുള്ള തന്റെ കുഞ്ഞിനെ ഉപദേശിക്കണമെന്ന് ഒരമ്മ അപേക്ഷിച്ചപ്പോൾ ഒരാഴ്ച കഴിഞ്ഞുവരാനാണ് അദ്ദേഹം പറഞ്ഞത്. ഇതിനിടയ്ക്ക് അദ്ദേഹം സ്വയം ആ ദുശ്ശീലത്തെ ഒഴിവാക്കി. പിന്നീട് ഇക്കാര്യം ആ കുട്ടിയോട് ഉപദേശിക്കുകയും ചെയ്തു.

എത്ര ചെറിയ ഒരുപദേശമായാലും സത്യത്തിന്റെ പ്രകാശത്തിൽ അതു പറയപ്പെടണം; എങ്കിലേ അത് ഫലിക്കുകയുള്ളൂ. മുതിർന്നവർക്ക് നടപ്പാക്കാൻ കഴിയാത്ത കാര്യങ്ങൾ, അവരേക്കാൾ ഉണർവും ചിന്താശേഷിയും ഭാവനയുമുള്ള കുട്ടികളോട് പറയുന്നതുകൊണ്ടു മാത്രം അവർ അതു സ്വീകരിക്കുമോ?

ദുർമാർഗ്ഗിയും വികൃതിയുമായ മകനെ ഒന്ന് ഉപദേശിച്ച് നന്നാക്കാനായി ബാൽഷേം എന്ന മഹാഗുരുവിന്റെ മുൻപിൽ ഒരമ്മ വന്നു. അവനെപ്പറ്റിയുള്ള പരാതികൾ വാതോരാതെ പറഞ്ഞു. ഇതെല്ലാം കേട്ടശേഷം ഗുരു അലിവോടെ അവരെ നോക്കി.

“അമ്മേ നിന്റെ കുഞ്ഞിനെ അതിരില്ലാതെ സ്നേഹിക്കൂ!... അതു മതി” എന്നു മാത്രമാണ് ഉപദേശിച്ചത്.

സ്നേഹം കിട്ടേണ്ട ഇളംപ്രായത്തിൽ, അത് അളവില്ലാതെ കിട്ടിയാൽ മാത്രമേ കുട്ടിയുടെ മനസ്സിന്റെ സർഗ്ഗാത്മകമായ കഴിവുകൾ, മൂല്യങ്ങൾ മുളച്ചുവരികയുള്ളൂ. പ്രായോഗികമായി ഓരോ കുട്ടിക്കും നിറഞ്ഞ സ്നേഹം, സംരക്ഷണം കിട്ടിയിരിക്കണം. അതു കിട്ടാത്ത ഒരു കുട്ടിക്കും സദാചാരം ഉണ്ടാവില്ല.

സദാചാരമൂല്യങ്ങൾ ഒരു പ്രത്യേകതരത്തിൽ പഠിപ്പിക്കുന്ന ഒരു ധ്യാനഗുരുവിന്റെ കഥയുണ്ട്. മുതിർന്നവർ പറയുന്നതും ചെയ്യുന്നതും ചുറ്റുപാടിൽനിന്നും അറിയുന്നതും ഒക്കെ കുട്ടികളെ വളരെയധികം സ്വാധീനിക്കുന്നു. സംഘർഷങ്ങളില്ലാത്ത, ശാന്തമായ ഒരന്തരീക്ഷത്തിൽ സ്നേഹത്തോടെ വളർന്നുവരാൻ കുട്ടികൾക്കു കഴിയുന്നില്ല. സ്കൂളിൽ ഇത്തരം ഒരന്തരീക്ഷത്തിൽ കുട്ടികളെ വളർത്തണം. അതിനുവേണ്ടി കുട്ടികളുടെ ഉള്ളിൽ ഗുണങ്ങൾ വളരണം. അതിനുതകുന്ന ഒരു മാർഗ്ഗം ഗുരു കണ്ടുപിടിച്ചു. അദ്ദേഹം അവരോടു പറഞ്ഞു: “നിങ്ങൾക്കൊരു ഹോംവർക്കു തരികയാണ്. ഇതു ദിവസവും മുടങ്ങാതെ ചെയ്തു വരണം. ഈ ക്ലാസ്സിലുള്ള ഒരു കുട്ടിയുടെ ഗുണത്തെപ്പറ്റി നിങ്ങൾ നാളെ എഴുതിവരണം. തുടർച്ചയായി കുറേദിവസങ്ങളിൽ നിങ്ങൾ ചെയ്യേണ്ട ഹോംവർക്ക് ഇതാണ്. “ഗുരു തുടർന്നു: “ഗുണങ്ങൾ ഇല്ലാത്ത ഒരാളും ഇല്ല. എല്ലാവരിലും ഉണ്ട്. ചിലരിൽ അതു പുറമെ കാണാം. ചിലരിൽ അതു പുറമെ കാണില്ല. അവരുടെ ചില പ്രവൃത്തികളിൽ അതു കാണാം. അതുകൊണ്ട് ഓരോരുത്തരെയും ശ്രദ്ധയോടെ നിരീക്ഷിക്കാൻ പഠിക്കുക.

ഇപ്രകാരത്തിൽ ഗുണങ്ങളെമാത്രം കാണുകയും ചിന്തിക്കുകയും എഴുതുകയും ചെയ്യുന്ന ശീലം വർധിച്ചുവന്നതോടെ ക്ലാസ്സിലുള്ളവരെല്ലാം ഓരോതരത്തിൽ ഗുണങ്ങൾ ഉള്ളവരായി അവർ സ്വയം മനസ്സിലാക്കി. “ഇനി നിങ്ങൾ അടുത്ത ക്ലാസ്സിലെ കുട്ടിളെ നോക്കൂ! അവരുടെ ഗുണങ്ങൾ എഴുതിക്കൊണ്ടുവരൂ...” ഇത് പ്രയോഗത്തിൽ വന്നതോടെ ആ കുട്ടികൾ മുഴുവൻ എല്ലാവരിലെയും ഗുണങ്ങൾ കാണുന്ന സവിശേഷതയുള്ള വ്യക്തികളായി മാറാൻ തുടങ്ങി. ഇതവരെ സ്നേഹത്തോടെ, ക്ഷമയോടെ, ആദരവോടെ നോക്കാൻ പഠിപ്പിച്ചു. ഇതവർക്ക് ഒരു പുതിയ മനസ്സു നൽകി.

ആർത്തിയുടെ പാഠം

"ആർത്തിയുള്ള മനുഷ്യൻ സദാ നേടുന്നതിലധികം സ്വയം നഷ്ടപ്പെടുത്തുന്നു" - അറബി പഴമൊഴി

മനുഷ്യൻ മാത്രമാണ് തനിക്കു തിന്നാനുള്ളതിലധികം വാരിക്കൂട്ടി വയ്ക്കുന്നത്. മറ്റു മൃഗങ്ങളെല്ലാം അവയുടെ അതിജീവനത്തിന് ആവശ്യമായതു മാത്രമാണ് പ്രകൃതിയിൽനിന്ന് എടുക്കുന്നത്. അവയ്ക്കാവശ്യമില്ലാത്തത് അവ മറ്റുള്ളവർക്കായി ബാക്കിവെക്കുന്നു.

ആർത്തിയാണ് മനുഷ്യകുലത്തെ ബാധിച്ച ഏറ്റവും വലിയ രോഗം. ഈ രോഗമാണവനെ സ്വാർത്ഥിയാക്കുന്നത്, ക്രോധിയാക്കുന്നത്, അസൂയാലുവാക്കുന്നത്, ഹിംസാത്മകനാക്കുന്നത്, ഭ്രാന്തനാക്കുന്നത്. ബുദ്ധൻ നിറഞ്ഞ കരുണയോടെയാണ് ആർത്തിപിടിച്ച മനുഷ്യനെ നോക്കുന്നത്. ബുദ്ധൻ മൊഴിയുന്നു: 'ആർത്തിയുടെ പിടിയിൽപ്പെട്ട മനുഷ്യൻ വറ്റിവരണ്ട തടാകത്തിലെ മത്സ്യത്തെപ്പോലെ പിടയുകയാണ്!...' മഹാത്മാഗാന്ധിക്ക് സത്യത്തിന്റെ, യുക്തിയുടെ വെളിച്ചത്തിൽ നോക്കിയപ്പോൾ ഇപ്രകാരമാണ് തോന്നിയത്. 'എല്ലാവരുടെ ആവശ്യങ്ങൾക്കു വേണ്ടത്രയും ഭൂമിയിൽ ഇന്നുണ്ട്. എന്നാൽ ഒരു മനുഷ്യന്റെ പോലും ആർത്തിക്കു വേണ്ടത്രയും ഒരിക്കലുമില്ല!...' ഇതു മനസ്സിലാക്കി വിവേകത്തോടെ ജീവിക്കുമ്പോൾ ഒരു പൂമ്പാറ്റ പൂവിന്റെ ഇതളുകളെ, അതിന്റെ കേസരങ്ങളെ അല്പംപോലും നോവിപ്പിക്കാതെ തേൻ നുകരുന്നതുപോലെ മനുഷ്യന് പ്രകൃതിയിൽ നിന്ന് തനിക്കാവശ്യമുള്ളതു മാത്രം സ്വീകരിച്ചുകൊണ്ട് സുന്ദരമായൊരു ജീവിതം നയിക്കാനാവുന്നു. ഈ സത്യം ഒരാൾ എന്നാണോ അറിയുന്നത്, അനുഷ്ഠിക്കുന്നത് അന്നു മുതൽ അയാൾക്കു മുന്നിൽ സുഖത്തിന്റെ വഴി തെളിഞ്ഞു വരുന്നു.

മനുഷ്യന്റെ ആർത്തി, ഭോഗപരത, ആസക്തി, സുഖത്തിനു നേരെയുള്ള വ്യഗ്രത, അവന്റെ മനോഘടനയിൽ തന്നെയുള്ള വൈകല്യങ്ങളത്രെ. ഇവയൊക്കെയാണ് മനുഷ്യൻ അധിവസിച്ചുകൊണ്ടിരിക്കുന്ന

ഈ സുന്ദരമായ ഭൂമിയെ നാമിന്നു കാണുന്ന തരത്തിലുള്ള ഒരു യഥാർത്ഥ നരകമാക്കിയത്. ഭൂമിയിൽ എവിടെ ജീവിച്ചുകൊണ്ടിരിക്കുന്നവനായാലും ഭൂമിയിൽ ഇന്ന് മനുഷ്യവംശം ജീവിച്ചുകൊണ്ടിരിക്കുന്ന ജീവിതത്തെ നോക്കി തൃപ്തിയടയുന്ന ഒരാൾപോലും ഉണ്ടാവില്ല. എന്തെന്നാൽ, പൂതലിച്ചു വീഴാറായ ഒരു പഴയ മന്ദിരം പോലെ മനുഷ്യവംശം, അതിന്റെ സംസ്കൃതി, ഒരു മഹാവിനാശത്തിന്റെ അവസാന മണിക്കൂറുകളിലെത്തിയ, ഇതുപോലെ ചീത്തയായ ഒരു കാലം മാനവചരിത്രത്തിലുണ്ടായിട്ടില്ല. മനുഷ്യൻ ഭൂമിക്ക് ഒരു ഭാരമായിരിക്കുന്നു.

ഇത്തരം ഒരു ഭൂമിയിൽ പഞ്ചഭൂതങ്ങൾ മുഴുവൻ അപവിത്രമായിരിക്കുന്നു. മണ്ണ്, വെള്ളം, വെളിച്ചം, വായു, ആകാശം, കാലം, ദിക്കുകൾ, മനുഷ്യന്റെ മനസ്സ് എല്ലാം മലിനമായിരിക്കുന്നു.

സ്വസ്ഥജീവിതത്തിലേക്ക്, സമാധാനത്തിലേക്ക് മനുഷ്യരാശിക്ക് തിരിച്ചുപോകാനാവും. എന്തെന്നാൽ, ഭൂമിയിലിന്നു പുലർന്നുവരുന്ന കുറച്ചുപേരെങ്കിലും സ്വാസ്ഥ്യത്തിൽ, സുഖത്തിൽ, സ്നേഹത്തിൽ ജീവിക്കുന്നുണ്ടെങ്കിൽ ബാക്കിയുള്ളവർക്കും അപ്രകാരത്തിൽ ജീവിക്കാനാവും. ആർത്തിയിലാണ്ട് മുങ്ങി മരണംവരെ സന്തോഷമറ്റവനായി ജീവിക്കുന്നതിനു പകരം ആർത്തിയിൽ നിന്നു കരകയറി സന്തോഷത്തിൽ ജീവിക്കുന്നത് ഒന്നു സങ്കല്പിച്ചു നോക്കൂ.

ആർത്തിയിൽ നിന്നു മുക്തനാകാനുള്ള രണ്ട് വഴികൾ ഉണ്ട്.

1. ആർത്തിയെപ്പറ്റിയുള്ള അവബോധം. സ്വന്തം ആർത്തിയെപ്പറ്റി സൂക്ഷ്മമായറിയുക, അതിന്റെ നേരെ വിധിനിർണ്ണയം കൂടാതെ നോക്കുക. വിവേകത്തിന്റെ ഉൾക്കാഴ്ചയുടെ വെളിച്ചത്തിൽ ആർത്തി പിടിച്ച മനുഷ്യരുടെ ചെയ്തികൾ അധാർമ്മികമെന്നോ, അധമമെന്നോ മുദ്രയടിക്കാതെ, മനുഷ്യന്റെ ഒരു സത്യമായി അതിനുനേരെ സാക്ഷിയായി നോക്കുക.

2. അന്യരെ കൂടുതലായി പരിഗണിക്കാൻ, ശ്രദ്ധിക്കാൻ, കേൾക്കാൻ, സ്നേഹിക്കാൻ തുടങ്ങുക. ഒരാളുടെയുള്ളിൽ യഥാർത്ഥമായ സ്നേഹം ജനിക്കുമ്പോൾ അയാളിൽനിന്ന് ആർത്തി അയാൾ പോലുമറിയാതെ അപ്രത്യക്ഷമാവുന്നു.

ചൈനയിലെ ധ്യാനഗുരു കുംഗ്-നി പറഞ്ഞു:

"ഹൃദയം കൊണ്ട് ആർത്തിയെ വർജ്ജിക്കുക."

"അതെങ്ങനെ സാധിക്കും?" യെൻ-ഇയി ചോദിച്ചു.

"ഇതാ, ഇങ്ങനെ..." ഗുരു മൊഴിഞ്ഞു:

"ഒരാളുടെ ബുദ്ധിയുടെ ഊർജ്ജമാകെ ഒന്നിനുനേരെ കേന്ദ്രീകരിക്കുക. കാതുകൊണ്ട്, അല്ലെങ്കിൽ ഹൃദയംകൊണ്ട് കേൾക്കുന്നതിനു പകരം ആത്മാവുകൊണ്ടുമാത്രം കേൾക്കുക!... ഇന്ദ്രിയങ്ങളുടെ വഴി അടയ്ക്കുക! ഹൃദയത്തിന്റെ കണ്ണാടി പരിശുദ്ധമാക്കി വെയ്ക്കുക!... ആത്മാവിനെ ആ കണ്ണാടിയിൽ, അതിന്റെ ആന്തരിക ശൂന്യതയിൽ പ്രതിഫലിപ്പിക്കാനനുവദിക്കുക!... ഒരാൾ സ്വയം ലളിതനായി, സ്വാഭാവികമായ സംശുദ്ധിയിൽ യാതൊരു കൃത്രിമത്വവും കൂടാതെ ആന്തരികമായ ഒരു സ്വകാര്യതയിൽ വർത്തിയ്ക്കണം!..."

- ചുവാങ്ത്സു

ജീവിതപാഠം

"ജീവിതത്തിലെ ഏറ്റവും വലിയ ചോദ്യം മരണം എന്നതാണ്;
അതിന്റെ ഉത്തരം ജീവിതവും!" - ധ്യാനഗുരു ദാദാ ലേഖരാജ്

വലിയ വലിയ തത്ത്വങ്ങൾ, ഉപദേശരത്നങ്ങൾ പ്രസംഗത്തിലൂടെ കൊടുക്കുവാൻ ആർക്കും കഴിയും. പക്ഷേ, മറ്റുള്ളവർ കണ്ടുപഠിക്കത്തക്ക രീതിയിൽ എത്രപേർ ജീവിക്കുന്നു!... മനുഷ്യനെ ഉയർത്തുന്നത്, മഹാനാക്കുന്നത് പരീക്ഷണഘട്ടങ്ങളാണ്, മറിച്ച് വിജയവേളകളല്ല.

ജീവിതത്തിലെ ഓരോ സന്ദർഭങ്ങളും നേരിടേണ്ടതുതന്നെയാണ്. എങ്കിൽ, എന്തുകൊണ്ട് സ്നേഹത്തോടെ അതിനെ നേരിട്ടുകൂടാ? സ്നേഹമില്ലെങ്കിൽ ജീവിതത്തിന്റെ മുഴുവൻ നിധികളും നമ്മുടെ ദൃഷ്ടിയിൽ നിന്നും പൂട്ടിവെയ്ക്കപ്പെടുന്നു. കാരണം, യഥാർത്ഥ സ്നേഹമത്രെ സുഖജീവിതത്തിന്റെ വാതിൽ തുറക്കാനുള്ള താക്കോൽ. ജീവിതം ഉള്ളിൽനിന്നു തുടങ്ങുന്നു. ഓരോ മനുഷ്യനും ആർക്കുമറിയാത്ത ഒരു കഥ പറയാനുണ്ട്.

നാമെത്രയധികം ജീവിക്കുന്നു എന്നതല്ല, നാമെങ്ങനെ ജീവിക്കുന്നു എന്നതത്രെ പ്രധാനം. വായുവിൽ പക്ഷികളെ പോലെ പറക്കുന്നത്. കടലിൽ മത്സ്യങ്ങളെപോലെ നീന്തുന്നത് എപ്രകാരമെന്ന് നാം പഠിച്ചു കഴിഞ്ഞു. എന്നാൽ, ഈ ഭൂമിയിൽ എങ്ങനെ ജീവിക്കണമെന്ന് നാമിനിയും പഠിച്ചിട്ടില്ല!...

കുട്ടിക്കാലം, യൗവനകാലം ആർക്കും സുന്ദരമായേക്കാം. മധ്യവയസ്സ്, വാർദ്ധക്യം - ഇത് അസുന്ദരമാകുന്നത് മനോഘടനയുടെ ഒരു പോരായ്മയാണ്. മാധുര്യമേറിയ നല്ല ഇന്നലെകൾ മനുഷ്യജീവിതത്തിന്റെ സ്വർഗ്ഗരാജ്യമായി. നഷ്ടപ്പെട്ട വാഗ്ദത്തഭൂമിയായി എല്ലാ മനുഷ്യരുടെയും ഉള്ളിൽ ജീവിക്കുകയാണ്. ഇതോർത്തുകൊണ്ട് കീറ്റ്സ് എഴുതുന്നു. "ഞാനിതിനകം മരിച്ചു കഴിഞ്ഞതായി എനിക്കു തോന്നുന്നു. ഇപ്പോൾ ഞാൻ ഒരു മരണാനന്തര ജീവിതം ജീവിച്ചു തീർക്കുകയാണ്!..."

കുട്ടിയായിരിക്കെ, തരുണനായിരിക്കെ ഒരാൾ മുഴുവൻ ഇന്ദ്രിയങ്ങളെക്കൊണ്ടു കൂടുതൽ ആഴത്തിൽ, കൂടുതൽ അളവിൽ ജീവിതത്തിന്റെ സുഖം, ആനന്ദം, ഇന്ദ്രിയങ്ങൾ പകർന്നു നൽകുന്ന ലഹരി അനുഭവിക്കുന്നു.

ഭൂതകാലത്തിൽ മാത്രം ജീവിക്കൽ മനുഷ്യനെ ഒരയഥാർത്ഥ ലോകത്തിൽ ജീവിക്കുന്നവനാക്കുകയാണ്. ഭൂതകാലത്തിൽ ജീവിക്കുന്ന ഒരാൾ ഒരിക്കലും ജീവിതത്തോടു നീതി കാട്ടുന്നില്ല. എന്തെന്നാൽ കഴിഞ്ഞുപോയ കാലം, അത് ഒരു നിമിഷം മുൻപായാലും ഒരു മണിക്കൂർ മുൻപായാലും ഒരു വർഷം മുൻപായാലും അതൊരുപോലെയാണ്. കഴിഞ്ഞുപോയതാണ്. ഭൂതകാല ചിന്തകളുടെ ഭാരത്തോടൊപ്പം ഭാവികാലത്തെപ്പറ്റിയുള്ള ഉൽക്കണ്ഠയും കാരണം നമ്മുടെ മനസ്സ് ഒരിക്കലും വർത്തമാനകാലത്ത് ജീവിക്കാതെ കടന്നുപോകുകയാണ്. അതുകൊണ്ട്, വർത്തമാനകാലത്തിൽ സർവവും മറന്നുകൊണ്ട് ജീവിക്കുകയെന്നത് വലിയൊരു വെല്ലുവിളിയാകുന്നു.

സ്വാഭാവികമായും ഒരാൾ മധ്യവയസ്ക്കനാവുമ്പോൾ, വൃദ്ധാവസ്ഥയിലെത്തുമ്പോൾ ആരോഗ്യം ക്ഷയിക്കുന്നു; ഭക്ഷണരുചി കുറയുന്നു. ദഹനശക്തി കുറയുന്നു. ഭക്ഷണത്തിലൂടെ ലഭിക്കുന്ന ആനന്ദാനുഭൂതി അകലുന്നു. കടിച്ചുതിന്നാനുള്ള പല്ലുകൾ തേയുകയും ആടുകയും തുളവീഴുകയും കൊഴിയുകയും ചെയ്യുന്നു. തുടർന്നാണ് ശ്രവണശേഷി കുറഞ്ഞുവരുന്നത്; കാഴ്ച മങ്ങിവരുന്നത്. ഒരിക്കൽ താനനുഭവിച്ച ജീവിതസുഖങ്ങൾ, ഭക്ഷണം, കളി, രതി, യാത്ര എല്ലാം കുറഞ്ഞുകുറഞ്ഞു വരുന്നു. ഈ വിചാരം ഒരാളെ ഒരിക്കലും ജീവിതത്തെ സമഗ്രതയോടെ കാണാനനുവദിക്കുന്നില്ല.

ജനനംപോലെ മരണവും യൗവനംപോലെ വാർദ്ധക്യവും ആരോഗ്യംപോലെ രോഗവും സുഖംപോലെ വേദനയും ജീവിതത്തിന്റെ അനിവാര്യതയായി അറിയാനുള്ള ഒരുൾക്കാഴ്ച ജീവിതത്തിൽ ഉണ്ടാകുമ്പോൾ മാത്രമാണ് ജീവിതത്തിന്റെ ആഴം, അനന്തത ഒരാളറിയുന്നത്.

"അന്യരെ വേദനിപ്പിക്കാതെ ജീവിതം പുലർത്താനുള്ളത് സമ്പാദിക്കാൻ കഴിയുന്നവൻ അനുഗ്രഹിക്കപ്പെട്ടവനാണ്." - ഗൗതമബുദ്ധൻ

യൗവനപാഠം

"യുവത്വം സന്തോഷനിർഭരമാണ്. എന്തെന്നാൽ, ഇതിനു സൗന്ദര്യത്തെ ഉൾക്കൊള്ളാനുള്ള ശേഷിയുണ്ട്. ഇതുള്ള ആരും ഒരിക്കലും വൃദ്ധനാവില്ല" - ഫ്രാൻസ് കാഫ്ക

ഗൗതമബുദ്ധനും ജിദ്ദു കൃഷ്ണമൂർത്തിയും അവരുടെ അവസാന സമയത്തും ലോകത്തിലെ യുവജനങ്ങളെ മുഴുവൻ ആകർഷിക്കും വിധം സുന്ദരന്മാരായിരുന്നു. ശരീരം ജരാനരകൾക്കു വിധേയമാകുമ്പോഴും അവർ മനസ്സിന്റെ യുവത്വത്താൽ, മാധുര്യത്താൽ പരപരിഗണനയാൽ സുന്ദരന്മാരായിരുന്നു.

യുവത്വം ജീവിതത്തിന്റെ നിർണ്ണായകമായ ഒരു ഘട്ടമാണ്. വളരെ ആപൽസന്ധി നിറഞ്ഞ ഒരു കാലം. ഒളിഞ്ഞുകിടക്കുന്ന പല ശേഷികളും സർഗ്ഗാത്മകമായും നിർമ്മാണപരമായും തിരിച്ചറിവുണ്ടാക്കുന്ന ഒരു ഘട്ടവുംകൂടിയാണത്. യൗവനകാലത്ത് ഒരു വ്യക്തിയിൽ പൂർണമായ ആവേശവും പ്രതീക്ഷയും നിറഞ്ഞുനില്ക്കുന്നു. പ്രകൃതി പ്രത്യേക മൂല്യങ്ങളും ശക്തികളും വരദാനമായി നല്കിയനുഗ്രഹിക്കുന്ന കാലമാണത്. മസിലുകളുടെ ശക്തി, ശാരീരികശേഷി അതിന്റെ അത്യുന്നതിയിൽ നില്ക്കുന്ന കാലം. ഏകാഗ്രത, കർമ്മശേഷി, കാര്യക്ഷമത അളവറ്റ തരത്തിലുള്ള കാലം. യുവാവിന്റെ ദേഹത്തിന്റെ ഓരോ സെല്ലും ഇരട്ടിപ്പിക്കാൻ, നശിക്കുമ്പോൾ 'റിപ്പയർ' ചെയ്യാൻ വിസ്മയകരമായ ശേഷിയോടെ വർത്തിക്കുന്നു. അതുകൊണ്ട് മസ്തിഷ്കാഘാതം പോലുള്ള ഏതു കഠിന രോഗങ്ങളിൽനിന്നും അപകടങ്ങളുണ്ടാക്കുന്ന മാരകമായ സാഹചര്യങ്ങളിൽ നിന്നും വേഗം മുക്തനാവുന്നു. ഇങ്ങനെയെല്ലാമുള്ള യൗവനത്തിനു മുന്നിൽ ലോകം മുഴുവൻ നമിക്കുന്നു. 'യുവാക്കൾ ഈശ്വരതുല്യരാണ്!' എന്ന് തൊണ്ണൂറാം വയസ്സിൽ മഹായോഗി ദാദാലേഖരാജ് പറഞ്ഞു. "യുവത്വത്തെ സ്വാധീനിക്കാൻ ഒരാൾക്കു സാധിച്ചാൽ ഭൂമിയെ അത് സ്വർഗ്ഗമാക്കും!" എന്ന് കാതറിൻ ടി നിക്സൻ. ലോകത്തിലെ യുവജനങ്ങളെ "എന്റെ സിംഹ

ക്കുട്ടികളെ!" എന്ന് സ്വാമി വിവേകാനന്ദൻ സംബോധന ചെയ്തത് വെറുതെയല്ല.

ഭൂമിയിൽ മാനസികാരോഗ്യമുള്ള ഏതൊരാൾക്കും ഇന്നത്തെ ലോക സാഹചര്യത്തെ അടിസ്ഥാനപരമായിത്തന്നെ മെച്ചപ്പെടുത്തുവാൻ തോന്നലുദിക്കും. ഈ പരിവർത്തനം യുവത്വത്തിന്റെ പിന്തുണയോടെ മാത്രമേ സാധ്യമാവൂ. ലോകം ഇന്ന് അധാർമ്മികതയുടെ ഇരുട്ടിൽ ഗാഢമായ ഉറക്കത്തിലാണ്. ഇതിൽ നിന്നുണർന്ന, യുവത്വത്തിനല്ലാതെ മറ്റാർക്കാണ് ഇതിനെതിരെ ശബ്ദിക്കാനാവുക? ജനങ്ങളെ നീതിയുടെ പാതയിൽ വഴികാട്ടാനാവുക?

യുവത്വം ലോകത്തെങ്ങും, പക്ഷേ, ആർക്കും അനുകമ്പ തോന്നിക്കുംവിധം പാഴാവുകയാണ്. ഛിദ്രവാസനകൾ, നശീകരണ പ്രവർത്തനങ്ങൾ, വർഗീയ-വംശീയ കലാപങ്ങൾ, മയക്കുമരുന്നിനും ലഹരിക്കും അടിപ്പെട്ടുള്ള എരിഞ്ഞടങ്ങലുകൾ - വർത്തമാനകാല യുവത്വം തന്റെ മഹത്തായ സിദ്ധികളെന്തെന്നറിയാതെ ജീർണിക്കുകയാണ്, മരിക്കുകയാണ്. യൗവനം ഭൂമിയിലെവിടെയും വീണ്ടും വീണ്ടും തോറ്റുകൊണ്ടിരിക്കുന്നതാണ് ഈ കാലത്തെ ഏറ്റവും വലിയ ദുരന്തം.

മതത്തിന്റെ, രാഷ്ട്രീയത്തിന്റെ, വിപ്ലവത്തിന്റെ ദിശയിൽ പ്രവർത്തിക്കുന്ന യുവജനങ്ങൾ തീവ്രവാദപരമായ തലത്തിൽ നടത്തുന്ന പ്രവർത്തനങ്ങൾ സദാ പരാജയപ്പെടുന്നത് ദയനീയമായ ഒരു കാഴ്ചയാണ്. "ഒന്നും, അതെത്ര നല്ലതായാലും അതിന്റെ തീവ്രതയിൽ നന്നല്ല. സത്യം സദാ അതിന്റെ മധ്യത്തിലായിരിക്കും!" ബുദ്ധൻ പറഞ്ഞു. ഇത് സ്വന്തം അനുഭവത്തിലൂടെ തിരിച്ചറിയുമ്പോഴേക്ക് ഒരാൾ യൗവനം പിന്നിട്ടിരിക്കും. ഇതവരേറ്റു പറയുന്നത്, പക്ഷേ, പിന്നാലെ വരുന്ന യുവജനങ്ങൾ, ഒരു ലളിതപാഠം എന്ന നിലയ്ക്കുപോലും എടുക്കുന്നില്ല.

1984ൽ അബുപർവതത്തിലെ ബ്രഹ്മകുമാരീസ് ലോക സർവകലാശാലയിൽ എൺപതിലധികം രാജ്യങ്ങളിൽനിന്ന് വന്നെത്തിയ യുവതീയുവാക്കൾ 'സമാധാനത്തിനുവേണ്ടി യുവത്വത്തിന്റെ പ്രകടനപത്രിക' എന്നൊരു രേഖ ലോകത്തിനു മുന്നിൽ വെക്കുകയുണ്ടായി. അതിൽ "യുദ്ധത്തെ ഒരു മഹാപാതകമായി ഞങ്ങൾ കരുതുന്നു. അതുകൊണ്ട് രാജ്യത്തിന്റെ ഒരടിയന്തരസാഹചര്യത്തിൽ, സ്വരക്ഷയ്ക്കായല്ലാതെ, പട്ടാള യുദ്ധങ്ങളോ പട്ടാള പരിശീലനങ്ങളോ നീതീകരിക്കാനാവില്ലെന്നു ഞങ്ങൾ കരുതുന്നു" എന്ന് "ആണവായുധവുമായി ബന്ധപ്പെട്ട

ഗവേഷണങ്ങളിലോ പരിശീലനങ്ങളിലോ അതുമായി ബന്ധപ്പെട്ട മറ്റേ തെങ്കിലും പ്രവർത്തനത്തിലോ യാതൊരു സാഹചര്യത്തിലും ഞങ്ങൾ സഹകരിക്കുകയില്ല" എന്നും പറഞ്ഞിരിക്കുന്നു.

"സ്ത്രീധന സമ്പ്രദായം, സ്ത്രീയുടെ മാന്യതയ്ക്കും ആരാധ്യ തയ്ക്കും ക്ഷതമേല്പിക്കുന്ന, സ്ത്രീകളെ ഒരു വർഗ്ഗമെന്ന നിലയ്ക്ക് അപമാനിക്കുന്ന പെരുമാറ്റം ഏറ്റവും വലിയ ഒരു ദുരന്തമായി ഞങ്ങൾ കരുതുന്നു" എന്നും അതിൽ പറഞ്ഞിരിക്കുന്നു. "വർഗ്ഗം, മതം, ജാതി, ഉപജാതി, ദേശീയത തുടങ്ങിയ വിഭാഗീയാശയങ്ങളുപയോഗിച്ച് ലോക ത്തിലെ ഇതര യുവജനങ്ങളെയോ വ്യക്തികളെയോ ഞങ്ങൾ വിഭ ജിച്ചു കാണുന്നതല്ല" എന്നും പ്രഖ്യാപിക്കുന്ന ആ രേഖ മാനവരാ ശിക്ക് ലോകയുവത്വം സമർപ്പിച്ച മൂല്യങ്ങളുടെ ഒരു ഹൃദയരേഖയാ യിരുന്നു.

വാർദ്ധക്യപാഠം

ജീവിതനാടകത്തിൽ ഒരു 'പാർട്ട്' വേണ്ട എന്ന് ഒരിക്കലും ചിന്തിക്കരുത്. കുട്ടിയുടെ, യുവാവിന്റെ ഭാഗം അഭിനയിച്ചൊരാൾ സ്വാഭാവികമായും മധ്യവയസ്കന്റെ, വൃദ്ധന്റെ ഭാഗം അഭിനയിച്ചേ മതിയാവൂ. ഇത് പ്രകൃതി നിയമമാണ്. നൂറു ശതമാനവും നിറഞ്ഞ മനസ്സോടെ പ്രകൃതിനിയമങ്ങൾ സ്വീകരിക്കുക. അത് ആഴത്തിൽ മനസ്സിലാക്കുക. മനസ്സിലാക്കൽ ദുഃഖത്തെയകറ്റും. ഏതു തരത്തിലുള്ള സംഭവം വന്നാലും ആന്തരികമായി അതിനെ വരവേൽക്കാൻ ഒരുങ്ങിയിരിക്കുക - ദാദാ ലേഖരാജ്

ജീവിതത്തിൽ യൗവനം മാത്രം മതി, ആരോഗ്യം മാത്രം മതി, സുഖം മാത്രം മതി എന്നു നിനയ്ക്കുന്നത് ഒരാളുടെ ചിന്തയുടെ കുഴപ്പമാണ് കാണിക്കുന്നത്. തണുപ്പും ചൂടും, രാവും പകലും, ഉയർച്ചയും താഴ്ചയും, ചിരിയും കണ്ണീരും, ജനനവും മരണവും, സുഖവും ദുഃഖവും, സ്നേഹവും വെറുപ്പും, പൂർണതയും അപൂർണതയും ജീവിതത്തിന്റെ പരമമായ യാഥാർത്ഥ്യമത്രെ. ഇതറിയാത്ത, ഉള്ളു കൊണ്ട് സ്വീകരിക്കാത്ത ഒരാൾക്കും സ്വാസ്ഥ്യത്തോടെ പുലരാനാവില്ല.

165 വയസ്സുവരെ ജീവിച്ച ഒരു ഡച്ചുകാരനെപ്പറ്റി വായിച്ചിട്ടുണ്ട്. അയാളതുവരെ ആരോഗ്യത്തോടെ പണിയെടുത്ത് ഒരു കുഗ്രാമത്തിൽ ജീവിച്ചു. പത്രക്കാരിതറിയുകയും വാർത്ത പുറത്താവുകയും ചെയ്തു. ജനങ്ങളദ്ദേഹത്തെ കാണാൻ വരാൻ തുടങ്ങി. ഡോക്ടർമാരും ധാരാളം ചോദ്യങ്ങളുമായി അദ്ദേഹത്തെ തേടിയെത്തി. "നിങ്ങൾക്കെത്ര വയസ്സായി?" എല്ലാവരും ചോദിക്കാൻ തുടങ്ങി. ആ പാവം മനുഷ്യന് പെട്ടെന്ന് തനിക്കിത്രയേറെ വയസ്സായി എന്ന തോന്നലുണ്ടായി. ഡോക്ടർമാർ അയാളെ ഉപദേശിച്ചു. "നിങ്ങൾ പണിയെടുക്കരുത്, നടക്കരുത്, പൂർണമായി വിശ്രമിക്കണം. അങ്ങനെ ചെയ്താൽ 200 വർഷങ്ങൾക്കപ്പുറം നിങ്ങൾക്കു ജീവിക്കാനാവും." അവരദ്ദേഹത്തെ കിടത്തുകയും കുത്തിവെപ്പുകളും വിറ്റാമിൻ ഗുളികകളും കൃത്രിമാഹാരങ്ങളും കൊടുക്കാനാരംഭിക്കുകയും ചെയ്തു. രണ്ടു മാസങ്ങൾക്കകം അദ്ദേഹം മരിച്ചു.

യഥാർത്ഥത്തിൽ ഒരാൾ മറ്റുള്ളവരുടെ കണ്ണുകളാൽ വൃദ്ധരാക്കപ്പെടുകയാണ്. കണ്ണാടിയും കലണ്ടറും ഒരാളുടെ വയസ്സിനെ, വാർദ്ധക്യത്തെ വിളിച്ചുപറയുന്നു. കണ്ണാടി അപ്രത്യക്ഷമാകുകയും ആരും ഒരാളുടെ പ്രായത്തെപ്പറ്റി പറയാതിരിക്കുകയും സമയമാപിനിയോ കലണ്ടറോ ഇല്ലാതിരിക്കുകയും ചെയ്യുമ്പോൾ ഒരാൾക്കേറെക്കാലം യുവാവായിരിക്കാനാവും.

പുരാതനകാലത്ത് ജനങ്ങൾ നൂറുകണക്കിനു വർഷങ്ങൾ, 200 മുതൽ 500 വരെ വർഷങ്ങൾ ജീവിച്ചു. ഇന്നവയെല്ലാം കഥകളും മിത്തുകളുമായി മാറി. അവ കഥകളല്ല. അവർ അത്രയും ജീവിച്ചിരുന്നിരിക്കണം. അവർക്കു കണ്ണാടിയോ കലണ്ടറോ ഇല്ലായിരുന്നു. ആരും പ്രായത്തെപ്പറ്റി പറഞ്ഞിരുന്നില്ല. എപ്പോൾ ജനിച്ചുവെന്ന് ആരും അറിഞ്ഞിരുന്നില്ല. ആരും തന്റെ ജന്മദിനം അറിഞ്ഞില്ല. പത്തു വിരലുകൾക്കപ്പുറത്ത് അവർക്കെണ്ണാൻ കഴിഞ്ഞിരുന്നില്ല. “എത്ര വയസ്സായി?” എന്ന് ആരും ആരോടും ചോദിച്ചിരുന്നില്ല.

വിൻസ്റ്റൺ ചർച്ചിൽ സജീവ രാഷ്ട്രീയത്തിൽ നിന്നു പിരിഞ്ഞപ്പോൾ തന്റെ സുഹൃത്തുക്കളിലൊരാൾ അദ്ദേഹത്തെ കാണാൻ ചെന്നു. തന്റെ പ്രായത്തെ മറന്നുകൊണ്ട് അദ്ദേഹം തോട്ടത്തിൽ കൊത്തുകയും ചിലതു നട്ടുപിടിപ്പിക്കുകയുമായിരുന്നു. ആഗതൻ അദ്ദേഹത്തോടും രാഷ്ട്രീയകാര്യങ്ങൾ ചിലതു ചോദിച്ചു. ചർച്ചിൽ മൊഴിഞ്ഞു: “അതു കളയൂ! ഇപ്പോളതില്ല. ഇപ്പോളെന്തെങ്കിലും ചോദിക്കണമെന്നുണ്ടെങ്കിൽ രണ്ടു കാര്യങ്ങൾ ചോദിക്കാം. നിങ്ങൾക്കു ബൈബിളിനെപ്പറ്റി എന്നോടു ചോദിക്കാം. കാരണം, ഞാൻ വീട്ടിലതു പതിവായി വായിക്കുന്നുണ്ട്. നിങ്ങൾക്കു തോട്ടപ്പണിയെപ്പറ്റിയും ചോദിക്കാം. കാരണം, ഞാനതിവിടെ, ഈ തോട്ടത്തിൽ ചെയ്യുകയാണ്. ഇപ്പോൾ രാഷ്ട്രീയത്തിൽ എനിക്കൊരു താത്പര്യവുമില്ല. ഇപ്പോൾ ഞാൻ കേവലം പണിയെടുക്കുകയും പ്രാർത്ഥിക്കുകയും ചെയ്യുന്നു.”

ദേഹപാഠം

ദേഹം ആത്മാവിന്റെ പണിപ്പുരയാകുന്നു.

- എച്ച്.ജി. ബോം

മനുഷ്യന്റെ ദേഹം നിഗൂഢവും സങ്കീർണവുമായ വലിയ ഒരു യന്ത്രമാകുന്നു. മനുഷ്യശരീരത്തിന് സമാന്തരമായി ഒരു ഫാക്ടറിയുണ്ടാക്കുകയാണെങ്കിൽ അതിന് നാലു സ്ക്വയർ മൈലുകൾ ഭൂമി വേണം, നൂറ് സ്ക്വയർ മൈലുകൾ വരെയെത്തുന്ന 'ശബ്ദശല്യം' അതുണ്ടാക്കും! ഒരാളുടെ ദേഹത്തിൽ ലക്ഷക്കണക്കിൽ സെല്ലുകളുണ്ട്. ഓരോ സെല്ലിനും ജീവനും. ഏതാണ്ട് 60 ട്രില്യൻ സെല്ലുകളുള്ള ഒരു വലിയ നഗരമാണ് ഒരാളുടെ ശരീരമെന്ന് ഒന്നു സങ്കല്പിച്ചുനോക്കൂ. ഈ നഗരം മുഴുവൻ വളരെ നിശ്ശബ്ദം കാര്യക്ഷമതയോടെ സ്വയം പ്രവർത്തിച്ചുകൊണ്ടിരിക്കുകയാണ്.

ശരീരം ഓരോ നിമിഷവും മരിക്കുകയും നവീകരിക്കപ്പെടുകയും ചെയ്തുകൊണ്ടിരിക്കുന്നു. ഒരാൾ 70 വർഷങ്ങൾ ജീവിക്കുമ്പോൾ ചുരുങ്ങിയത് 10 തവണ അയാളുടെ ശരീരം, സെല്ലുകൾ പൂർണമായി മരിച്ചിരിക്കും; പുതിയ സെല്ലുകളോടെ പുനർജനിച്ചിരിക്കും.

ദേഹയന്ത്രത്തിന്റെ ഉള്ളിൽ നടന്നുകൊണ്ടിരിക്കുന്ന മഹത്തായ മെക്കാനിസത്തെപ്പറ്റി നാം ബോധവാന്മാരല്ല. ദേഹവാഹനത്തിന്റെ ചലനത്തെ കൂട്ടുവാനും നിയന്ത്രിക്കുവാനും ഉള്ള യന്ത്രഘടന, 'ഗിയറുകൾ' മനുഷ്യന്റെ ദേഹത്തിലും മനസ്സിലും ഉണ്ട്. ഉദാഹരണമായി, രാത്രി ഒരാൾ ഉറക്കത്തിലേക്കു കടക്കുമ്പോൾ ശരീരം 'ഗിയർ' മാറ്റുന്നു. കാരണം, പകൽ ഉണർവോടെയിരിക്കാൻ മനസ്സിന്റെ ഭിന്നമായ ഒരു ഭാഗം പ്രവർത്തിക്കാൻ ഭിന്നമായ ഒരു 'മെക്കാനിസം' വേണം. ഉറക്കത്തിലേക്കു വഴുതുമ്പോൾ ആ ഭാഗം പ്രവർത്തനരഹിതമാകുന്നു. മനസ്സിന്റെ മറ്റൊരു ഭാഗം പ്രവർത്തിക്കാൻ തുടങ്ങുന്നു. രാവിലെ വീണ്ടുമുണരുമ്പോൾ ശരീരം വീണ്ടും മാറ്റപ്പെടുന്നു. ഒരാൾ നിശ്ശബ്ദനായിരിക്കുന്നു. പെട്ടെന്ന് വേറൊരാൾ എന്തോ ഒന്നു പറയുന്നു. നിശ്ശബ്ദനായിരുന്ന ആളിൽ അത് കോപമുണർത്തുന്നു. ദേഹം ഭിന്നമായ ഒരു

'ഗിയറി'ലേക്ക് ഉടൻ മാറുന്നു. അയാളുടെ ശ്വസനം പെട്ടെന്ന് മാറുന്നു. ശ്വസനം സ്വസ്ഥതയറ്റതാകുന്നു. ശ്വാസത്തിൽ പ്രകമ്പനം ഉണ്ടാകുന്നു. ശരീരമാകെ ചിലതു ചെയ്യാൻ, ചിലതു വാരിവലിച്ചെറിയാൻ വെമ്പുന്നു. അപ്പോൾ ദേഹത്തിൽ രക്തപ്രവാഹം ഭിന്നമായ ഒരു താളത്തിലാകുന്നു; ഭിന്നമായ ചില കെമിക്കലുകൾ ദേഹത്തിലുണ്ടാക്കപ്പെടുന്നു; 'ഗ്ലാൻഡു'കളുടെ ക്രമം ആകെ മാറ്റപ്പെടുന്നു.

ധ്യാനിക്കുമ്പോൾ ദേഹം ഭിന്നമായ ഒരു ഗിയറിലേക്കു മാറുന്നു. അയാളുടെ ശ്വസനത്തിന്റെ വേഗത കുറയുന്നു. ചിന്തകൾ പതുക്കെ കുറഞ്ഞുകുറഞ്ഞുവരുന്നു. ഹൃദയത്തിന്, ആന്തരിക അവയവങ്ങൾക്കാകെ സ്വസ്ഥതയുണ്ടാകുന്നു. ഓരോ സെല്ലും സ്വസ്ഥമാകുന്നു; ഓരോ ജീവബിന്ദുവും സ്വസ്ഥമാകുന്നു. ഈ സ്വസ്ഥതയിൽ അയാളുടെ തല തണുക്കുന്നു, ശരീരമാകെ തണുക്കുന്നു. അതുവരെയില്ലാത്ത ഒരു മൂല്യം ദേഹത്തിന്, മനസ്സിന്, ഇന്ദ്രിയങ്ങൾക്ക് ഉണ്ടാകുന്നു. കണ്ണിനു കാഴ്ച കൂടുന്നു, ചെവിക്ക് കേൾവി ശക്തി കൂടുന്നു, മൂക്കിന് ഘ്രാണശേഷി കൂടുന്നു. ആന്തരിക അവയവങ്ങൾക്കെല്ലാം വേണ്ടത്ര വിശ്രമം കിട്ടുന്നു.

കോപം, മാത്സര്യം, അസൂയ, ശത്രുത, വെറുപ്പ്, നൈരാശ്യം, ആലസ്യം എന്നിങ്ങനെ ഓരോ തരത്തിലുമുള്ള വികാരവിചാരങ്ങൾക്കിടയിൽ നമ്മുടെ ദേഹവും മനസ്സും ഓരോ നിമിഷവും വെന്തെരിയുകയാണ്. ഉണർന്നിരിക്കുന്ന ഓരോ നിമിഷവും നാം കത്തിയെരിയുകയാണ്. ഇതിന്നിടയ്ക്ക് ഒരാൾ നിശ്ശബ്ദനാകുന്നു, ധ്യാനിക്കുന്നു... അയാൾ 'ഗിയർ' മാറ്റുന്നു... സ്നേഹത്തിന്റെ ഒരു സംഗീതം ഉടൻ അയാൾ കേൾക്കുകയാണ്.

ശരീരത്തിന്റെ, മനസ്സിന്റെ സൂക്ഷ്മസത്തയുടെ സ്വാസ്ഥ്യം ഇല്ലാതാക്കുന്ന ഒരു ജീവിതമാണ് പരിഷ്കൃതി നമുക്കു തന്നിരിക്കുന്നത്. "ദേഹത്തിൽ അതിന്റെ സ്വന്തമായ ഒരു വിവേകമുണ്ട്. ഇതു നശിപ്പിക്കുന്നത് വഴിതെറ്റിയ ചിന്തകളാണ്. ചിന്ത ആനന്ദം തേടുന്നു. ഈ വഴിക്ക് ഭോഗാസക്തി, അമിതാഹാരം, ലൈംഗിക അരാജകത്വം വരുന്നു" - ജെ. കൃഷ്ണമൂർത്തി.

സംസ്കാരത്തിന്റെ, മൂല്യങ്ങളുടെ അഭാവത്തിൽ ലോകത്തെവിടെയും സ്ത്രീപുരുഷന്മാർ ഒരു ശരാശരി മനുഷ്യവർഗ്ഗമായാണ് പുലരുന്നത്. ആർത്തി, ലൈംഗികത, രോഗം, കുറ്റകൃത്യങ്ങൾ, ജീർണ്ണത ഇവയൊക്കെയാണതിന്റെ ആവിഷ്കാരങ്ങൾ അഥവാ ജീവിതം.

സ്വദേഹത്തെ, മനസ്സിനെ ഒരിളം പൈതലിനെ അമ്മ ശുശ്രൂഷിക്കുന്നതുപോലെ ശുശ്രൂഷിക്കാൻ സ്വയം ഒരാൾ തയ്യാറാവുമ്പോൾ അയാൾക്ക് സ്വാസ്ഥ്യത്തിലേക്കെത്താനാവുന്നു. സംഗീതം, ധ്യാനം, യോഗ, ശ്വസനാഭ്യാസം ഇവയൊക്കെ ദേഹക്ഷേത്രത്തെ ശാന്തമാക്കാനുള്ള വഴികളാണ്.

യോഗയുടെ പാഠം

ഗൗതമബുദ്ധൻ പത്മാസനത്തിലാണ് ഇരിക്കാറുണ്ടായിരുന്നത്. ഏറ്റവും കുറഞ്ഞ ഊർജ്ജം മതി അതിന്. പുറത്തേക്കൊഴുകുന്ന മുഴുവൻ ഊർജ്ജവും പത്മാസനത്തിൽ ഒന്നിക്കുന്നു. ഈ ഇരിപ്പിൽ ദേഹത്തെ ആകെ മറന്നുപോകുന്നു. ഇപ്പോൾ ജീവോർജ്ജം, ജീവ വൈദ്യുതി പുറത്തേക്കൊഴുകുന്നില്ല. ഒരാൾ നിവർന്നിരിക്കുമ്പോൾ ഇരിപ്പ് വളരെ തുലനമുള്ളതാകും. അയാൾ ഭൂമിക്കൊപ്പമാകുന്നു. അപ്പോൾ ആകർഷണപരമായ പിടിച്ചുവലിയില്ല. കൈകൾ, കാലുകൾ അത്തരം അവസ്ഥയിലാണപ്പോൾ. ഊർജ്ജം കൈകൾ, പാദങ്ങൾ, വിരലുകൾ വഴി സദാ ചലിച്ചുകൊണ്ടിരിക്കുന്നു. പക്ഷേ, പത്മാസനത്തിൽ ഊർജ്ജത്തിനു പുറമേക്കൊഴുകാനാവില്ല. കണ്ണുകൾ പാതിയടച്ച്, കൃഷ്ണമണികൾ നിശ്ചലമായിരിക്കുമ്പോൾ കണ്ണുകൾവഴി കുറഞ്ഞ ഊർജ്ജമേ ചെലവാകുന്നുള്ളൂ.

ഒരു പ്രത്യേകതരത്തിൽ യോഗയിലെ കായികാഭ്യാസം ചെയ്യുമ്പോൾ ശരീരത്തിന്റെ 'കെമിസ്ട്രി' മാറുന്നു. ചില പ്രത്യേക ഗ്ലാൻഡുകൾ അമർത്തപ്പെടുകയും അതു ശരിയായി പ്രവർത്തിക്കുകയും ചെയ്യുമ്പോൾ ദേഹത്തിന്റെ ആന്തരികമായ ഘടനയിൽ മാറ്റം വരുന്നു. കുണ്ഡലിനിയിൽ ആത്മീയമായി ഒന്നുമില്ല. അത് രക്തംപോലെത്തന്നെ ശരീരശാസ്ത്രപരം. അത് യഥാർത്ഥത്തിൽ നട്ടെല്ലിന്റെ അടിത്തട്ടിൽ നിന്നു പുറപ്പെടുന്ന ഒരാളുടെ ശരീരത്തിന്റെ വൈദ്യുതിയത്രെ. യോഗ വഴി ഈ ഊർജ്ജത്തെ ഉണർത്താനാവുന്നു. യോഗ ശീലിക്കുമ്പോൾ ദേഹം കൂടുതൽ സൂക്ഷ്മമാകുന്നു.

ശരീരശാസ്ത്രജ്ഞന്മാർ മൊഴിയുന്നു: 'വൈകുന്നേരത്തെയപേക്ഷിച്ച് വെളുപ്പിന് ഒരാളുടെ പൊക്കം ഒരല്പം കൂടിയിരിക്കുന്നു! വൈകുന്നേരം ഒരാൾക്ക് ആറടിയാണുയരമെങ്കിൽ കാലത്ത് അത് ആറടിയും അരയിഞ്ചുമായിരിക്കും. വൈകുന്നേരം അരയിഞ്ച് ഉയരം കുറയുന്നു. കാരണം, ശരീരം തളരുന്നതുമൂലം നട്ടെല്ലു കുനിയുന്നു. യോഗയുടെ പ്രസക്തി ഇവിടെയാണ്.

ശ്വസനത്തിന്റെ രഹസ്യങ്ങൾ ഒരാളറിഞ്ഞാൽ അയാളുടെ ആയുർ ദൈർഘ്യം കൂടുന്നു. രോഗമുക്തമായ ഒരു ശരീരത്തോടെ അയാൾക്കു ജീവിക്കാനാകുന്നു. എന്നാൽ പരിഷ്കൃതി, വിദ്യാഭ്യാസം, തെറ്റായ ശാരീരിക ചലനങ്ങൾ - ഇവയാണ് തെറ്റായ ശ്വസനക്രമമുണ്ടാക്കിയത്. യോഗ, ശരിയായ ശ്വസനത്തിന്റെ ഒരു സ്വാഭാവിക ക്രമത്തിലേക്കു ദേഹത്തെ എത്തിക്കുന്നു.

ശ്വസിക്കുമ്പോൾ ഒരാൾ വായുവിനെ മാത്രമല്ല ശ്വസിക്കുന്നത് എന്നാണ് സയൻസ് പറയുന്നത്. ശ്വസിക്കുമ്പോൾ ഓക്സിജൻ, നൈട്രജൻ, ഇതര വാതകങ്ങൾ ചേർന്ന ഒരു വായുവിനെ ശ്വസിക്കുകയത്രെ. തന്ത്ര പറയുന്നത് വായു വാഹനം മാത്രമാണെന്നും അതിലടങ്ങിയ വസ്തു പ്രാണനാണെന്നുമാണ്. വായു ഒരുപകരണം, പ്രാണയത്രെ ഉള്ളടക്കം. പ്രാണ പോലുള്ള വല്ലതും വായുവിലുണ്ടോ എന്നതിനെപ്പറ്റി ആധുനികശാസ്ത്രത്തിന് ഇനിയും ഒന്നും കണ്ടെത്താനായിട്ടില്ല. ജർമ്മൻ മനഃശാസ്ത്രജ്ഞൻ വില്യം റീഹ് 'ഓർഗോൺ എനർജി' (orgone energy) എന്നാണതിനെ വിളിക്കുന്നത്. അദ്ദേഹം പറയുന്നു: "ഒരാൾ ശ്വസിക്കുമ്പോൾ വായു വെറും ഒരു വാഹകൻ മാത്രമാകുന്നു. അതിൽ ഓർഗോൺ, അല്ലെങ്കിൽ പ്രാണ (elen vital) എന്ന നിഗൂഢമായ ഒരു ഘടകം അടങ്ങിയിരിക്കുന്നു; ഇത് ഭൗതികമല്ല. വായു ഭൗതികവസ്തുവാകുന്നു. പക്ഷേ, അതിന്റെ ഒപ്പം ഭൗതികമല്ലാത്ത, സൂക്ഷ്മമായ ഒന്ന് ചേരുന്നു."

ഒരാൾക്ക് ദേഹവും മനസ്സും അതിന്റെ സൂക്ഷ്മതയിൽ ഉപയോഗിക്കാനാകണം. അതിനു ദേഹം യൗഗികസമ്പ്രദായത്തിൽ പരിശീലിപ്പിക്കപ്പെടണം; മനസ്സ് അവബോധ അഭ്യാസം (ധ്യാനം) വഴിയും. യോഗയ്ക്കൊപ്പം ധ്യാനപരിശീലനവും നടത്തിയാൽ അവബോധത്തിന്റെ അഗാധതലങ്ങൾ ഉണരുന്നു. യോഗ് മാത്രമാണെങ്കിൽ സ്ഥൂലമായ ശരീരത്തെ മാത്രമാണറിയുക. സ്ഥൂലമായതിനെ, ദേഹത്തെ മാറ്റുകയും സൂക്ഷ്മമായതിനെ, മനസ്സിനെ മാറ്റാതിരിക്കുകയും ചെയ്യുമ്പോൾ വ്യക്തിയിൽ ഒരു സംഘർഷം ഉടലെടുക്കുന്നു. യോഗ ശീലിക്കുകയും അങ്ങനെ ദേഹം താളാത്മകമാവുകയും ഒപ്പം ആന്തരിക ചലനങ്ങളുമായി സഹകരിക്കുകയും ചെയ്യുന്നതിന് ധ്യാനം ഒരു വഴി മാത്രമാണുള്ളത്.

ആസനപ്രാണായാമങ്ങൾ ശാരീരിക സഹായികൾ. മനസ്സ് സംഘർഷത്തിലാകുമ്പോൾ ആസനാദികൾ അത്രയൊന്നും സഹായകമല്ല. കാരണം മനസ്സും ദേഹവും രണ്ടല്ല; ഒന്നിന്റെ രണ്ടു ഭാഗങ്ങളാണ്. ഒരാൾ ദേഹമോ മനസ്സോ മാത്രമല്ല; ഒരാൾ ദേഹമാണ്,

മനസ്സാണ് - സൈക്കോസൊമാറ്റിക്. രണ്ടും ഒരേ ഊർജ്ജത്തിന്റെ രണ്ടു ധ്രുവങ്ങൾ. ദേഹം, സ്ഥൂലം, മനം, സൂക്ഷ്മം. ദേഹത്തിൽ സ്വരൈക്യത്തിന് യോഗ, ആസന, പ്രാണായാമ മുറകൾ; മനസ്സിന് സ്വരൈക്യമുണ്ടാക്കാൻ ധ്യാനവും.

ഓരോ ശരീരവും വിശ്വത്തിന്റെ ഒരു ഭാഗമത്രേ. ശരീരത്തിലുള്ള തെല്ലാം വിശ്വത്തിന്റെ ഭാഗമത്രേ; ഓരോ ഘടകവും ഓരോ സെല്ലും. ഇത് പക്ഷേ, അനുഭവിക്കാൻ ദേഹം യോഗാത്മകമാകണം, സാത്വി കമാകണം, സ്വാഭാവികമാകണം.

അനുഭവപാഠം

സമുന്നതമായ ആധികാരികത അനുഭവത്തിന്റേതത്രെ. അതിന് ആരെയും എന്തിനെയും പരിവർത്തിപ്പിക്കാനാവും. 'സ്നേഹത്തിന്റെ ഒരു പ്രതിരൂപമാവുക' എന്നൊരാൾ ഉള്ളിൽനിന്നു നിനയ്ക്കുമ്പോൾ അയാൾക്കും ഇതരർക്കും ഉള്ളിൽനിന്നുള്ള സ്നേഹം ഒരനുഭവമാകുന്നു. ഇത്തരം സ്നേഹം ചിന്തയിൽ, വാക്കിൽ, പ്രവൃത്തിയിൽ ഒരനുഭവമാക്കാൻ അചഞ്ചലമായി, അർധനിമീലിതദൃഷ്ടിയോടെ, ശ്വസിക്കുന്നതിൽ, ഉച്ഛ്വസിക്കുന്നതിൽ പൂർണ ശ്രദ്ധാലുവായിരുന്ന് ധ്യാനിച്ചാൽ മതി. കണ്ണുകൾ നിശ്ചലമായി, ശാന്തമായി വെക്കുന്ന അഭ്യാസം ശീലിച്ചാൽ മനസ്സിൽ ചിന്തകളുടെ എണ്ണം കുറയും. അപ്പോൾ മനസ്സും ഇന്ദ്രിയങ്ങളും ശീതളമാകും.

ഒരാളുടെ സ്നേഹത്തോടെയുള്ള നോട്ടം, സുഗന്ധമുള്ള ഒരു പൂവ് സ്വയം തുറന്നുവെച്ചുകൊണ്ട് തന്നിലെ അദൃശ്യമായ പരിമളത്തെ ചുറ്റും എത്തിക്കുന്നതുപോലുള്ള ഒരനുഭവമാണുണ്ടാക്കുക.

ഒരമ്മ ഇത്തരത്തിൽ നോക്കിയാൽ കുഞ്ഞിലും, ഒരു ഡോക്ടർ ഇത്തരത്തിൽ നോക്കിയാൽ രോഗിയിലും ഒരു ടീച്ചർ ഇത്തരത്തിൽ നോക്കിയാൽ വിദ്യാർത്ഥിയിലും ഒരു ഭർത്താവ് ഇത്തരത്തിൽ നോക്കിയാൽ ഭാര്യയിലും മറ്റൊന്നുകൊണ്ടും പകർന്നുകൊടുക്കാനാകാത്ത ശക്തി, സാന്ത്വനം, ഊർജ്ജം പകർന്നുകൊടുക്കാനാകുന്നു.

ഇതു പരീക്ഷിച്ചറിയാൻ, ആത്മീയതയിൽ ഗവേഷണം നടത്തുന്ന ഒരു ഡോക്ടർ സ്നേഹവതിയായ ഒരധ്യാപികയെ സമീപിച്ചു. അദ്ദേഹം പറഞ്ഞു: "ടീച്ചർ ഒരുപകാരം ചെയ്യണം. നിങ്ങളുടെ കിടപ്പുമുറിയിൽ മേശപ്പുറത്ത് ഇതാ, ഈ രണ്ടിലകൾ ഞാൻ വെക്കുന്നു. നിങ്ങൾ ദിവസവും രാവിലെ ഉറക്കമുണർന്ന ഉടൻ ഇവയ്ക്കു നേരെ ഒന്നു സ്നേഹത്തോടെ നോക്കിയിരിക്കണം. ടീച്ചർക്കു വേണ്ടപ്പെട്ട ഒരാളുടെ നേരെ സ്നേഹത്തോടെ, അലിവോടെ നോക്കിയിരിക്കുന്നതുപോലെ നോക്കിയിരിക്കണം. രാത്രിയും ഉറങ്ങുന്നതിനു മുൻപ് നിങ്ങളിതു ചെയ്യണം. പത്തു ദിവസം കഴിഞ്ഞ് ഞാൻ വരാം."

ടീച്ചറുടെ വായനാമുറിയിൽ ആരുടെയും ശ്രദ്ധ പതിയാത്ത ഒരു ഭാഗത്ത് രണ്ടിലകൾ വെക്കുകയും വിവരം ടീച്ചറോടു പറയുകയും ചെയ്തുകൊണ്ട് അദ്ദേഹം പോയി. "അതവിടെയിരിക്കട്ടെ. അതെടുത്തു കളയരുത്."

പത്തുനാൾ കഴിഞ്ഞ് ടീച്ചറുടെ മുറിയിലെ രണ്ടിലകൾക്കു മുന്നിൽ വന്നുനിന്നപ്പോൾ ഡോക്ടർക്ക് അത്ഭുതമായി. കാരണം, ആ രണ്ടിലകൾ, അദ്ദേഹം കൊണ്ടുവന്നുവെച്ചപ്പോഴുള്ള അതേ നിലയിൽ, അതിന്റെ പച്ച, ജീവൻ അല്പംപോലും ചോർന്നുപോകാത്ത തരത്തിൽ നിലനിന്നിരുന്നു.

ടീച്ചർക്ക് ഒന്നും മനസ്സിലായില്ല.

ഡോക്ടർ പറഞ്ഞു: "നോക്കൂ. ടീച്ചറുടെ സ്നേഹംകൊണ്ടുമാത്രം ഈ രണ്ടിലകൾ വാടാതെ മരിച്ചുപോകാതെയിരിക്കുന്നു. സ്നേഹത്തിന് ഇങ്ങനെയുള്ള അത്ഭുതം കാട്ടാനാവും."

ഡോക്ടർ ലൈബ്രറി മുറിയിൽ ആരും കാണാത്തതരത്തിൽ വെച്ചിരുന്ന രണ്ടിലകൾ ചെന്നെടുത്തപ്പോൾ അവ പൂർണമായി വാടി ചത്തുകഴിഞ്ഞിരുന്നു. ലോകത്തിൽ ഇന്നു ജീവിക്കുന്ന, മരിക്കുന്ന ബഹുഭൂരിപക്ഷവും ഈ ഇലകളെപ്പോലെയാണ്. സ്നേഹം കിട്ടാത്തതുകൊണ്ട് 'മൃതരായി ജീവിച്ച്' അകാലത്തിൽ പൊലിഞ്ഞുപോകുന്നവർ.

ഇന്ന് ജീവിക്കുന്നവരുടെ ഉള്ളിൽ സ്നേഹം കുറവായതുകൊണ്ട് അതവർക്ക് മറ്റുള്ളവരുടെ നേരെ നോട്ടത്തിലൂടെ, വാക്കുകളിലൂടെ, പെരുമാറ്റത്തിലൂടെ, പകർന്നുകൊടുക്കാനാവുന്നില്ല. ഉള്ളിലെ സ്വാർത്ഥത, കോപം, വെറുപ്പ്, ആർത്തി തിളച്ചുമറിഞ്ഞുകൊണ്ടിരിക്കുന്ന ഒരു ജീവിതത്തിൽ ഉള്ളിലെ സ്നേഹത്തിന്റെ ലോലഭാവങ്ങൾ, നന്മയുടെ നാമ്പുകൾ വേഗം മരിച്ചുപോവുന്നു. അത്തരം ഒരു മനസ്സുമായാണ് നാമിന്ന് ജീവിക്കുന്നത്.

വിശ്രമപാഠം

"ഒരു യന്ത്രമാണെങ്കിലും അതിനും വിശ്രമം വേണം"

- ദാദാ ലേഖരാജ്

രോഗംകൊണ്ട് തളർന്നുപോയവർ ദിവസങ്ങളോളം 'ബെഡ്റസ്റ്റ് എടുക്കണമെന്ന് ഡോക്ടർമാർ ഉപദേശിക്കാറുണ്ട്. അത്തരം വിശ്രമത്തിൽ ശരീരത്തിന്റെ ഊർജ്ജവ്യയം പരമാവധി കുറയുന്നു. അപ്പോൾ ശരീരത്തിന് സ്വാസ്ഥ്യം ലഭിക്കുന്നു. തുടർന്ന് ശക്തിയും. അതുപോലെ നമ്മുടെ മനസ്സിന്, ആന്തരിക തലത്തിനു വേണ്ടത്ര വിശ്രമം ആവശ്യമുണ്ട്.

ഒരു ഗ്ലാസ് വെള്ളം പോലും സ്വന്തമായി എടുത്തുകുടിക്കാൻ പറ്റാത്ത തരത്തിൽ ശരീരത്തിൽ തളർച്ച അനുഭവിക്കുന്നവരുണ്ട്. അതുപോലെ മനസ്സ് തളർന്നു പോയവരുണ്ട്. അത്തരക്കാർക്ക് കേവല മായ ദേഹവിശ്രമം കൊണ്ടു മാത്രം മനസ്സിനും ശരീരത്തിനും ഊർജ്ജം പകർന്നു കിട്ടില്ല. അത്തരത്തിൽ മനസ്സുതളർന്നവർക്ക് ജീവിതത്തിൽ നിന്നു വിരമിക്കുവാനും സ്വയം അവസാനിപ്പിക്കുവാനും തോന്നുന്നു.

അത്തരക്കാർക്ക് മനസ്സിനും ശരീരത്തിനും 'അത്യാനന്ദത്തിന്റെ ഇഞ്ചക്ഷൻ' കൊടുക്കുവാനാണ് ധ്യാനഗുരു ദാദാലേഖ്രാജ് പറയുന്നത്. ധ്യാനത്തെയാണ് ഇഞ്ചക്ഷനായി ഇവിടെ സൂചിപ്പിക്കുന്നത്. ഇത്തരത്തിൽ മനസ്സ് തകർന്നവരെ വളരെ ശ്രദ്ധയോടെ എത്രയും പതുക്കെ മാത്രമേ ധ്യാനത്തിലേക്കു കൊണ്ടുവരാനാകൂ.

അതിന്റെ മുന്നൊരുക്കങ്ങൾ എന്ന നിലയ്ക്ക് ഇവർക്ക് ഏറ്റവും സ്നേഹമുള്ളവരുടെ സാന്നിധ്യം തുടർച്ചയായി ലഭ്യമാക്കുക. അങ്ങനെയുള്ളവരുടെ കയ്യിൽനിന്ന് ഭക്ഷണം കഴിക്കാനും അവരുടെ ഒപ്പം ഇരിക്കാനും അവസരമുണ്ടാക്കുക. സാന്ത്വനദായകമായ പ്രാർത്ഥനാ ഗീതങ്ങൾ, ധ്യാനാത്മകമായ ഗാനങ്ങൾ പതിഞ്ഞ ശബ്ദത്തിൽ

കേൾപ്പിക്കുക. ഇലകളുടെ പച്ച, ആകാശം, സൂര്യവെളിച്ചം, ശുദ്ധ വായു എന്നിവയൊക്കെയുമായി ഒരടുപ്പം അനുഭവപ്പെടുത്തുക.

കഠിനമായ ക്ഷീണാവസ്ഥയിൽ നിന്ന് പതുക്കെ മാറ്റമുണ്ടാകുമ്പോൾ രോഗിക്കുതന്നെ തന്റെ മാറ്റത്തെ അറിയാനാവുന്നു. രാത്രി ഉറങ്ങാൻ കിടക്കുമ്പോൾ സുഖകരവും സന്തോഷകരവുമായ ചില ഗാനങ്ങൾ കേൾപ്പിക്കാം. 'എന്റെ ആരോഗ്യം നന്നായ് വരുന്നു; ഞാനിന്ന് കൂടുതൽ ഉന്മേഷവാനാണ്' എന്ന് മനസ്സിലുരുവിട്ടുകൊണ്ട് ശാന്തമായ മനസ്സോടെ ഉറങ്ങാൻ കിടക്കുക.

ഉറക്കത്തിലേക്കു പോകുമ്പോൾ മനസ്സിലുണ്ടാകുന്ന ചിന്തകൾക്ക് വലിയ പ്രാധാന്യമുണ്ട്. ഒരാൾ എന്തു ചിന്തയുമായാണ് ഉറങ്ങുന്നത്, ആ ചിന്തകൾ അയാൾ ഉണരുംവരെ മനസ്സിലുണ്ടാവും. നിഷേധാത്മകമായ, ശോകം നിറഞ്ഞ വികാരങ്ങളോടെയാണ് ഒരാൾ ഉറങ്ങുന്നതെങ്കിൽ ഉറക്കത്തിൽ മുഴുവൻ ആ ചിന്തകൾ അയാളിൽ പ്രവർത്തിക്കുന്നു. 'ഓം ഓം' എന്നുരുവിട്ടുകൊണ്ട് ഒരാൾ ഉറങ്ങുകയാണെങ്കിൽ അയാൾ രാവിലെ ഉണരുമ്പോൾ അയാളുടെ മനസ്സിൽനിന്ന് 'ഓം ഓം' എന്നു വരുന്നുണ്ടാകും. 'കൊക്കൊകോള കൊക്കൊകോള' എന്നാണ് ഒരാൾ ഉരുവിടുന്നതെങ്കിൽ രാവിലെ ഉണരുമ്പോൾ അയാളുടെ മനസ്സിൽനിന്ന് അത് പൊന്തി വരുന്നു. ഉറങ്ങാൻ കിടക്കുമ്പോൾ ആരോടെങ്കിലും വെറുപ്പും ക്ഷീണവുമായാണ് ഉറങ്ങുന്നതെങ്കിൽ അത് ഉറക്കത്തിലുടനീളം ഉള്ളിലുണ്ടാകും. ഇത് ഉറക്കത്തിന്റെ വിശ്രമസൗഖ്യം കെടുത്തിക്കളയുന്നു.

ധ്യാനത്തിൽ മുഴുകി, സ്നേഹത്തിൽ മുഴുകി ഒരാൾ ഉറങ്ങുകയാണെങ്കിൽ ഉറക്കത്തിലുടനീളം അയാളിൽ ധ്യാനത്തിന്റെ മൂല്യം ഉണ്ടായിരിക്കും.

'മരണവേളയിലുള്ള അവസാനത്തെ ചിന്ത എന്താണോ അതിനനുസരിച്ചാവും അയാളുടെ അടുത്ത ജന്മത്തിലെ ജീവിതം' എന്ന് പൗരസ്ത്യയോഗികൾ മൊഴിയുന്നു.

വേദനയുടെ പാഠം

'സുഖം നരകത്തിലേക്കും വേദന സ്വർഗ്ഗത്തിലേക്കും നയിക്കുന്നു'

- ഗൗതമബുദ്ധൻ

വേദനയത്രേ ജീവിതത്തിന്റെ ആധാരം. എന്നാൽ ഈ സത്യത്തെ നിരസിക്കാനും നിരോധിക്കാനുമുള്ള പാഴ്ശ്രമമാണ് മനുഷ്യ ജീവിതത്തെ തീർത്തും നിസ്സാരവും ഉപരിപ്ലവവുമാക്കുന്നത്.

ഒരാൾ തന്റെ സ്വത്വത്തിലേക്ക് ആഴത്തിൽ നോക്കിയാൽ വേദന യല്ലാതെ മറ്റൊന്നും അവിടെ കാണാനാവില്ല. ഈ വേദന ശമിപ്പി ക്കാൻ ഒരേയൊരു വഴിയാണുള്ളത്. ഈ വേദന എന്തു പറയുന്നു വെന്ന് ധ്യാനാത്മകമായ ഒരു മനസ്സോടെ സ്വയം ഒരു സാക്ഷിയായി ഇതിനെ നോക്കുക.

വേദന നമ്മുടെ ജീവമന്ദിരത്തിന്റെ ജാലകങ്ങളിൽ, ഇരുളിൽ എരിഞ്ഞുകൊണ്ടിരിക്കുന്ന വിളക്കാവുന്നു. ഇത് നമ്മെ അകത്തേക്കു വഴികാട്ടുന്നു.

സുഖം നമ്മെ വഴിതെറ്റിക്കുന്നു. സുഖം നമ്മെ ചെളിയിലേക്ക്, അപമാനത്തിലേക്ക്, തെറ്റിലേക്ക്, നഷ്ടത്തിലേക്ക്, നാശത്തിലേക്കു വലിച്ചിഴയ്ക്കുന്നു. നമ്മുടെ വിവേകം നഷ്ടപ്പെടുത്തുന്നു.

വേദന, പക്ഷേ, തന്റെ സ്വന്തം വസതിയിലേക്ക് ഏകനായി നടന്നുപോകാൻ ഒരാളെ ക്ഷണിക്കുകയാണ്. വേദന ശരിയായ വഴി കാട്ടിത്തരുന്നു. വേദനയെ സ്വാഗതം ചെയ്യുക എന്നത് ഒരു മഹാഭാഗ്യ മത്രേ.

വേദന മനുഷ്യവംശത്തിന്റെ പൊതുവായ സ്വത്തത്രേ. ഇതൊന്നു മാത്രമാണ് ദൈവം നമുക്ക് തന്നിരിക്കുന്നത്. വായു, വെളിച്ചം, വെള്ളം - വേദനയും! ഇവയ്ക്കായി നാം ഒന്നും നൽകേണ്ടതില്ല. ഇവ നാം വിവേകത്തോടെ ഉപയോഗിച്ചാൽ മാത്രം മതി. അപ്പോൾ മാത്രമേ വേദന പോകൂ. യഥാർത്ഥ സൗഖ്യം വരൂ.

വേദനിച്ചുവേദനിച്ച് വേദനിച്ചുവേണം പരമമായതിലേക്ക്, സ്നേഹത്തിലേക്ക്, വെളിച്ചത്തിലേക്ക് എത്താൻ എന്ന പാഠം ഓരോ മനുഷ്യനും തന്റെ വ്യക്തിത്വത്തിന്റെ ഏകാന്തതയിൽ അറിയുന്നു. ഇന്ദ്രിയാനന്ദങ്ങളിൽ, ക്ഷണികസുഖങ്ങളിൽ, താത്കാലിക വിജയങ്ങളിൽ രമിച്ചുകഴിയുന്ന ഒരാൾക്കുള്ളതല്ല അപ്പുറത്തുനിന്നുവരുന്ന ഈ പരമപ്രകാശം.

രണ്ട്

ദിവ്യമായ ഒരു പാത്രത്തിൽ നിന്ന് വേദനയെ ഒരാൾ രുചിക്കുകയാണെങ്കിൽ അത് വിസ്മയകരമായിരിക്കും എന്ന് സെയിന്റ് ഫ്രാൻസിസിനെപ്പോലെ കാണിച്ചുതന്നവർ ചുരുക്കമായിരിക്കും. ദുഃഖം, വേദന ശരാശരി മനുഷ്യനെ വെളിച്ചത്തിലേക്കല്ല, ഇരുട്ടിലേക്കാണ് എത്തിക്കുക. നരകവേദനയുടെയും യാതനയുടെയും ഉറവയിൽ നിന്നുതന്നെ അത് പാനം ചെയ്യാൻ കഴിഞ്ഞതുകൊണ്ടാണ്, അതിൽ നിന്നുളവായ ശക്തികൊണ്ടാണ് ഒരു ധനിക പശ്ചാത്തലത്തിൽ ജനിച്ച സാധാരണക്കാരനായ ഫ്രാൻസിസിന് സെയിന്റ് ഫ്രാൻസിസ് ആവാൻ കഴിഞ്ഞത്. അദ്ദേഹം വേദനിച്ചതുപോലെ മതാത്മകമായ ഒരു മനസ്സും ലോകത്ത് ഇന്നുവരെ വേദനിച്ചിട്ടില്ല. അതുകൊണ്ട് അദ്ദേഹം ഉറങ്ങുമ്പോൾ അയാൾ അനുഭവിക്കുന്ന വേദനയുടെ ആഴമറിയാൻ ശിഷ്യനായ ലിയോ സെയിന്റ് ഫ്രാൻസിസിന്റെ കാലടികൾ നോക്കുകയും ഇങ്ങനെ മൊഴിയുകയും ചെയ്യുന്നുണ്ട്. 'ലോകത്ത് എങ്ങും ഞാൻ അലഞ്ഞുനടന്നിട്ടുണ്ട്. എത്രയോ തെണ്ടികളുടെ കാലടികൾ ഞാൻ കണ്ടിട്ടുണ്ട്. പക്ഷേ, സെയിന്റ് ഫ്രാൻസിസിന്റേതുപോലെ മുറിവേറ്റ, നൊന്ത, നൊന്തുതകർന്ന കാലടികൾ ഞാൻ ആരിലും കണ്ടിട്ടില്ല!' ലിയോ കുനിഞ്ഞിരുന്ന് ആ പാദങ്ങളിൽ ചുംബിച്ചുകൊണ്ടു പറയുന്നുണ്ട്. 'ഈ പാദങ്ങളിൽ ചുംബിക്കുമ്പോൾ ഭൂമിയിലെ മുഴുവൻ മനുഷ്യരുടെയും വേദനയിലാണ്, സഹനത്തിലാണ് ഞാൻ ചുംബിക്കുന്നത്.' സെയിന്റ് ഫ്രാൻസിസ് വേദനയിലൂടെ വെളിച്ചത്തിലെത്തി, യേശുവിനെപ്പോലെ.

വൈദ്യപാഠം

"പ്രകൃതി ശക്തികളാണ് രോഗത്തിനുള്ള വൈദ്യൻമാർ"
- ഹിപ്പോക്രാറ്റസ്

"ദൈവം ചികിത്സിക്കുന്നു. ഡോക്ടർ ഫീസു വാങ്ങുന്നു!..."
- ഫ്രാങ്ക്ലിൻ

ആധുനിക കാലത്ത് ആരോഗ്യത്തിന്റെ ഈ മഹാസത്യം നഷ്ടമായ തോർത്ത് വോൾട്ടയർ എഴുതി:

"ഡോക്ടർമാർ തങ്ങൾക്കു വളരെ കുറച്ചു മാത്രമറിയുന്ന രോഗങ്ങൾ ശമിപ്പിക്കാൻ അവർക്കു വളരെ കുറച്ചുമാത്രമറിയുന്ന മരുന്നുകൾ രോഗികൾക്കു കുറിച്ചുകൊടുക്കുന്നു."

ഈ പാതകത്തെ ഡോ. കോസ്വെൽ ഇങ്ങനെ നിരീക്ഷിക്കുന്നു: "ഭിഷഗ്വരവൃത്തി, ഔഷധവൃത്തി പൂർണമായവസാനിക്കുകയാണെങ്കിൽ മനുഷ്യകുലം അതിരറ്റ നേട്ടങ്ങൾക്ക് സാക്ഷ്യം വഹിക്കുമായിരുന്നു."

"യുദ്ധങ്ങളും പകർച്ചവ്യാധികളും ക്ഷാമങ്ങളും നടത്തുന്നതിനേക്കാൾ വലിയ നരഹത്യ ഔഷധങ്ങൾ നിശ്ശബ്ദം നിർവഹിക്കുന്നു" എന്ന് ഡോ. മസാൻ ഗുഡ്.

തായ്ലൻഡിലെ ഒരു ബുദ്ധഭിക്ഷു നന്നായി ധ്യാനം ശീലിച്ചുകൊണ്ടിരിക്കെ, അയാളെ മലേറിയ ബാധിക്കുകയും ഒരു വർഷത്തോളം അയാൾ അതിന്റെ ക്ഷീണം കാരണം ധ്യാനത്തിൽ നിന്നു പിറകോട്ടു പോകുകയും ചെയ്തു. ആയിടെ ഗുരു വന്നപ്പോൾ ശിഷ്യൻ തന്റെ വിഷമം അവതരിപ്പിക്കുകയും ഗുരു അപ്പോൾ ചിരിച്ചുകൊണ്ടു മൊഴിയുകയും ചെയ്തു: ഇപ്പോൾ നിങ്ങളുടെ ധ്യാനം മലേറിയയിലാണല്ലേ? അതങ്ങു കളയൂ!" മലേറിയയെപ്പറ്റിയുള്ള ആശങ്ക മനസ്സിൽനിന്നൊഴിവാക്കിക്കൊണ്ട് ധ്യാനത്തിനിരുന്നപ്പോൾ ശരീരം ശക്തമാകുകയും അസുഖം ദേഹത്തിൽ നിന്ന് ഒഴിഞ്ഞുപോകുകയും ചെയ്തതായി അദ്ദേഹം രേഖപ്പെടുത്തുകയുണ്ടായി.

ബുദ്ധൻ തന്നെ 'വൈദ്യൻ' എന്നാണ് പറഞ്ഞിരുന്നത്. കടിച്ചാൽ പൊട്ടാത്ത ദാർശനിക പ്രശ്നങ്ങളുമായി വരുന്നവരോട് ബുദ്ധൻ പറയും:

"അർത്ഥശൂന്യമായത് പറയരുത്. ഞാനൊരു തത്ത്വചിന്തകനല്ല, ഞാനൊരു വെറും വൈദ്യൻ മാത്രമാണ്..." ഗുരുനാനാക്ക് ഒരിക്കൽ പറഞ്ഞു: "ഞാനൊരു വൈദ്യനാണ്. ഞാൻ ചോദ്യങ്ങൾക്ക് ഉത്തരം പറയാറില്ല. ഞാൻ ജനങ്ങളെ ചികിത്സിക്കുന്നു. അവരുടെ ചോദ്യങ്ങ ളെയല്ല, രോഗങ്ങളെയാണ് ഞാൻ ശ്രദ്ധിക്കുന്നത്!..."

'താവോ' മന്ദിരങ്ങളിൽ ഗുരുവിന്റെ സാന്നിധ്യം ഔഷധം എന്നു പറയപ്പെട്ടു. ഒരു മനുഷ്യൻ ബോധോദയത്തിലെത്തിയാൽ, 'ബുദ്ധ'നായാൽ അയാളുടെ ചുറ്റും രോഗശമനപരമായ സ്പന്ദമുണ രുന്നു. അയാളുമായി അടുക്കുക മാത്രം ചെയ്താൽ ഒരാൾ രോഗമു ക്തനാകും. ഗുരു എന്തെങ്കിലും ചെയ്തിട്ടല്ല. അയാൾ എല്ലാ പ്രവൃ ത്തികളും മറക്കുന്നു. ഒന്നും ചെയ്യാത്ത ഒരാളായതുകൊണ്ടാണ് രോഗ ശമനം നടക്കുന്നത്. അയാൾ ആരുമല്ലാത്തതുകൊണ്ട് തന്റെ മുന്നി ലിരിക്കുന്ന ഒരാൾക്ക് വേണ്ടത്ര പരിഗണന കൊടുക്കുന്നു. സ്നേഹം കൊടുക്കുന്നു.

ആരോഗ്യപാഠം

ഒന്നാമത്തെ ധനം ആരോഗ്യമത്രെ. രോഗാവസ്ഥയിൽ ആന്തരിക സത്ത തളർന്നു പോകുന്നു. അപ്പോൾ ആരെയും സേവിക്കാൻ ഒരാൾക്കാവില്ല. എനിക്ക് പൂർണാരോഗ്യവും ഒരു ദിവസവും തരൂ. ഞാനീ ലോകത്തെ പുതുക്കിപ്പണിയാം... - എമേഴ്സൺ

രോഗവും വാർദ്ധക്യവും മരണവും മനുഷ്യാവസ്ഥയെ അറിയാനുള്ള മൂന്നു വാതിലുകളായി ബുദ്ധൻ പറഞ്ഞത് ഓരോ മനുഷ്യനും അറിയുമ്പോളാണ് ജീവിതത്തിന്റെ ദുഃഖരഹസ്യം, ജ്ഞാനം അയാൾ നേടുന്നത്. ഈ ഒരവബോധത്തിന്റെ അഭാവത്തിലാണ് രോഗമോ വാർദ്ധക്യമോ മരണമോ ഒരസ്വാഭാവിക സംഭവമായി തോന്നുന്നതും മനസ്സ് വ്യർത്ഥമായ പല വഴികളിലും അലയുന്നതും. ജീവനുള്ളതിന്റെ സ്വാഭാവികപ്രകൃതിയായി ഇവയെ അറിയുകയാണ് ഒന്നാമതായി വേണ്ടത്. രോഗരഹിതമോ വാർദ്ധക്യരഹിതമോ മരണരഹിതമോ ആയ ജീവിതമില്ല. ജീവിച്ചിരിക്കുമ്പോൾ ഇവയെ നന്നായറിഞ്ഞുകൊണ്ട്, രോഗത്തെ ഭയപ്പെടാതെ, രോഗത്തെ എങ്ങനെ അഭിമുഖീകരിക്കണം, വൈദ്യന്മാരെയോ ആശുപത്രികളെയോ ആശ്രയിക്കാതെ രോഗം വരുമ്പോൾ ആരോഗ്യത്തിലേക്കണയാൻ എന്തുവേണം എന്നുള്ള ചിന്തയിൽ നിന്നാണ് സാമ്പ്രദായിക വൈദ്യശാസ്ത്രങ്ങളിൽ നിന്നു ഭിന്നമായ പല സമാന്തര വൈദ്യചിന്തകളും ഉണ്ടായത്.

മനുഷ്യന്റെ യഥാർത്ഥ പ്രകൃതിയെ പ്രപഞ്ചത്തിന്റെ പ്രകൃതിയുമായി സ്വരൈക്യത്തോടെ ജീവിക്കുവാൻ അനുവദിക്കുക. ഇതാണ് യഥാർത്ഥ സാന്ത്വനത്തിലേക്കുള്ള ഒറ്റയടിപ്പാത. ഇവിടെ വൈദ്യനെന്നാൽ വിമോചകനാണ്. തെറ്റായ ആരോഗ്യാവബോധത്തെ തിരുത്തുകയും രോഗത്തെയും ആരോഗ്യത്തെയും തിരിച്ചറിയാൻ സഹായിക്കുകയും ചെയ്യുന്ന വഴികാട്ടിയാണ്. ഈ അവബോധത്തിലെത്തിയ ഒരാൾ തന്റെ തന്നെ വൈദ്യനാണ്.

നമ്മുടെ സ്വന്തം ആരോഗ്യം കാത്തുസൂക്ഷിക്കാനും നിലനിർത്താനുമുള്ള ആന്തരിക ശക്തി നമ്മിലുണ്ട്. പക്ഷേ, അജ്ഞതയും

അവഗണനയും കാരണം നമ്മിലേറെയും അനാവശ്യമായി രോഗഗ്ര സ്തരാവുകയാണ്.

മനുഷ്യന്റെ എല്ലാ പ്രധാന രോഗങ്ങൾക്കും ശരീരത്തെ മാത്രം ചികിത്സിക്കുന്ന രീതി തീർത്തും അപൂർണമാകുന്നു. മനോജന്യ ശാരീരിക രോഗങ്ങൾക്ക് (സൈക്കോസൊമാറ്റിക്) പറ്റിയ പുതിയ വൈദ്യത്തെപ്പറ്റിയുള്ള അന്വേഷണങ്ങൾ, മനുഷ്യന്റെ പ്രധാനപ്പെട്ട എല്ലാ അസുഖങ്ങൽക്കും മനസ്സാണ് കാരണമെന്നു കണ്ടെത്തി. അസൂയ, വെറുപ്പ്, ഭീതി, ക്രോധം എന്നീ വികാരങ്ങളുള്ള ഒരു മനസ്സ് എല്ലാ രോഗങ്ങൾക്കും പറ്റിയ മണ്ണാണെന്ന് ഡോ. അലക്സിസ് കരോൾ പറയുന്നു. മനുഷ്യന്റെ സദാചാരപരമായ ആതുരത ആരോഗ്യത്തെ കാതലായി ബാധിക്കുന്നു. അത്തരം സാഹചര്യങ്ങളിൽ അവബോധ ത്തിൽത്തന്നെയുള്ള സൂക്ഷ്മമായ തെറ്റുകളെ തിരുത്തുകയും ശരി യായ ശീലങ്ങളെ നട്ടുവളർത്തുകയും ചെയ്യലാണ് യഥാർത്ഥ ചികിത്സ.

സ്വാർത്ഥത, ക്രൂരത, ക്രോധം, ശരീരത്തെയും അതിന്റെ സൂക്ഷ്മ ശക്തികളെയും ദുരുപയോഗം ചെയ്യൽ എന്നിവ രോഗവും ദുഃഖവും വരുത്തുന്നു. നിസ്വാർത്ഥത, സ്നേഹം, സേവനപരത, ശരീരത്തിന്റെ ശരിയായ വിനിയോഗം - ഇത് ആരോഗ്യവും സുഖവും പകരുന്നു. ഈ അറിവാണ് ആരോഗ്യകലയുടെ ആധാരം. വിവേകിയായ ഒരാൾ ഇതറിയുകയും അനുസരിക്കുകയും ചെയ്യുന്നു.

ലോകത്തെവിടെയും മനുഷ്യൻ ആരോഗ്യത്തോടെ ജീവിക്കാനായി ആശ്രയിക്കുന്ന വൈദ്യത്തെ, ഔഷധത്തെ നാം നന്നായി തിരിച്ചറി യേണ്ടതുണ്ട്.

ഇന്ന് ഒരു ഡോക്ടർ തന്റെ മുന്നിലെത്തുന്ന രോഗിയെ, അയാ ളുടെ വ്യക്തിപരമായ സവിശേഷതയെ ശീലത്തെ, പൈതൃകത്തെ മനസ്സിലാക്കുകയോ പഠിക്കുകയോ ചെയ്യാതെയാണ് ചികിത്സിക്കുന്ന ത്. അവർ നിർദ്ദേശിക്കുന്ന മരുന്നുകളെപ്പറ്റി, അവയ്ക്കുണ്ടായേക്കാ നിടയുള്ള പാർശ്വഫലങ്ങളെപ്പറ്റി, അവ ഉണ്ടാക്കാനിടയുള്ള പുതിയ രോഗങ്ങളെപ്പറ്റി മിക്കപ്പോഴും ഡോക്ടർ അജ്ഞനായിരിക്കും. ഇവാൻ ഇല്ലിച്ച് 'ലിമിറ്റ്സ് റ്റു മെഡിസിൻ' (Limits to medicine) എന്ന വൈദ്യ വിമർശഗ്രന്ഥത്തിൽ ആധുനിക വൈദ്യസമ്പ്രദായത്തെപ്പറ്റി ഉന്നയി ക്കുന്ന വിമർശനങ്ങൾ ശ്രദ്ധേയമാണ്.

> "വിശക്കുമ്പോൾ മാത്രം, ഒരുവിധ പാകപ്പെടുത്തലുകൾക്കും വിധേയമാകാത്ത ഉത്തമാഹാരം മിതമായി കഴിക്കുകയാണെങ്കിൽ, ജീവിതത്തിൽ ഒരു തുള്ളി മരുന്നുപോലും കഴിക്കാതെ ദീർഘാ യുസ്സോടെ പൂർണാരോഗ്യത്തോടെ ജീവിക്കാം..." -തിരുക്കുറൾ.

ഭക്ഷണപാഠം

"വിശക്കുമ്പോൾ മാത്രം ഒരു വിധ പാകപ്പെടുത്തലുകൾക്കും വിധേയ മാകാത്ത ഉത്തമഭക്ഷണം മിതമായി കഴിക്കുകയാണെങ്കിൽ ജീവിത ത്തിൽ ഒരു തുള്ളി മരുന്നുപോലുമില്ലാതെ ജീവിക്കാം." - തിരുക്കുറൾ

സ്നേഹത്തോടെ ഭക്ഷിക്കുകയും സ്നേഹത്തോടെ ജീവിക്കുകയും ചെയ്യുന്നതിലൂടെ ദേഹം ചികിത്സിക്കപ്പെടുന്നു. മനുഷ്യന്റെ മിക്ക രോഗ ങ്ങളും തെറ്റായ ആഹാരത്തിൽനിന്ന് ഉണ്ടാകുന്നതായി വൈദ്യചിന്ത കന്മാരായ ചരകനും വാഗ്ഭടനും സുശ്രുതനും പറയുന്നു. ആധുനിക വൈദ്യത്തിന്റെ പിതാവ് ഹിപ്പോക്രാറ്റസ് 'ഭക്ഷ്യമാണ് നിന്റെ ഔഷധ' മെന്ന് ഓർമ്മിപ്പിക്കുകയുണ്ടായി.

ശരിയായി വിശന്നിരിക്കുമ്പോൾ സ്വാഭാവികമായും നമുക്കു കഴി ക്കാൻ തോന്നുന്നതു കഴിച്ചാൽ ഉന്മേഷവും ഉണർവും നൽകുന്ന തത്രേ ശരിയായ ആഹാരം.

ശരിയായ ഭക്ഷണമെന്നാൽ അത് ഒന്നാമതായി വികാരവിക്ഷോഭം ഉണ്ടാക്കാത്തതായിരിക്കണം. അത് ലഹരിയുണ്ടാക്കുന്നതാവരുത്, ഭാരിച്ചതാവരുത്, മാന്ദ്യം അനുഭവപ്പെടരുത്. ഭക്ഷണത്തിനുശേഷം ഒരാൾക്ക് മാന്ദ്യവും ബുദ്ധിക്ക് ഭാരവും അനുഭവപ്പെടുന്നുവെങ്കിൽ നാം കഴിച്ചത് തെറ്റായ ആഹാരമാണെന്ന് മനസ്സിലാക്കണം. കെന്നത്ത് വാക്കർ എന്ന വൈദ്യചിന്തകൻ തന്റെ ആത്മകഥയിൽ എഴുതി 'ഒരാൾ തിന്നുന്നതിന്റെ പകുതി അയാൾക്കുപകരിക്കുന്നു, ബാക്കി പാതിയുടെ ഉപയോഗം ഡോക്ടർമാർക്കാണ്. സാധാരണ കഴിച്ചുകൊണ്ടിരിക്കുന്ന തിലും പകുതിയാണ് ഒരാൾ കഴിക്കുന്നതെങ്കിൽ അയാൾ ഒരിക്കലും രോഗിയായി മാറില്ല. വിശന്നു മരിക്കുന്നതിലുമധികം ആളുകൾ അമി താഹാരംകൊണ്ട് മരിക്കുന്നുവെന്ന്' കെന്നത്ത് വാക്കർ പറയുന്നു. അമിതാഹാരമാണ് മനുഷ്യന്റെ ഏറ്റവും വലിയ ഘാതകൻ.

മിതാഹാരവും ശരിയായ ശോധനയും വഴി ഭാരം കുറഞ്ഞ ശരീരം ഒരാളെ നൂറുവർഷം വരെ ജീവിക്കാൻ സഹായിക്കും. മിതാഹാരം

നമ്മുടെ ദേഹത്തിന്റെ സഹനശക്തി വർദ്ധിപ്പിക്കുന്നു. തലച്ചോറിനെ തെളിമയുള്ളതാക്കി മാറ്റുന്നു.

തന്റെ ശരിയായ ഭക്ഷണം എന്തെന്ന് പ്രവചിക്കാനാവാത്ത ഒരേയൊരു ജന്തു മനുഷ്യനത്രേ. മറ്റെല്ലാ മൃഗങ്ങളുടെയും ആഹാരം നിശ്ചിതമാകുന്നു. ഒരാന ഒരിക്കലും ഒരു കഷണം ഇറച്ചി തിന്നുന്നില്ല. ഒരു സിംഹം ഒരു പഴവും കഴിക്കുന്നില്ല. മൃഗങ്ങളുടെ പ്രകൃതം, പചന വ്യവസ്ഥ, അവയുടെ അടിസ്ഥാനപരമായ ശരീരികാവശ്യങ്ങൾ എന്നിവയാണ് അവ എന്ത് തിന്നണമെന്ന്, എത്ര തിന്നണമെന്ന് പറയുന്നത്. എന്നാൽ, മനുഷ്യന്റെ പ്രകൃതം പറയുന്നതനുസരിച്ചല്ല അവൻ തിന്നുന്നത്, ഇതിന്റെ ഫലമത്രേ മനുഷ്യന്റെ രോഗങ്ങൾ. എന്നാൽ, ഒരല്പം ധാരണയോടെ, ഒരല്പം വിവേകത്തോടെ, ഒരിത്തിരി കണ്ണുതുറന്ന് ഇരിക്കുകയാണെങ്കിൽ ശരിയായ ആഹാരത്തിലേക്ക് മനുഷ്യനു മാറാൻ കഴിയും.

ശരിയായ ഭക്ഷണത്തിന്റെ മറ്റൊരു മൂല്യം ഭക്ഷണം ശാന്തമായ മനസ്സോടെ, ഉല്ലാസത്തോടെ കഴിക്കണം എന്നതത്രേ. ഒരാൾ അത്തരം ഒരവസ്ഥയിലല്ലെങ്കിൽ അത്തരം ഒരവസ്ഥവരെ കാത്തിരിക്കുകയും അതുവരെ ഒന്നും തിന്നാതിരിക്കുകയും ചെയ്യുക. ഭക്ഷണം വയറ്റിലെത്തുമ്പോൾ ഉടൻ ദഹനനീർ ഉത്പാദിപ്പിക്കപ്പെടും. എന്നാൽ ഭക്ഷിക്കുന്ന ആളുടെ മനസ്സിൽ ഭയമോ ഉദ്വേഗമോ, ദുഃഖമോ ഉണ്ടെങ്കിൽ വയറിൽ ദഹനനീർ ഉത്പാദിപ്പിക്കപ്പെടുന്നില്ല. അപ്പോൾ കഴിക്കുന്ന ഭക്ഷണം ദഹിക്കാതെ ദിവസങ്ങളോളം ജീർണ്ണിച്ചു കിടക്കുന്നു.

ഒരു ഭക്ഷണം തയ്യാറാക്കുന്നതിനും കഴിക്കുന്നതിനും പിന്തുടരേണ്ട ചില അടിസ്ഥാന തത്ത്വങ്ങളുണ്ട്. ഇവ ശരീരത്തിന്റെ വിവേകവും ആരോഗ്യവും വളർത്താനുതകുന്നവയാണ്. അവ താഴെ പറയുന്നു.

1. വിശക്കുമ്പോൾ മാത്രം മിതമായി ഭക്ഷിക്കുക.
2. പച്ചക്കറികളും പഴങ്ങളും ഉൾപ്പെടുന്ന സസ്യാഹാരമാണ് ഏറ്റവും നല്ലത്.
3. ആഴ്ചയിലോ രണ്ടാഴ്ച കൂടുമ്പോഴോ ഒരു ദിവസം ഉപവസിക്കുക. കഠിനരോഗങ്ങളെല്ലാം ഇതുകൊണ്ട് ശമിക്കും.
4. ഉദയത്തിനു മുമ്പ് എഴുന്നേറ്റ് പച്ചവെള്ളത്തിൽ കുളിച്ച് ഏതെങ്കിലും തരത്തിലുള്ള ലളിത വ്യായാമങ്ങൾ ചെയ്യുക.
5. സൗരോർജജലം ഭക്ഷണം പോലെ തന്നെ പതിവായി കഴിക്കുക. (സൗരോർജ ജലം ഉണ്ടാക്കുന്ന ക്രമം. ഒരു പകൽ മുഴുവൻ

സ്ഫടിക ക്കുപ്പിയിൽ വെച്ച് സൂര്യവെളിച്ചം തട്ടിയ ജലം ഒരു രാത്രി മുഴുവൻ മൺകലത്തിൽ സൂക്ഷിച്ച് പിറ്റേന്ന് അത് കഴിക്കുക). ക്ഷീണമുള്ളവർക്ക് ക്ഷീണം കുറയാനും ശക്തി പകരാനും സൗരോർജ ജലം സഹായിക്കുന്നു.

6. രുചിവർദ്ധകമായ മസാലപ്പൊടികൾ, ചുവന്ന മുളക്, ബേക്കറി പലഹാരങ്ങൾ, പൊരിച്ചത്, വറുത്തത് എന്നിവ പരമാവധി ഒഴിവാക്കുക.
7. മുളപ്പിച്ച ചെറുപയർ, നിലക്കടല, ഇലക്കറികൾ എന്നിവ പതിവായി ഭക്ഷണത്തിൽ ഉൾപ്പെടുത്തുക.
8. അലുമിനിയപ്പാത്രത്തിൽ ഭക്ഷണം പാകം ചെയ്യുന്നത് പലതരം രോഗങ്ങൾക്ക് കാരണമാകുന്നതുകൊണ്ട് അത് ഒഴിവാക്കുക.
9. ശരീരത്തിന്റെ ഊഷ്മാവിലാവും നമ്മുടെ ദഹനരസങ്ങൾ നന്നായി പ്രവർത്തിക്കുക. അതുകൊണ്ട് ശീതീകരിച്ച ഭക്ഷ്യവസ്തുക്കളും തണുത്ത പാനീയങ്ങളും ദഹനശേഷിയെ നശിപ്പിക്കുന്നു.
10. വയറിന്റെ മൂന്നിലൊന്ന് ദഹനപ്രക്രിയയ്ക്കായി ഒഴിച്ചിടണം.

ഉപവാസ പാഠം

"മരുന്നുകളുടെ മാതാവത്രേ ഉപവാസം"

ആഫ്രിക്കയിലെ ഗോത്രവർഗ്ഗങ്ങളിലുള്ളവർ ഇരുപത്തിനാലു മണിക്കൂറിനിടയ്ക്ക് ഒരിക്കലേ ഉണ്ണുന്നുള്ളൂ. നൂറ്റാണ്ടുകളായി ഇപ്രകാരമാണ് അവർ തിന്നുന്നത്. ലോകത്തിൽ ഏറ്റവുമേറെ ആയുസ്സുള്ള, ആരോഗ്യമുള്ള ജനവർഗ്ഗമാണ് അവിടെയുള്ളത്.

ശരീരത്തിന്, അതിന്റെ ഓരോരോ സെല്ലുകൾക്കും അതിന്റേതായ വിവേകമുണ്ട്. അതിനു രോഗശമനത്തിന് അവസരം നൽകിയാൽ രോഗത്തെ ശമിപ്പിക്കാനാവുന്നു. തെറ്റായ ജീവിതരീതികൊണ്ടും ഭക്ഷ്യക്രമംകൊണ്ടും അമിതാഹാരം കൊണ്ടും രോഗഗ്രസ്തമായ ദേഹത്തെ ശുദ്ധീകരിക്കാനുള്ള ഏറ്റവും ശക്തമായ ഉപകരണങ്ങളിൽ ആദ്യത്തേതത്രെ ഉപവാസം. ലഹരിയുടെ ഉപയോഗം, തുടർച്ചയായുള്ള അലോപ്പതി, ഔഷധസേവ, അമിതാഹാരം ഇവയുടെയൊക്കെ ഫലമായി ദേഹം മാലിന്യങ്ങളുടെ ഇരിപ്പിടമായി മാറുന്നു. ഇതു പുറത്തുകളയാൻ ശരീരത്തിനു പരിമിതമായ ശേഷിയേയുള്ളൂ. ഇത്തരം ഒരു സാഹചര്യത്തിൽ ദേഹം ചില മുന്നറിയിപ്പുകൾ തരുന്നു. വേദനകളായി, വീക്കങ്ങളായി, മുഴകളായി ശരീരത്തിന്റെ ആന്തരികതാളം തെറ്റിയതിന്റെ സൂചനകളാണ് ഇവ. ഇപ്പോൾ ദേഹക്ഷേത്രം ശുദ്ധമാക്കാൻ സമയമായെന്നു നാമറിയുന്നു.

ഉപവാസം വഴി കഠിനരോഗങ്ങൾ ഏതും ശരീരത്തോടു വിടപറയുന്നു. രോഗങ്ങൾ വരാനുള്ള സാധ്യത കുറഞ്ഞുവരുന്നു.

ഒരാൾ ഉപവസിക്കുമ്പോൾ അയാളുടെ സത്ത, അസ്ഥികൾ, മാംസം, രക്തം ഇവ 'കോസ്മിക്' ആയ ഒരു സത്തയാൽ നിറയ്ക്കപ്പെടുന്ന ഒരനുഭവത്തിനായി അയാൾ തന്റെ ദേഹത്തെ പഞ്ചഭൂതാത്മകമായ പ്രപഞ്ചത്തിനുനേരെ തുറന്നിടുകയാണ്.

ഒരാൾ ഉപവസിക്കുമ്പോൾ, ആഹാരത്തെ നിരസിക്കുമ്പോൾ അയാൾ സ്വപ്രകൃതിയോടടുക്കുകയാണ്. ഒരാൾ യഥാർത്ഥത്തിൽ

വായ് വഴിയുള്ള ഭക്ഷ്യത്തെ വെടിയുമ്പോൾ തന്റെ ആന്തരികപ്രകൃതിയുമായി, അതിന്റെ ഊർജ്ജവുമായി അയാൾ നേരിട്ടുള്ള ബന്ധം സ്ഥാപിക്കുകയാണ്. ഭക്ഷണം കഴിക്കുമ്പോൾ അതുവഴി ലഭിക്കുന്ന ഊർജ്ജം ഉപയോഗിച്ചാണ് അയാൾ പുലരുന്നത്. അതില്ലാതാകുമ്പോൾ അയാൾ തന്റെ അസ്തിത്വവുമായി സ്വരൈക്യത്തിലാവുന്നു. വായ് കൊണ്ടു കഴിക്കുന്നതു മാത്രമല്ല, ഭക്ഷണം. സൂര്യവെളിച്ചത്തിൽ നിന്നു ലഭിക്കുന്ന സൗരോർജ്ജം, വായുവിൽനിന്നും ലഭിക്കുന്ന പ്രാണശക്തി, മണ്ണിൽ നഗ്നപാദനായി നടക്കുമ്പോൾ ലഭിക്കുന്ന ഭൗമോർജ്ജം ഇവയൊക്കെയും ഒരർത്ഥത്തിൽ സൂക്ഷ്മാഹാരമത്രെ. അതുകൊണ്ട് ഉപവസിക്കുന്ന ഒരാൾക്ക് പ്രപഞ്ചമാകെ ഒരൗഷധമാകുന്നു.

ഭക്ഷണം യഥാസമയം കഴിച്ചുകൊണ്ടിരിക്കുന്ന ഒരാൾ ഓറഞ്ചിന്റെ ഒരു അല്ലി, മൂത്ത ഒരു നെല്ലിക്ക, വീട്ടുതൊടിയിലുണ്ടായ ഒരു ചാമ്പയ്ക്ക, അതിന്റെ ഒരമൂല്യതയിൽ രസനേന്ദ്രിയംകൊണ്ട് മുഴുവനായി അറിഞ്ഞ് ഒരിക്കലും കഴിക്കുന്നില്ല. പ്രാർത്ഥനാപൂർവം ഭക്ഷണത്തെ സ്വീകരിക്കാൻ കഴിയുന്നില്ല. പക്ഷേ, ഒരാൾ ഉപവസിക്കുമ്പോൾ പത്തോ ഇരുപതോ ദിവസങ്ങൾ നീണ്ടുനിന്ന ആഹാര നിരാസത്തിനു ശേഷം ആദ്യമായി ഒരല്പം മുന്തിരിനീരോ, ചെറുനാരങ്ങാ വെള്ളമോ അതിന്റെ ഓരോ കണങ്ങളെയും തന്റെ രസനേന്ദ്രിയംകൊണ്ടു മാത്രമല്ല, മുഴുവൻ അസ്തിത്വംകൊണ്ട് അറിഞ്ഞുകൊണ്ട് നുണയുമ്പോൾ അന്നമയ കോശങ്ങളിലാകെ അതിന്റെ കണങ്ങൾ എത്തുമ്പോൾ ഉണ്ടാകുന്ന നവമായ ഒരനുഭവം തന്റെ മുഴുവൻ ശരീരംകൊണ്ടും ഒരാൾ അറിയുകയാണ്. അത് അയാൾക്കു പറയാനാവില്ല. ഉപവാസത്തിലൂടെ അനുഭവിക്കാനാവും.

ഉപവസിക്കുമ്പോൾ ഒരാൾ പുനരുജ്ജീവിക്കപ്പെടുകയാണ്, പുനർജ്ജനിക്കപ്പെടുകയാണ്.

ഭക്ഷണനിരാസത്തെ പട്ടിണിയുടെ കഠിനതയായല്ല, ഉപവസിക്കുന്ന ഒരു ശരീരമറിയുന്നത്. ജനിച്ച അന്നുമുതൽ മുടക്കമില്ലാതെ ചെയ്തുകൊണ്ടിരിക്കുന്ന കഠിനമായ ഒരു വേല നിർത്തിവെച്ചതിന്റെ വിശ്രമസൗഖ്യം ശരീരത്തിന്റെ മുഴുവൻ കോശങ്ങളിലും പരക്കുന്നത്, മതിവരാത്ത ഒരു സ്വസ്ഥതയിലേക്ക് ശരീരമാകെ വന്നണയുന്നത്, എല്ലാ വേദനകളും ശമിക്കുന്നത്. യഥാർത്ഥമായ ദേഹസുഖം എന്തെന്ന് അയാളെ അറിയിക്കുകയാണ്.

ഭക്ഷണം കഴിച്ചുകൊണ്ടിരിക്കുന്ന ഒരു ശരീരംകൊണ്ട് നോക്കുമ്പോഴുള്ള ലോകമല്ല, ജീവിതമല്ല, ഭക്ഷണം കഴിക്കാത്ത ഒരു ശരീരംകൊണ്ടു നോക്കുമ്പോഴുള്ള ലോകം. ഒരാൾ മൂന്നാഴ്ച ഒരാഹാരവും

കഴിക്കാതെ പച്ചവെള്ളം മാത്രം കഴിച്ചുകൊണ്ടിരിക്കുന്നുവെന്നു വെക്കുക. അയാളുടെ മുന്നിൽ ഒരു സ്ത്രീയുടെ നഗ്നശരീരത്തിനു കാമം എന്ന വികാരം ഒരല്പം പോലും ഉണ്ടാക്കാനാവുകയില്ല.

അയാൾ ശ്വസിക്കുന്നത്, പച്ചവെള്ളം കുടിക്കുന്നത്, മണ്ണിൽ നടക്കുന്നത്, ഇളവെയിൽ കൊള്ളുന്നത്, ഒരല്പം തേൻ നുണയുന്നത്, വേദനകളൊക്കെ ശമിച്ച, ശരീരവുമായി, ആഹാരം വരുത്താറുള്ള വായുക്ഷോഭങ്ങളേതുമില്ലാത്ത, ഉദരത്തിനകത്തുനിന്നുള്ള പരമസ്വാസ്ഥ്യത്തിൽ ഒന്നു മയങ്ങുന്നത്, പതുക്കെ ശാന്തമായ മനസ്സോടെ തന്റെ ശരീരത്തിന്റെ അഗാധതയിൽനിന്നു പുറപ്പെടുന്ന സ്വാസ്ഥ്യത്തിന്റെ സംഗീതം ശ്രവിക്കുന്നത് രോഗിയിൽ വരുത്തുന്ന ജീവിതാനന്ദം അതിരറ്റതാകുന്നു.

ഉപവാസത്തിലേക്കു പതുക്കെ ഒന്നു പ്രവേശിച്ചുനോക്കൂ. ദേഹത്തിനും മനസ്സിനും അത്ഭുതകരമായ സുഖവും ശാന്തിയും അതു പകർന്നുതരുന്നു. ആഴ്ചയിൽ അല്ലെങ്കിൽ രണ്ടാഴ്ചയിൽ ഒരു ദിവസം പതിവായി ഉപവസിക്കുന്ന ഒരാൾക്ക് കഠിന രോഗങ്ങൾ പിടിപെടാനുള്ള സാധ്യത കുറയും. വെള്ളം മാത്രം കഴിച്ചുകൊണ്ട് ഉപവസിക്കാൻ വിഷമമുണ്ടെങ്കിൽ ഇളനീർ, പഴച്ചാറുകൾ (മുന്തിരി, ഓറഞ്ച്, മുസമ്പി മുതലായവ) എന്നിവ മാത്രം കഴിച്ചുകൊണ്ട് ഉപവസിക്കാം. ഉപവസിക്കുന്നതിന്റെ തലേന്നു രാത്രിയും പിറ്റേന്ന് രാവിലെയും പഴവർഗ്ഗങ്ങൾ കഴിക്കുക. ജലം മാത്രം ഉപയോഗിച്ചുള്ള ഉപവാസത്തിന് ഒരാൾ മുതിരുമ്പോൾ അയാൾ മാസങ്ങളോളം പഴങ്ങളും പച്ചക്കറികളും ധാരാളം കഴിച്ചുകൊണ്ടുള്ള സസ്യാഹാരശീലം ഉണ്ടാക്കിയെടുക്കണം.

പ്രവൃത്തിയുടെ പാഠം

അബ്രഹാം ലിങ്കൺ അമേരിക്കൻ പ്രസിഡണ്ടായി ആദ്യമായി പാർല മെന്റിൽ സംസാരിക്കാനെഴുന്നേറ്റപ്പോൾ ഒരു പ്രഭു എഴുന്നേറ്റു നിന്നു തന്റെ ഷൂ ഉയർത്തിക്കാട്ടി പറഞ്ഞു: "ഇതു താങ്കളുടെ അച്ഛൻ ഉണ്ടാക്കിത്തന്നതാണ്!"

ലിങ്കൺ തെല്ലിട മൂകനായി. തുടർന്ന് അദ്ദേഹം താഴ്മയോടെ പറഞ്ഞു: "സാർ, എന്റെ അച്ഛനെ നിങ്ങളിപ്പോൾ ഓർമ്മിപ്പിച്ചതിൽ എനിക്കു വളരെയധികം നന്ദിയുണ്ട്. അതെ, എന്റെ അച്ഛൻ നല്ലൊരു ചെരുപ്പുകുത്തിയായിരുന്നു; ഇപ്പോഴില്ല. അച്ഛൻ അതെന്നെ പഠിപ്പിച്ചിട്ടുണ്ട് സാർ. എനിക്കാ പണിയോട് അത്യധികം ആദരവുണ്ട്. എന്റെ അച്ഛനിൽനിന്ന് എനിക്കു കിട്ടിയതാണത്. സാർ, അങ്ങയ്ക്കു വിഷമം തോന്നില്ലെങ്കിൽ ഒരപേക്ഷയുണ്ട്. അങ്ങയുടെ ഷൂ കേടാവുമ്പോൾ അതു നന്നാക്കാനുള്ള അവസരം ദയവായി എനിക്കു തരണം. എന്റെ അച്ഛൻ കൈകൊണ്ടുണ്ടാക്കിയതിനെ, അദ്ദേഹം തൊട്ടതിനെ എനിക്കും തൊടാനുള്ള അവസരം ഉണ്ടാകുമല്ലോ... ഈ സഭയിലിരിക്കുന്ന മാന്യ അംഗങ്ങളുടെ ചെരുപ്പുകൾ കേടാവുമ്പോൾ അതു കൊണ്ടുവന്നു തന്നാൽ എന്റെ ഒഴിവുസമയം നോക്കി ഞാനത് നന്നാക്കിത്തരുന്നുണ്ട്."

അച്ഛന്റെ താഴ്ന്ന ജോലിയെ ഓർമ്മിപ്പിച്ച് ലിങ്കനെ അപമാനിക്കാൻ ശ്രമിച്ച പ്രതിപക്ഷ പാർട്ടിയുടെ നേതാവ് ലിങ്കന്റെ സത്യത്തിനു മുന്നിൽ, താഴ്മയ്ക്കു മുന്നിൽ ലജ്ജിതനായി തല താഴ്ത്തി. ജോലി, അതെന്തായാലും ഒരു പ്രാർത്ഥനയായി സ്വീകരിച്ചവരാണ് ലോകത്തിലെ ഉണർച്ച നേടിയ ഏതു മനസ്സും.

രണ്ട്

ശാരീരികമായ ജോലി ലജ്ജാകരമായ ഒരു ക്രിയയായി മാറിയിട്ടുണ്ട്. മനുഷ്യന്റെ ദേഹവും സത്തയും ഒരു നിശ്ചിത അളവ് ജോലി ചെയ്യാനായി ഉണ്ടാക്കപ്പെട്ടവയാണ്. മനുഷ്യന്റെ അവബോധ വികാസത്തിന്,

ഉണർവിന് ശരിയായി ജോലി വളരെ പ്രധാനമാകുന്നു. ശരിയായ ഒരു ജോലി ചെയ്യാത്ത ഒരാൾക്ക് ജീവിതവുമായി നേരിട്ടുള്ള ബന്ധം നഷ്ടപ്പെടുകയാണ്. നമുക്ക് ജീവിതവുമായി നേരിട്ടുള്ള ബന്ധം തൊഴിൽ വഴിയാണ് ഉണ്ടാകുന്നത്.

ഒരല്പം ശാരീരികാധ്വാനം തീർത്തും ഒഴിവാക്കാനാവാത്തതത്രെ. പക്ഷേ, നമ്മുടെ സമൂഹം ഇത് തീരെ ശ്രദ്ധിക്കുന്നതേയില്ല. സമ്പന്നരായ ആളുകൾ ശാരീരികമായ അദ്ധ്വാനം നിർത്തിവെക്കുന്നു. കാരണം, അവർക്കു പണമുണ്ട്. പണംകൊണ്ട് എന്തും അവർക്കു വാങ്ങാം. ആരോഗ്യമൊഴികെ; സന്തോഷമൊഴികെ. അതവർ പക്ഷേ, ഒരു നിമിഷംപോലും ഓർക്കുന്നില്ല. അതിന്റെ ഫലമത്രെ സമ്പന്ന സമൂഹത്തിൽ അമിത ഭക്ഷ്യംകൊണ്ടും അമിതഭോഗം കൊണ്ടും ശാരീരികാധ്വാനത്തിന്റെ അഭാവംകൊണ്ടും പെരുകിവരുന്ന രോഗങ്ങളും അകാല മരണങ്ങളും.

ഓരോ വ്യക്തിയും അവനവന്റെ കാഴ്ചയിൽ കണ്ടെത്തപ്പെടണം. സ്വന്തം ശരീരം കൊണ്ട് കൂടുതൽ ആരോഗ്യത്തോടെ, നവ്യതയോടെ ജീവിക്കാൻ ശാരീരികമായ ജോലി എത്ര വേണമെന്ന് ഓരോരുത്തരും അറിഞ്ഞിരിക്കണം.

ഉറക്കത്തിന്റെ പാഠം

ഉറക്കം മനുഷ്യന്റെ ജീവിതത്തിലേക്കു തിരിച്ചുവരേണ്ടതുണ്ട്. ഉറക്കത്തിനു തുല്യമായ ഒന്നും മനുഷ്യവംശത്തിന്റെ മാനസികാരോഗ്യത്തിന് സഹായകമായി ഉയർന്നുവന്നിട്ടില്ല. മനുഷ്യന്റെ എല്ലാ രോഗങ്ങൾക്കും പിറകിൽ, മനുഷ്യജീവിതത്തിലെ ക്രമക്കേടുകൾക്കും പിറകിൽ ശരിയായ ഉറക്കത്തിന്റെ അഭാവമാണെന്നു കാണാം.

ആരോഗ്യകരമായ ജീവിതത്തിനാവശ്യമായ ഒരു മുഖ്യ ഘടകം ശരിയായ ഉറക്കമത്രേ. ശരിയായ ഭക്ഷണം കഴിക്കാത്ത, പണിയെടുക്കാത്ത ഒരാളിൽനിന്ന് ഉറക്കം മുഴുവനായി അകന്നുകഴിഞ്ഞിരിക്കും. മനുഷ്യന്റെ പരിഷ്കാരം നിഷ്കരുണം മുറിച്ചുനീക്കിയത് അവന്റെ ഉറക്കത്തെയാകുന്നു. കൃത്രിമവെളിച്ചം കണ്ടുപിടിച്ച ദിവസം മുതൽ മനുഷ്യന്റെ ഉറക്കം അലങ്കോലമായി.

ശരിയായി ഉറങ്ങാത്ത ഒരാൾക്ക് ശരിയായി ജീവിക്കാനാവില്ല. ഒരാളുടെ എട്ടു മണിക്കൂർ ഉറക്കം പാഴായ ഒരു സമയമായി കരുതരുത്. ആ എട്ടു മണിക്കൂർ ഉറക്കംകൊണ്ട് ബാക്കി പതിനാറു മണിക്കൂറും ഒരാൾക്ക് പൂർണമായി ഉണർന്നിരിക്കാനാകുന്നു. എട്ടു മണിക്കൂർ ഉറക്കത്തിൽ അയാൾ ജീവിതോർജ്ജം സംഭരിക്കുകയാവുന്നു. അപ്പോൾ അയാളുടെ തലച്ചോറിന്റെയും ഹൃദയത്തിന്റെയും കേന്ദ്രങ്ങൾ പ്രവർത്തിക്കുകയാവുന്നു.

ശരിയായ ഉറക്കമെന്നത് ഓരോരുത്തർക്കും പല അളവിലാണ്. ഒരു കുഞ്ഞ് അമ്മയുടെ ഉദരത്തിൽ ഇരുപത്തിനാലു മണിക്കൂറും ഉറക്കമാണ്. അപ്പോൾ അവന്റെ എല്ലാ കോശങ്ങളും വികസിക്കുകയാണ്. ഇരുപത്തിനാലു മണിക്കൂറും ഉറങ്ങിയാലേ അവന്റെ വളർച്ച വേണ്ടതുപോലെ ആവൂ. അമ്മയുടെ ഗർഭപാത്രത്തിൽ കഴിയുന്ന ഒൻപതു മാസവും ശിശു ഉറങ്ങുകയാണ്. ഇതിൽനിന്ന് ഉണർന്നുപോകുന്ന കുരുന്ന് മുടന്തനായി, അന്ധനായി ജനിക്കുന്നു. അമ്മ കഴിക്കുന്ന വിഷമരുന്നുകളാണ് അമ്മയുടെ ഗർഭപാത്രത്തിലെ ഉറക്കത്തിൽനിന്ന് ശിശുവിനെ ഉണർത്തുന്നത്. ശിശു ജനിക്കുന്നതോടെ

ഇരുപത് മണിക്കൂറുകളാണ് അവന്റെ ഉറക്കം. അവന്റെ ദേഹം വളരുകയാണ്. പിന്നീടവൻ പതിനെട്ടു മണിക്കൂറുകൾ, പതിനാലു മണിക്കൂറുകൾ ഉറങ്ങുന്നു. പതുക്കെപ്പതുക്കെ അവന്റെ ദേഹം പക്വമാകുന്നതോടെ ഉറക്കം കുറഞ്ഞുവരുന്നു. ഒടുക്കം ഉറക്കം എട്ടു മണിക്കൂറായി മാറുന്നു. ഈ ഉറക്കംകൊണ്ട് അയാൾ വീണ്ടും പ്രകൃതിയുമായി, അസ്തിത്വവുമായി ഒന്നിക്കുകയും ചെയ്യുന്നു. അതുകൊണ്ടത്രേ അയാൾ പുനരുജ്ജീവിപ്പിക്കപ്പെടുന്നത്. ഒരു വൃദ്ധന് കുറഞ്ഞ ഉറക്കമേയുള്ളൂ. അഞ്ചു മണിക്കൂർ, നാലു മണിക്കൂർ, ചിലപ്പോൾ മൂന്നു മണിക്കൂർ, ഒരു വൃദ്ധൻ, ഒരു ശിശു ഉറങ്ങുന്നതുപോലെ ഉറങ്ങിയാൽ അയാൾക്ക് മരണമില്ല! മരണം കുറഞ്ഞ ഉറക്കം ആവശ്യപ്പെടുന്നു, ജീവിതം അഗാധനിദ്രയും.

അയ്യായിരം വർഷങ്ങൾക്കു മുൻപ് എഴുതപ്പെട്ട 'വിജ്ഞാൻ ഭൈരവതന്ത്ര' എന്ന ഗ്രന്ഥം ഉറക്കത്തിൽനിന്ന് പിഴുതെറിയപ്പെട്ട ഭൂമിയിലെ മനുഷ്യർ മുഴുവൻ ചിത്തരോഗികളായിക്കൊണ്ടിരിക്കുന്നത് ഒരു ചികിത്സ ആവശ്യപ്പെടുന്നു എന്ന് ഓർമ്മിപ്പിക്കുന്നു.

ഉറക്കം കുറഞ്ഞവർക്ക്, അഗാധമായ ഉറക്കം ഇല്ലാത്തവർക്ക് ഉറക്കഗുളികകളൊന്നും കൂടാതെ തന്നെ ഗാഢനിദ്രയിലേക്കു നയിക്കുന്ന രണ്ടു രീതികളുണ്ട്. ധ്യാനവും ജലചികിത്സയും. ധ്യാനം ചെയ്യുന്നവർക്ക് ഒരു ദിവസംപോലും ഉറക്കം വരാനായി കാത്തുകിടക്കേണ്ടതില്ല. ഉറങ്ങുന്നുവെന്ന വിചാരത്തോടെ കിടക്കുമ്പോൾ എത്രയും സ്വാഭാവികമായി അയാൾ ഉറക്കത്തിലേക്കു യത്നമേതുമില്ലാതെ ചെന്നണയുന്നു. ശരീരചിന്തയിൽനിന്നാണ് ഒരാൾക്ക് നിദ്രയില്ലാതാവുന്നത്. ധ്യാനത്തിൽ താൻ ശരീരമല്ല എന്ന ബോധം പ്രബലമാവുന്നു. അതോടെ അയാളിൽ ശാരീരികവും മാനസികവുമായ വിശ്രാന്തി ഉളവാവുകയും അയാൾ ഉറക്കത്തിലേക്കു പോകുന്നതിനു പകരം ഉറക്കം അയാളിലേക്കു പ്രവേശിക്കുകയും ചെയ്യുന്നു.

സംഭാഷണപാഠം

"കുറച്ചു പറയൂ, മന്ദമായി പറയൂ, മധുരമായി പറയൂ..."

- ദാദാ ലേഖരാജ്

തെളിഞ്ഞൊരു മനസ്സോടെ, ശുദ്ധതയോടെ ഒരാൾ പറയുമ്പോൾ ആ മൊഴികളിൽ വാക്കുകൾക്കപ്പുറത്തുള്ള പ്രകാശം, ഊർജ്ജം ലയിച്ചു ചേർന്നിരിക്കും. പ്രണയികൾ പ്രണയികളോടു പറയുന്നതു പോലുള്ള ഒരു ഭാവം. ധ്യാനാത്മകമായ ഒരു മനസ്സ് ചിന്തയിലെന്ന പോലെ വാക്കുകളിൽ, അതുപയോഗിക്കുന്നതിലെ വികാരത്തിൽ മിത വ്യയം പുലർത്തുന്നു. നിശ്ചലവും നിശ്ശബ്ദവുമായ ഒരു മനസ്സിൽനിന്ന് വിവേകത്തിന്റെ വെളിച്ചത്തിൽ മന്ദം മന്ദം ഉതിർന്നു വീഴുന്ന വാക്കു കൾക്കു പിറകിൽ ഊർജ്ജത്തിന്റെ അതിവ്യയം ഒരിക്കലുമുണ്ടാവില്ല. ജിദ്ദു കൃഷ്ണമൂർത്തിയുടെ ഭാഷണങ്ങൾ അത്തരത്തിലുള്ളവയായി രുന്നു. ഇതു കേട്ടിരിക്കുന്നവർക്കും ക്ഷീണമുണ്ടാവില്ല.

വ്യർത്ഥമായി വിസ്തരിച്ചു പറയുകയെന്നത് പൊള്ളയായ ഭാഷ ണത്തിന്റെ ലക്ഷണമാകുന്നു. സമയമനുസരിച്ച്, സദസ്സിനനുസരിച്ച് ഉള്ള പ്രേരണയാൽ അവർ സ്വയം നിയന്ത്രിക്കാനാവാതെ വാക്കുകൾ കോരിച്ചൊരിയുകയാണ്. വിവേകത്തിന്റെ നേർത്ത വെളിച്ചം വല്ല പ്പോഴുമുണ്ടാകുമ്പോൾ, ഉള്ളിലാരോ അവരെ നിശ്ശബ്ദരാവാൻ പ്രേരി പ്പിക്കുന്നതായി അവർക്കു തോന്നുന്നുണ്ടാവാം.

വ്യർത്ഥഭാഷണത്തിലുളവാകുന്ന ഏറ്റവും വലിയ ദോഷം എന്തെ ന്നല്ലേ? ഒന്നാമതായി ദേഹോർജ്ജം തീരുന്നു. കാരണം ഒരാളതുപ യോഗിക്കുന്നു. രണ്ടാമതായി സമയം പാഴാവുന്നു. വ്യർത്ഥമായവ പറയുന്ന ഒരാളുടെ രീതി എങ്ങനെയാവും? അവർ ചെറിയ സംഗ തിയെ വലിയ സംഗതിയാക്കി മാറ്റുന്നു. അവരുടെ പറയുന്ന രീതി കഥപറച്ചിലിന്റേതാവും. പാഴായവ വേഗത്തിൽ പറയുന്നതുകൊണ്ട് ദുർബലരെ ഇവർക്കു വേഗം സഹചാരികളായി ലഭിക്കുന്നു. തന്നെ കേൾക്കുന്നവർക്കു മുന്നിൽ ഇവർ പറഞ്ഞുകൊണ്ടേയിരിക്കുന്നു.

എന്തുകൊണ്ടാണിത്? അവർക്ക് ഏകാന്തതയെ സ്നേഹിക്കാനാവില്ല. പാഴായതും സാധാരണവുമായ വാക്കുകളിൽ മറ്റൊരു പ്രത്യേകതയും കാണാം - അത്തരക്കാർ തമാശയും താണ ഫലിതങ്ങളും അനവസരത്തിൽ ഉപയോഗിക്കാൻ വെമ്പുന്നു. അവർ ചിലരെയൊക്കെ തോണ്ടിക്കൊണ്ടേയിരിക്കുന്നു. അവിടന്നും ഇവിടന്നും ഉള്ളവയെ കേൾക്കാനും അതു പറയാനും താത്പര്യം കാട്ടുന്നു. മറ്റൊന്ന്, ഇവർ യുക്തിയുക്തമായല്ല സംസാരിക്കുക.

വ്യർത്ഥമായതു പറഞ്ഞുകൊണ്ടിരുന്നാൽ വിഷയത്തിന്റെ ആഴത്തിൽ പോയി. അതിന്റെ പരമമായ പൊരുൾ കാണാനും പറയാനുമുള്ള അവസരം നഷ്ടമാവുന്നു. അപ്പോൾ സത്യം അനാവരണം ചെയ്യപ്പെടാതെ പോകുന്നു.

നാം മൊഴിയുന്ന വാക്കുകളിൽ മനസ്സിന്റെ ശക്തി, കൃത്യത, സത്യം, ജ്ഞാനം, നിരഹങ്കാരം, വെളിച്ചം, അഹിംസാത്മകത, പ്രതിപക്ഷ പരിഗണന കൂടി ചേരുമ്പോൾ നാം പറയുന്ന വാക്കുകൾക്ക് മറ്റുള്ളവരെ പരിവർത്തിപ്പിക്കാനാവുന്നു.

ഋഷിയും കവിയുമായ ബാഷോയോട് ഒരു ഭിക്ഷു അദ്വൈതമായ യാഥാർത്ഥ്യത്തെ കാണിച്ചുകൊടുക്കാൻ ആവശ്യപ്പെട്ടപ്പോൾ അദ്ദേഹം മൗനം കൊണ്ടായിരുന്നു അതിനു മറുപടി നൽകിയത്. അത്തരം മൗനങ്ങൾ ചിലപ്പോൾ 'ഇടിവെട്ടുപോലെ'യെന്നാണ് സെന്നിൽ (Zen) അറിയപ്പെടുന്നത്. യഥാർത്ഥമായ ജ്ഞാനം വാക്കുകൾവഴി പകരാനാവില്ല. പ്രപഞ്ചരഹസ്യങ്ങളെക്കുറിച്ചുള്ള പല ചോദ്യങ്ങൾക്കും ഉത്തരമായി ബുദ്ധൻ അവലംബിച്ച മൗനം ഇതിന്റെ അടിസ്ഥാനമായി ചൂണ്ടിക്കാട്ടപ്പെടുന്നു. സെൻ പ്രകാരം യാഥാർത്ഥ്യത്തിലേക്കുള്ള വാതിൽ ഭാഷയല്ല, നിശ്ശബ്ദതയാകുന്നു. ലാവോത്സു സൂചിപ്പിക്കുന്നതുപോലെ മൗനം തന്നെ ഒരു വെളിപാടാണ്.

ഒരു ടെലിഗ്രാം സന്ദേശത്തിൽ ഒരാൾ വാക്കുകളുടെ കാടുകളെല്ലാം മുറിച്ചുകളയുന്നു. പൊരുളിലേക്കു നേരിട്ട് പ്രവേശിക്കുന്നു. ഒരു ടെലിഗ്രാം എല്ലാ കത്തുകളെക്കാളും സത്യം പ്രകാശിപ്പിക്കുന്നു. സെൻബുദ്ധകഥകളിൽ ഇത്തരത്തിലുള്ള ഭാഷയാണുപയോഗിച്ചിരിക്കുന്നത്.

ഭാഷയുടെ പാഠം

"കുറച്ചു പറയൂ, നിർത്തി നിർത്തി പറയൂ, മധുരമായി പറയൂ..."

- ദാദാ ലേഖരാജ്

വാക്കുകൾ മിതമായി ഉപയോഗിക്കുന്നതിന്റെ കല, ഒരാൾ പഠിക്കുകതന്നെ വേണം. ലളിതമായി നിർത്തി നിർത്തി ഉച്ചരിക്കപ്പെടുന്ന വാക്കുകൾ കേൾക്കുന്നവന്റെ ഉള്ളിലേക്കു വേഗം കടന്നു ചെല്ലുന്നു.

ക്രോധത്തിന്റെ തീ പാറുന്ന വാക്കുകൾ വീഴുന്നിടത്ത് സ്നേഹത്തിന്റെ ശീതളമായ ജലകണങ്ങൾ ചൊരിയുന്നതു പോലെ സംസാരിക്കാൻ ശീലിക്കുക എന്ന് ധ്യാനഗുരു ദാദാ ലേഖ്രാജ് പറയുന്നു.

ഒരാൾ അസഭ്യമായ ഭാഷ ഉപയോഗിക്കുക എന്നാൽ, മറ്റു നല്ല വാക്കുകൾ കണ്ടുപിടിക്കത്തക്കവിധം ബുദ്ധിമാനല്ല അയാളെന്നാണ് അറിയേണ്ടത്. ഒരാൾ ഉപയോഗിക്കന്ന ഭാഷയിൽനിന്ന് അയാളുടെ സ്വഭാവത്തെ നമുക്കു മനസ്സിലാക്കാനാവുന്നു. ഒരാളുടെ ഭാഷയിൽ, വാക്കുകളിൽ സ്നേഹവും വാത്സല്യവുമുണ്ടായാൽ അത് ഊർജ്ജത്തിന്റെ ഒരു പ്രവാഹം തന്നെയാകുന്നു. സ്നേഹവും സമർപ്പണബോധവുമുള്ള വലിയ വലിയ മനസ്സുകളിൽനിന്നും പുറപ്പെടുന്ന വാക്കുകൾ, ഹൃദയാകാശത്തിൽനിന്നുദിച്ചു പരക്കുന്ന സ്നേഹചന്ദ്രന്റെ നിലാവുപോലെ, അത് ലോകത്തിലുള്ള ഏതൊരു മനുഷ്യന്റെയും ഹൃദയത്തിലേക്കു നേരിട്ടു കടന്നുചെല്ലുന്നു. മധുരവും സൗമ്യവും ദീപ്തവുമായ വാക്കുകൾ! ഇതു കേൾവിക്കാരനെ പരിവർത്തിതനാക്കുന്നു.

ടെലഗ്രാമിൽ സന്ദേശമയയ്ക്കുമ്പോൾ ആമുഖമോ ഔപചാരികതയോ വിവരണങ്ങളോ ഒന്നുമില്ലാതെ നേരിട്ടു വിഷയത്തിലേക്കു കടക്കുകയാണ്. ഏറ്റവും ചുരുക്കം വാക്കുകളിൽ, ഏറ്റവും ഒഴിച്ചുകൂടാത്തതു മാത്രം എഴുതുന്നു. അമിതമായ ഒരു വാക്കുപോലും ഒഴിവാക്കപ്പെടുന്നു. സത്യം ബോധിപ്പിക്കാൻ വേണ്ടത്ര മാത്രം വാക്കുകൾ ഉപയോഗിച്ച് ആശയവിനിമയം ചെയ്യുന്നു. സെൻബുദ്ധ ആചാര്യന്മാർ ഇപ്രകാരം ഭാഷയുടെ മിതവ്യയത്തെ ഒരു കലയാക്കി മാറ്റി.

ഭാഷ നന്നായി കൈകാര്യം ചെയ്യുവാൻ ഒരാൾ തന്റെ ചിന്തയെ ക്രമപ്പെടുത്തുകയാണ് ഒന്നാമതായി വേണ്ടത്. അപ്പോൾ ഒരു അരുവി പോലെ വിചാരങ്ങൾ സ്വച്ഛമായി ഒഴുകിയെത്തുന്നു. ചിന്ത കലുഷമാകുമ്പോൾ ഭാഷ കലുഷമാകുന്നു.

ഭാഷയിൽത്തന്നെ ലിംഗപരമായ ചായ്‌വുകളുണ്ട്. ക്രുദ്ധവും പരുഷവും ചടുലവുമായ പുരുഷഭാഷ ആർദ്രവും സൗമ്യവും മൃദുലവും മധുരവുമായ സ്ത്രൈണഭാഷ. ആദ്യത്തേതിന് കുഞ്ചൻ നമ്പ്യാരും സി.വി. രാമൻപിള്ളയും രണ്ടാമത്തേതിന് പൂന്താനവും ജി. ശങ്കരക്കുറുപ്പും ഉദാഹരണങ്ങൾ. എഴുത്തച്ഛൻ, ചെറുശ്ശേരി, പൂന്താനം എന്നിവരുടേത് സ്ത്രൈണമായ ഒരു ഭാഷയായിരുന്നു. പ്രാർത്ഥന, പ്രണയം, ഭക്തി, അർപ്പണം എന്നീ സ്ത്രൈണഭാവങ്ങൾക്കു പറ്റിയ ഭാഷയായിരുന്നു നമ്മുടെ ഭക്തികളുടേത്. ആധുനിക മലയാള സാഹിത്യത്തിൽ സ്ത്രൈണ ഭാഷയുടെ ഉന്നത മാതൃകയായി ഒരെഴുത്തുകാരനുണ്ട്: ആഷാമേനോൻ. സ്ത്രൈണമായ മൂല്യങ്ങളുള്ള എഴുത്തിന്റെ പ്രാധാന്യം ലോകത്തെങ്ങുമുള്ള വലിയ എഴുത്തുകാരിൽ പലരിലും നമുക്കു കാണാം.

ഭാഷ നന്നാകാൻ ഭാഷ നിരന്തരം ഉപയോഗിക്കുകതന്നെ വേണം. ലോകത്തിലെ മഹാന്മാരായ എഴുത്തുകാർ എപ്രകാരമാണ് ഭാഷ ഉപയോഗിക്കുന്നതെന്ന് നാം അറിയണം. ഭാഷ ഒന്നുതന്നെയെങ്കിലും ഓരോ എഴുത്തുകാരന്റെയും ഉള്ളിലെ വെളിച്ചമാണ് അയാൾ എഴുത്തിലൂടെ കൊളുത്തിവെക്കാൻ ശ്രമിക്കുന്നത്.

ദിവസവും ഡയറി എഴുതുന്നത്, ഭാഷയിലെ മികവുറ്റ സംഭാവനകൾ നൽകിയ വലിയ എഴുത്തുകാരുടെ പ്രധാന രചനകൾ വായിക്കുന്നത്, അവരുടെ ഭാഷയുടെ സവിശേഷത. അവർ ഉപയോഗിച്ച വാക്കുകൾ കുറിച്ചിടുന്നത്, വായിക്കുന്ന പുസ്തകങ്ങളുടെ സംഗ്രഹം എഴുതിവെക്കുന്നതു നല്ലത്.

നാടൻപാട്ടുകൾ, പഴഞ്ചൊല്ലുകൾ, നാടോടി ഗാനങ്ങൾ എന്നിവയിലെ ഭാഷയുടെ ഈണം, കൃത്യത, ശക്തി, സൗന്ദര്യം പഠിക്കേണ്ടതാണ്. എഴുത്തച്ഛൻ, കുമാരനാശാൻ; വള്ളത്തോൾ, ഇടശ്ശേരി, കെ. ജി. ശങ്കരപ്പിള്ള, വ്യത്യസ്ത കാലങ്ങളിൽ വ്യത്യസ്ത നിലപാടുകളിൽ ജീവിതത്തെ, ലോകത്തെ കണ്ടത്. അവർ ഭാഷവഴി പ്രകടിപ്പിക്കുമ്പോൾ അവർ ചരിത്രത്തിനു നേരെ, സംസ്കാരത്തിനു നേരെ, ജീവിതത്തിനു നേരെ നടത്തിയ നിരീക്ഷണങ്ങൾ ഏതു തരം ഭാഷയിൽ എപ്രകാരം രേഖപ്പെടുത്തി എന്നു കാണുന്നത് ഭാഷയെ അറിയാനുള്ള വിനീതമായ ശ്രമമാണ്. അതുവഴി ജീവിതത്തെയും.

കവിപാഠം

"ബുദ്ധന്റെ ജീവിതം ഒരു കവിതയാകുന്നു! ബുദ്ധന്റെ ജീവിതകഥയാകെ അത്ഭുതം നിറഞ്ഞൊരു കവിതയാകുന്നു. അത്രയേറെ വശ്യമാണ്; ആകർഷകമാണ്; കലാത്മകമാണ്. ഇത്രയും വിസ്മയകരമായ ഒരു കവിതയും ഞാൻ വേറെ വായിച്ചിട്ടില്ല. മനുഷ്യവംശം ഇന്നോളം നേടിയ മഹോന്നതിയുടെ അവതരണമത്രെ ബുദ്ധന്റെ ജന്മം."

- രവീന്ദ്രനാഥ ടാഗോർ

പ്രപഞ്ചത്തിന്റെ സ്വാഭാവിക താളവുമായി ഒരാൾ സ്വരൈക്യത്തിലാണെങ്കിൽ അയാളൊരു കവിയാണ്. ജീവിതംതന്നെ ജീവനുള്ള ഒരു കവിതയാകുന്നു. ശരിയായ ആത്മീയതയുള്ള ഒരാൾ ഒരു കവിയും. സ്നേഹത്തിന്റെ കലാകാരനുമാണ്. അതുകൊണ്ടയാൾക്ക് ജീവിതത്തിലെ കവിത, കല അറിയാം. തന്റെ അകത്തുള്ള പ്രകൃതിയുടെ പുസ്തകം വായിക്കാൻ കഴിഞ്ഞാൽ എല്ലാ വേദങ്ങളും ഖുർ ആനും ബൈബിളും അവിടെയുണ്ടെന്ന് അയാൾ അറിയുന്നു. പുറത്തുള്ള ഒരു ജ്ഞാനഗ്രന്ഥങ്ങളും വായിക്കാതെ മുഴുവൻ അറിവും അയാളിൽ നിറയുന്നു.

ബുദ്ധൻ മുതൽ ജെ. കൃഷ്ണമൂർത്തി വരെയുള്ള ഋഷികൾ യഥാർത്ഥ കവികളത്രെ. അവരുടെ കവിതകൾ, അവരുടെ സ്ഥലകാല രഹിതമായ ബോധത്തിൽ നിന്ന് പുറപ്പെടുന്ന വാക്കുകൾ. പക്ഷേ, ശാന്തമായ ഒഴിഞ്ഞ ബോധത്തിലേക്ക് എളുപ്പത്തിലെത്തുന്നു. ഇപ്രകാരം ബുദ്ധനെ വായിച്ചിരുന്ന ജപ്പാനിലെ ധ്യാനഗുരു റിയോകൻ എഴുതി: "കാടിന്റെ നടുവിലായി നിങ്ങൾക്കെന്റെ കുടിൽ കാണാം. ഓരോ വർഷം കഴിയുമ്പോഴും വൃക്ഷലതകൾ നീണ്ടുനീണ്ടു വരുന്നു. ഇവിടെ ലോകത്തിന്റെ വാർത്തയൊന്നും ഞാനറിയുന്നില്ല. എന്റെ ഒരേയൊരു ബന്ധം വല്ലപ്പോഴുമുയർന്നുവരുന്ന മരംവെട്ടുകാരന്റെ പാട്ടുമായി മാത്രം. സൂര്യനുദിക്കുമ്പോൾ ഞാനെന്റെ തലപ്പാവ് തുന്നുന്നു. നിലാവെളിച്ചത്തിൽ ഞാൻ ബുദ്ധകവനങ്ങൾ വായിക്കുന്നു..."

ഇത്തരം മാനസതീർത്ഥങ്ങളിൽ, യഥാർത്ഥ കവിതകളിൽ മുങ്ങുവാനും കുളിക്കുവാനും നവ്യതയുള്ളവരാകാനും നമുക്കു കഴിയണം. ഒരിക്കലല്ല, എന്നും, എപ്പോഴും. നാം സ്കൂളുകളിൽനിന്നും കോളേജുകളിൽനിന്നും ലൈബ്രറികളിൽനിന്നും കവിതകളെന്ന പേരിൽ വായിച്ചു തീർക്കുന്ന കവിതകൾ എല്ലാം ശരാശരി ബോധാവസ്ഥയിൽനിന്ന് പുറപ്പെടുന്ന വാക്കുകളാണ്. കാണാവുന്ന, കേൾക്കാവുന്ന, തൊടാവുന്ന, അറിയാവുന്ന ഒരു ലോകത്തെപ്പറ്റി മാത്രമാണത് പറഞ്ഞുതരുന്നത്. മറിച്ച്, യഥാർത്ഥമായ കവിത അബോധത്തിലാകുന്നു, അജ്ഞാതമായതിലാകുന്നു. അങ്ങോട്ടു പോകാനുള്ള വഴി വിശ്വവുമായി സ്വരൈക്യപ്പെട്ടു കഴിഞ്ഞ ഒരാളിൽ, ഒരു യോഗിയിൽ തുറന്നു കിടക്കുന്നു. അത്തരത്തിലുള്ള ബോധോദയത്തിൽ നിന്നുയരുന്ന വാക്കുകൾ, യഥാർത്ഥ കവിതകൾ വായിക്കാൻ തുടങ്ങുമ്പോഴാണ് കവിതകളെന്ന് പറഞ്ഞ് നാം വായിക്കുന്ന കവിതകൾ, യാഥാർഥ്യത്തിനു പകരം അതിന്റെ അനുകരണത്തിന്റെ, അനുകരണത്തിന്റെ അനുകരണമാണെന്നു നാമറിയുക.

കവികൾ, ഋഷികളുമായി, മതാത്മക മനസ്സുകളുമായി, 'മിസ്റ്റിക്കു' കളുമായി വളരെ അടുത്താണ്. ഋഷിയല്ലാത്തവൻ കവിയല്ല! കവിത മറ്റെന്തിനെക്കാളും മതത്തോടടുത്തു നില്ക്കുന്നു. കവിത സത്യത്തിലേക്കുള്ള ഒരു നോട്ടമാകുന്നു. കവിത വളരെ അകലെനിന്ന് ഹിമാലയത്തെ കാണലാണ്. സൂര്യവെളിച്ചമുള്ള കൊടുമുടികൾ, വിശുദ്ധമായ മഞ്ഞുനിരകൾ... മതം എന്നാൽ, സൂര്യവെളിച്ചമുള്ള കൊടുമുടികളിൽ, വിശുദ്ധമായ മഞ്ഞിൽ ജീവിക്കലത്രെ.

> *"കവിക്കും പണ്ഡിതനും ഇടയ്ക്ക് ഒരു ഹരിതമായ പാടമുണ്ട്. പണ്ഡിതൻ അതു മുറിച്ചുകടന്നാൽ അയാളൊരു ജ്ഞാനിയാകും. കവി അതു മുറിച്ചുകടന്നാൽ അയാളൊരു പ്രവാചകനാകും."* - ഖലീൽ ജിബ്രാൻ

> *"ഒരാൾ മനോഹരമായ ശബ്ദങ്ങൾക്കായി സ്വയം തുറന്നിടുകതന്നെ വേണം. പ്രകൃതിയുടെ നാദങ്ങൾ - ഒരരുവിയൊഴുകുന്നത്, പക്ഷികൾ പാടുന്നത്, കടലിരമ്പുന്നത്, കാറ്റ് ഇലകൾക്കിടയിലൂടെ വീശുന്നത്, മഴ മണ്ണിൽ പതിച്ചുകൊണ്ടിരിക്കുന്നത് - ശ്രവിച്ചുകൊണ്ടിരിക്കുകയാണെങ്കിൽ ജീവിതത്തിന്റെ കഠിനതകൾ, വികലതകൾ ഉണ്ടാക്കുന്ന വൈകൃതത്തെ നമുക്ക് 'റിപ്പയർ' ചെയ്യാനാകുന്നു."* -ബ്രെയിൻ എസ്കർകൗലി

രണ്ട്

വേർഡ്സ്വർത്ത് എപ്രകാരമാണ് കവിതയെഴുതുന്നതിലേക്കണഞ്ഞതെന്ന് ഒരിക്കൽ ഒരാൾ ചോദിക്കയുണ്ടായി. അദ്ദേഹത്തിന്റെ ഉത്തരം തൃപ്തികരമായിരുന്നില്ല. എന്നാൽ, അന്ന് സായാഹ്നത്തിൽ അദ്ദേഹം മെയിൽവണ്ടി കാണാനായി പോവുകയുണ്ടായി. അത് കെസ്വിക്കിൽ

നിന്ന് വരുന്നതായിരുന്നു. വേർഡ്സ്വർത്ത് തന്റെ ചെവി ഭൂമിയോടു ചേർത്തുവെച്ചു കിടന്നു. അതിന്റെ ഇരമ്പം മണ്ണിലുണ്ടാക്കുന്ന പ്രകമ്പനം കേൾക്കാനായി. ഒടുവിൽ ഒന്നും കേൾക്കാതായപ്പോൾ അയാൾ എഴുന്നേറ്റു നില്ക്കുകയും അപ്പോൾത്തന്നെ അദ്ദേഹത്തിന്റെ ശ്രദ്ധ ഒരു സാന്ധ്യതാരകത്തിനു നേരെ തിരിയുകയും ചെയ്തു. ഏകാന്തമായ ആ നക്ഷത്രം അയാളിലേക്കു പൊടുന്നനെ തീവ്രമായ മനോഹാരിതയോടെ അവതീർണമായി.

വേർഡ്സ്വർത്ത് മൊഴിഞ്ഞു: "ഞാനെങ്ങനെയാണ് കവിതയെഴുതുന്നതിലേക്കു വന്നതെന്ന് ഇപ്പോളെനിക്കു പറയാനാവും. ഒന്നു കണ്ടുകൊണ്ടിരിക്കുമ്പോൾ, കേട്ടുകൊണ്ടിരിക്കുമ്പോൾ, അതിൽ എല്ലാം മറന്നിരിക്കുമ്പോൾ, മനസ്സ് അതിന്നുമപ്പുറത്തേക്കു പോകുന്നു. സത്യത്തിനുമപ്പുറത്തേക്ക്, സൗന്ദര്യത്തിനുമപ്പുറത്തേക്ക്. അപ്പോൾ ഞാനെന്തു കാണുന്നുവോ, അത് സുന്ദരമായി കാണപ്പെടുന്നു..."

ശാന്തമായ, സ്വസ്ഥമായ ഒരു മനസ്സുകൊണ്ട് നോക്കുമ്പോൾ കൺമുന്നിലുള്ളതെന്തും നവ്യമായി, സുന്ദരമായി വേർഡ്സ്വർത്ത് അറിയുന്നു. അത്തരം ഒരു മനസ്സുമായി ഒരാൾ ഭൂമിയിലെവിടെയിരുന്നു നോക്കുമ്പോഴും ചുറ്റും കാണുന്നതെന്തും, അതിസാധാരണതയിൽ നമ്മുടെ കണ്ണിൽ പെടാതെ കിടക്കുന്ന എത്ര ചെറുതും, ബാഹ്യസൗന്ദര്യമറ്റതും അസാധാരണവും സുന്ദരവും ആയി മാറുന്നു. യഥാർത്ഥത്തിൽ അത്തരത്തിലുള്ള മനസ്സ്, കണ്ണുകൾ പഴയതൊന്നും പേറാത്ത പുതിയ പുതിയ ഒരു മനസ്സാണ്. ലോകത്തെ ആദ്യമായി കാണുന്ന കണ്ണുകളാണ്.

> *"കവിതകൾ എന്നെപ്പോലുള്ള വിഡ്ഢികളാൽ ഉണ്ടാക്കപ്പെട്ടു. എന്നാൽ ഈശ്വരനു മാത്രമേ ഒരു വൃക്ഷമുണ്ടാക്കാനാവൂ! അങ്ങനെ ഈശ്വരൻ മാത്രം വൃക്ഷമുണ്ടാക്കുന്നു. എന്നെപ്പോലുള്ള വിഡ്ഢികൾ കവിതകളും. എന്നാൽ, എന്നെപ്പോലുള്ള വിഡ്ഢികളാൽ ഉണ്ടാക്കപ്പെടുന്ന ഈശ്വരനാണ് ഒരു വൃക്ഷത്തെ ഉണ്ടാക്കുന്നത്..."* -ജെ.വൈ. ഹാർബർഗ്

സ്ത്രീപാഠം

"ആതുരമായ ഒരു ലോകത്തെ തണുപ്പിക്കാൻ സ്ത്രീകൾക്കേ കഴിയൂ. അതുകൊണ്ട്, പുതിയ ലോകത്തെ സാന്ത്വനത്തിലെത്തിക്കാനുള്ള ധ്യാനത്തിന്റെ കലശം ഞാനിതാ ലോകത്തിലെ സ്ത്രീകളുടെ ശിരസ്സിൽ വെക്കുകയാണ്!..." - ധ്യാനഗുരു ദാദാലേഖരാജ്

രണ്ടായിരത്തഞ്ഞൂറാണ്ടുകൾക്കു മുൻപൊരു പുലരിയിൽ ഗൗതമ ബുദ്ധന്റെയരികെ കൃഷ്ണാഗൗതമി എന്ന സ്ത്രീ വന്നു. തന്റെ സംഘത്തിൽ സ്ത്രീകളെ ചേർക്കാത്തതിനെ ചോദ്യം ചെയ്യാനാണ് അവൾ വന്നത്. അവൾ ചോദിച്ചു "ഞങ്ങൾ സ്ത്രീകളെ ബുദ്ധത്വത്തിൽ നിന്ന് അകറ്റി നിർത്തുന്നത് എന്തുകൊണ്ടാണ്? ഒരു സ്ത്രീയായി പിറക്കുന്നത് ഒരു കുറ്റമാണോ? ഒരു സ്ത്രീക്ക് ബുദ്ധാവസ്ഥ നേടാനുള്ള അവസരം നിഷേധിക്കുന്നതിന്റെ ഉത്തരവാദി നിങ്ങളാണ്. ബോധോദയത്തിനുള്ള അവസരം പുരുഷന്മാർക്കു മാത്രമായി മാറ്റിവെച്ചത് എന്തുകൊണ്ടാണ്? സ്ത്രീകളെ സ്ത്രീകളാണെന്ന കാരണത്താൽ, ഈ അനുഗ്രഹത്തിൽനിന്ന് അകറ്റുന്നത് അങ്ങ് സ്ത്രീകളുടെ നേരെ നടത്തുന്ന ഏറ്റവും ദയാരഹിതവും കഠിനവുമായ ശിക്ഷയാകുന്നു. അങ്ങ് പുരുഷപക്ഷപാതിയാണെന്നു തോന്നുന്നു. ഒരു ബുദ്ധൻ പോലും പക്ഷപാതരഹിതനല്ലെന്നോ?"

ഒടുവിൽ ബുദ്ധൻ അവൾക്കു കീഴടങ്ങുകയും അവളെ പ്രഥമ സ്ത്രീ ശിഷ്യയായി സ്വീകരിക്കുകയും ചെയ്യുന്നു. വാതിൽ സ്ത്രീക്കായി തുറക്കപ്പെടാൻ തുടങ്ങിയത് അന്നാണ്.

സ്ത്രീത്വമാണ് പുരുഷനേക്കാൾ അടിസ്ഥാനപരമായത്. എന്തെന്നാൽ സ്ത്രീക്കു മാത്രമേ ജന്മം നൽകാനാകൂ. അവൾക്കു ഗർഭപാത്രമുണ്ട്. അമ്മ എല്ലായിടവും നിലനിൽക്കുന്നു. അമ്മ സ്വാഭാവികമാവുന്നു. പ്രാകൃതികമാകുന്നു. അച്ഛൻ അസ്വാഭാവികമായ ഒരു സ്ഥാപനമാകുന്നു. പിതൃത്വം പ്രകൃതിയിൽ നിലനിൽക്കുന്നില്ല. പിതൃത്വമെന്നത്

നിലനിൽക്കാൻ തുടങ്ങിയിട്ട് ഏതാനും ആയിരമാണ്ടുകളായിട്ടേയുള്ളൂ. അതൊരു മനുഷ്യസ്ഥാപനമാകുന്നു. അച്ഛൻ ലോകത്തേക്കു വന്നത് സ്വകാര്യസ്വത്തു കാരണമാകുന്നു. ഒരിക്കൽ സ്വകാര്യസ്വത്ത് ഇല്ലാതാകുന്നതോടെ, അതെന്നേക്കും അപ്രത്യക്ഷമാകുന്നതോടെ, അച്ഛൻ നിഷ്കാസിതനാവും.

ഇപ്പോൾ ബയോളജിസ്റ്റുകൾ പറയുന്നു, സൈക്കോളജിസ്റ്റുകൾ യോജിക്കുകയും ചെയ്യുന്നു: "പുരുഷൻ പുരുഷൻ മാത്രമല്ല, സ്ത്രീ കൂടിയാണ്. സ്ത്രീ സ്ത്രീ മാത്രമല്ല, പുരുഷനുമാണ്. അതുകൊണ്ട് ഒരു പുരുഷനും സ്ത്രീയും സംഗമിക്കുമ്പോൾ അവിടെ രണ്ടു വ്യക്തികളല്ല നാലു വ്യക്തികളാണ് കണ്ടുമുട്ടുന്നത്. പുരുഷൻ സ്ത്രീയുമായി സംഗമിക്കുന്നു. എന്നാൽ പുരുഷനിൽ ഒളിക്കപ്പെട്ടു കിടക്കുന്ന ഒരു സ്ത്രീയുണ്ട്. അതുപോലെ സ്ത്രീയിൽ ഒളിക്കപ്പെട്ടു കിടക്കുന്ന ഒരു പുരുഷനും, അവരും സംഗമിക്കുകയാണ്.

സ്ത്രീക്ക് സമതുലനമുള്ള ദേഹഘടനയാണ്, അവളുടെ രസതന്ത്രവും തുല്യമായ ബാലൻസിലത്രേ. അവൾ ഭൂകേന്ദ്രിതയും സ്വകേന്ദ്രിതയുമാണ്. സ്ത്രീ ലോകത്താകെ നോക്കിയാൽ മേധാവിത്വം പുലർത്തുന്നതിന് തത്പരയല്ല, അവൾക്കതിന്റെ ആവശ്യമില്ല. സ്ത്രീക്ക് അവളുടെ അതിസൂക്ഷ്മസത്തയിൽ ഒരു പ്രത്യേക തരത്തിലുള്ള പൂർണത അനുഭവപ്പെടുന്നുണ്ട്. അനുഭവസ്ഥയായ ഒരു സ്ത്രീക്ക് തന്റെ ഗർഭപാത്രത്തിലെ ശിശു ആണോ പെണ്ണോ എന്നു തിരിച്ചറിയാനാകുന്നു.

ബാലൻസില്ലാത്ത ശരീരഘടനയാണ് പുരുഷന്. ഒരു ഭാഗം കനമേറിയത്, ഇതരഭാഗം ലഘുവും. അതവനിൽ ഒരാന്തരിക സംഘർഷമുണ്ടാക്കുന്നു. അതുകൊണ്ടാണ് സ്ത്രീകളെ അപേക്ഷിച്ച് പുരുഷന്മാർ അധികം ഭ്രാന്തരാകുന്നത്, സ്ത്രീകളെക്കാൾ അധികം പുരുഷന്മാർ കൊല ചെയ്യുന്നത്, ആത്മഹത്യ ചെയ്യുന്നത്.

പുരുഷലോകം സ്ത്രീയെ എന്നും ചവിട്ടി മെതിച്ചിട്ടേയുള്ളൂ. ആത്മീയതയുള്ളവർ പോലും. "ഒരു സ്ത്രീയുടെ ദേഹം കൊണ്ട് മുക്തി സാധ്യമല്ല" - എന്ന് മഹാവീരൻ. യേശു തന്റെ പന്ത്രണ്ട് അപോസ്തലന്മാരിൽ ഒരു സ്ത്രീയെപ്പോലും ഉൾപ്പെടുത്തിയില്ല. എന്നാലും അദ്ദേഹം കുരിശിൽ കിടന്ന് മരിച്ചപ്പോൾ പന്ത്രണ്ടു ശിഷ്യന്മാരിൽ ഒരാൾ പോലും ഹാജരായില്ല. മൂന്നു സ്ത്രീകൾ മാത്രം അവിടെയുണ്ടായിരുന്നു. മഗ്ദലന, മേരി, മഗ്ദലനയുടെ സോദരി. മുഹമ്മദ് നബി സ്ത്രീകളെ പള്ളിയിൽ കടക്കാനനുവദിച്ചിട്ടില്ല.

നമ്മുടെ നാട്ടിൽ സ്ത്രീ എപ്പോഴും പുരുഷനെ ചാരി നിൽക്കുന്നവളാണ്. സമൂഹത്തിലവൾ ഒരു രണ്ടാംതരം പൗരയായി ഗണിക്കപ്പെടുന്നു. ഈ ദീർഘകാല പൈതൃകത്തെ എതിർത്ത ആദ്യത്തെ ഇന്ത്യക്കാരൻ ധ്യാനഗുരു ദാദാ ലേഖരാജാണ്, രണ്ടാമത് ഗാന്ധിജിയും. രണ്ടു സ്ത്രീകളുടെ ചുമലിൽ ഊന്നിക്കൊണ്ടുള്ള ഗാന്ധിജിയുടെ നടത്തം സ്ത്രീ അബലയല്ലെന്ന പ്രഖ്യാപനമാണ്.

> *"രണ്ടു സ്ത്രീകൾ സംസാരിക്കുമ്പോൾ അവരൊന്നും പറയുന്നില്ല. എന്നാൽ ഒരു സ്ത്രീ ഒറ്റയ്ക്കു മൊഴിയുമ്പോൾ അവൾ ജീവിതത്തെ മുഴുവനായി അനാവരണം ചെയ്യുകയാണ്."* *-ഖലീൽ ജിബ്രാൻ*

മാതൃപാഠം

ജപ്പാനിൽ ജിയൂൻ എന്ന വലിയൊരു സംസ്കൃത പണ്ഡിതനുണ്ടായിരുന്നു. അദ്ദേഹം വിദ്യാർഥിയായിരുന്ന കാലത്ത് സഹപാഠികളെ വിളിച്ചു ചേർത്ത് പണ്ഡിതോചിതമായി പ്രസംഗിക്കുകയായിരുന്നു. ഈ വിവരം അറിഞ്ഞ അമ്മ മകന് ഇങ്ങനെ എഴുതി:

"മകനേ നീ നടക്കുന്ന ഒരു നിഘണ്ടുവാകുവാനായിരുന്നോ ബുദ്ധഭഗവാനെ ശരണം തേടിയത്? ഈ ലോകത്തിൽ ചോദിക്കാവുന്ന ചോദ്യങ്ങൾക്കും പറയാവുന്ന ഉത്തരങ്ങൾക്കും അവസാനമുണ്ടോ? വസ്തുവിവരങ്ങളും വ്യാഖ്യാനങ്ങളും എത്രവേണമെങ്കിലും ഒരാൾക്കുണ്ടാക്കാനാകും. അതുകൊണ്ട് നേടുന്ന പേരിനും പെരുമയ്ക്കും കണക്കില്ല. നിന്റെ ലക്ഷ്യം ഇതാണോ? അല്ലെങ്കിൽ നിന്റെ പ്രസംഗങ്ങളെല്ലാം വേഗം മതിയാക്കി വല്ല വനാന്തരത്തിലും ചെന്നിരുന്ന് ഏകാന്തനായി ധ്യാനിക്കുക. പരമമൗനത്തിൽ മുങ്ങി സംശുദ്ധനാകൂ, മുക്തനാകൂ!"

എന്ന് നിന്റെ അമ്മ

പരമമായത് ഒരമ്മയ്ക്ക് കൊടുക്കാനാവില്ല. അതിലേക്ക് മകനെ ചൂണ്ടിക്കാട്ടാനാകും. മുൻപൊക്കെ ലോകത്ത് എവിടെയും അത്തരം അമ്മമാരുണ്ടായിരുന്നു. അവർക്കു ചേർന്ന മക്കളും. മുലപ്പാലിനോടൊപ്പം അമ്മയുടെ സ്നേഹത്തിന്റെ തേനും അന്നവർക്ക് കിട്ടിയിരുന്നു. അന്നൊരിക്കലും ഒരു കുട്ടിയും ആത്മഹത്യ ചെയ്തിരുന്നില്ല. അമ്മയിൽനിന്ന് സ്നേഹത്തിന്റെ തേൻ, അതിജീവനത്തിന്റെ അമൂല്യമായ ആന്റിബയോട്ടിക്ക് കിട്ടാത്ത ഒരു കുട്ടിക്കും ജീവിക്കാനുള്ള ഇച്ഛയുണ്ടാവില്ല, ഇതര ജീവജാലങ്ങളോട് സ്നേഹമുണ്ടാവില്ല.

അമ്മയുമായുള്ള ഒരാളുടെ ബന്ധം, സ്നേഹം. ഇതിൽനിന്നാണ് അയാളുടെ ജീവിതത്തിലെ മുഴുവൻ ബന്ധങ്ങളും സ്നേഹവാത്സല്യങ്ങളും പൂവിടുന്നത്. അമ്മയുമായുള്ള ബന്ധത്തിൽ തോറ്റുപോകാത്ത മക്കൾ ജീവിതത്തിൽ മറ്റെല്ലാ ബന്ധങ്ങളിലും വിജയശ്രീലാളിതരാവുന്നു.

അമ്മയുടെ മാറോട് ചേർന്ന് ആ ഹൃദയതാളം കേട്ട്, മുലപ്പാൽ നുകർന്ന്, സുരക്ഷിതബോധത്തോടെ വളരുന്ന ശിശുക്കൾ ശാരീരികവും മാനസികവുമായ ആരോഗ്യമുള്ളവരായിരിക്കും. ഇത്തരം ശിശുക്കളിൽ ശൈശവ മരണനിരക്ക് തുലോം കുറവാണ്. അതിജീവനത്തിനാവശ്യമായ മറ്റെല്ലാ ഘടകങ്ങളും ഒരുപോലെ നല്കപ്പെട്ടിട്ടും മുലപ്പാൽ കുടിക്കാൻ പറ്റാത്ത സാഹചര്യങ്ങളിൽ ജനിച്ചുവളരുന്ന ശിശുക്കളിൽ 90 ശതമാനവും മരിച്ചുകൊണ്ടിരിക്കുന്നതായി പഠനങ്ങൾ പറയുന്നു. അമ്മയുടെ ദേഹവും മനസ്സും ഒരുക്കുന്ന അഭൗമമായ ഒരു സ്നേഹ വാതാവരണത്തിനുമാത്രമെ കുഞ്ഞിന് സ്വാഭാവികമായ ഒരാവാസ പരിസരം ഉണ്ടാക്കാനാകൂ.

മഹാദേവഭവക്തനായ പുണ്ഡരികന്റെ മാതൃകാസ്നേഹത്തിന്റെ കഥ ഇന്ത്യയിൽ മുഴുവൻ പ്രസിദ്ധി നേടിയതാണ്. കുറേ നാളായി ദൈവത്തിന് പുണ്ഡരികന്റെ സാന്നിധ്യം അനുഭവപ്പെട്ടില്ല. അതുകൊണ്ട് ദൈവം അയാളെത്തേടി വീട്ടിലെത്തി. അയാൾ അപ്പോൾ വയസ്സായ അമ്മയുടെ കാലുകൾ തിരുമ്മുകയായിരുന്നു. ദൈവം വന്നതറിഞ്ഞിട്ടും അയാൾ മാതൃസേവയിൽ നിന്ന് വിരമിച്ചില്ല. എന്തെന്നാൽ ഈശ്വരനെത്തന്നെ തന്റെ അമ്മയുടെ രൂപത്തിൽ അയാൾ സേവിക്കുകയായിരുന്നു. 'ഈശ്വരൻ ഇതാ മുന്നിൽ' എന്ന് തുക്കാറാം പറഞ്ഞു. പക്ഷേ പുണ്ഡരീകൻ അനങ്ങിയില്ല. താനിപ്പോൾ സേവിച്ചുകൊണ്ടിരിക്കുന്ന ഈശ്വരനുവേണ്ടി, അമ്മയ്ക്കുവേണ്ടി തന്റെ സേവനം മുഴുമിക്കുംവരെ തന്നെ കാത്തിരിക്കാനായി അയാൾ ദൈവത്തോട് അപേക്ഷിക്കുകയായിരുന്നു.

മാതൃസ്നേഹത്തിന്റെ അതുല്യമായ അനുഭവങ്ങൾ ഇക്കാലത്തുപോലും കുറവല്ല. അത്തരം ഒരു സംഭവം ആന്ധ്രാപ്രദേശത്ത് ഒരു ഗ്രാമത്തിലുണ്ടായത് വേദനയോടെ ഓർക്കട്ടെ.

രാമു എന്നൊരു ബാലൻ പടിതോറും നടന്ന് പിച്ചയെടുക്കുകയാണ്. അവന് അച്ഛനില്ല. അമ്മ രോഗശയ്യയിലാണ്. ഒരു വലിയ വീട്ടിൽ അവൻ കയറിച്ചെന്നു. അവനുറക്കെ വിളിച്ചു. വീട്ടുടമസ്ഥൻ ക്രുദ്ധനായി ഓടിവന്ന് അവന്റെ തലയ്ക്കടിച്ചു. ഇരന്നു നേടിയ ചോറും പിച്ചപ്പാത്രവുമായി അവൻ മലർന്നടിച്ചുവീണു. മരിക്കുമ്പോൾ 'അമ്മേ. അമ്മേ അമ്മയ്ക്കിനി ആര് ചോറുതരും' എന്നായിരുന്നു അവന്റെ അവസാന വാക്കുകൾ.

സൗഹൃദപാഠം

സൗഹൃദം മുറിച്ചു കളയരുത്! അതേ സൗന്ദര്യം നിങ്ങൾക്ക് വീണ്ടു മൊരിക്കലും തിരിച്ചുകിട്ടില്ല!... എന്തെന്നാൽ, ഒരിക്കൽ തകർന്നു പോയ സൗഹൃദം ഒരിക്കലും കൂട്ടിച്ചേർക്കാനാവാത്ത ഒരുടഞ്ഞ ചീനപ്പാത്രം പോലെയാകുന്നു... - യുറിപ്പിഡിസ്

രണ്ടു സുഹൃത്തുക്കൾ അസ്തമനസൂര്യവെളിച്ചത്തിൽ മരങ്ങൾക്കിടയിലെ വഴിത്താരയിലൂടെ ജീവിതത്തെക്കുറിച്ചുള്ള മഹത്തായ ചില ചോദ്യങ്ങൾ ചോദിച്ചുകൊണ്ട് ജനനം, മരണം, സ്നേഹം, ധ്യാനം ഇവയെക്കുറിച്ചൊക്കെയും അഗാധമായ മൈത്രിയോടെ സംസാരിച്ചുകൊണ്ട് നടന്നു പോകുന്നതിനെപ്പറ്റി ജെ.കൃഷ്ണമൂർത്തി എഴുതിയിട്ടുണ്ട്. ആരെയും അതുണർത്തും, ആർദ്രതയുള്ളവരാക്കും.

'ഒരു വീടിന്റെ യഥാർത്ഥമായ അലങ്കാരം കൂടെക്കൂടെ വന്നു ചേരുന്ന സ്നേഹിതന്മാരാണെന്ന് എമേഴ്സൺ മൊഴിയുന്നു.

സൗഹൃദത്തിന് ഭാഷയില്ല, മറിച്ച് അർത്ഥമുണ്ട്. ഭാഷയ്ക്കപ്പുറത്തുള്ള വിവേകോദയമാണത്. ഒരു പഞ്ചസാരക്കട്ട പാത്രത്തിലെ ജലത്തിന്റെ ഓരോ കണികയേയും മധുരിപ്പിക്കുന്നതുപോലെ ഒരാളുടെ സ്നേഹം നിറഞ്ഞ കണ്ണുകൾ ലോകത്തിലെ മുഴുവൻ ആളുകളെയും സുഹൃത്തുക്കളും പ്രിയപ്പെട്ടവരുമാക്കിമാറ്റുന്നു. സകലരുടെയും നേരെ സ്നേഹം തോന്നുന്ന ഒരു പ്രകൃതം ഒരാളിൽ വളർന്നുവരുമ്പോൾ അയാളെ ആരും ഒരു സുഹൃത്തായി സ്വീകരിക്കുന്നു. അഹന്തയറ്റവനെ ലോകം മുഴുവൻ സ്നേഹിക്കുന്നു. കാരണം അയാളുടെ ശരീരം, മനസ്സ്, ലോകത്തിലെല്ലാവരുമായും സ്വരൈക്യത്തിലാണ്. ഒന്നുമായും ഒരല്പംപോലും സംഘർഷമില്ല. അത് അവരുടെ നോക്കും വാക്കും ചലനവും പ്രവർത്തനവും വഴി പ്രകടമാകുമ്പോൾ, "ഇതാ, ഞങ്ങളുടെയൊക്കെ സ്വന്തം സുഹൃത്ത്!" എന്ന് ഓരോരുത്തരുടെയും ഉള്ളിൽ അയാളെപ്പറ്റി തോന്നുന്നു.

സ്നേഹത്തിന്റെ വേരുകൾ ഒരാളുടെ ഉള്ളിൽ ആഴത്തിലിറങ്ങി അവന്റെ ഹൃദയാന്തർഭാഗത്തുള്ള ദിവ്യതയുടെ ഉറവയിൽ ചെന്ന്

അണയുകയാണെങ്കിൽ എതിർപ്പുകളുടെ എത്ര വലിയ കൊടുങ്കാറ്റു കൾ വന്നാഞ്ഞടിച്ചാലും അതൊരിക്കലും അയാളിലുള്ള സൗഹൃദ ത്തിന് നാശം വരുത്തില്ല. ഒരു യഥാർഥ സുഹൃത്ത് നിങ്ങളുടെ എല്ലാ തെറ്റുകളും അറിയുകയും പിന്നെയും നിങ്ങളെ പഴയതുപോലെ സ്നേഹിച്ചുകൊണ്ടിരിക്കുകയും ചെയ്യുന്നു.

ആദിമകാലത്ത് മനുഷ്യൻ വന്യമൃഗങ്ങളെ, പിശാചുക്കളെ ഭയ ന്നിരുന്നു. സ്വരക്ഷയ്ക്കുള്ള ആയുധങ്ങൾ കൊണ്ടുനടന്നിരുന്നു. ഇന്നത്തെ മനുഷ്യൻ അവയെ അത്രയൊന്നും ഭയപ്പെടുന്നില്ല. കാരണം അവയിൽ നിന്നെങ്ങനെ രക്ഷ നേടണമെന്ന് അവൻ പഠിച്ചു കഴിഞ്ഞു. ഇപ്പോഴവന് ഒന്നിനെ മാത്രമാണ് പേടി. മനുഷ്യനെ!... കാരണം, അവന് അവരെ എപ്രകാരം കൈകാര്യം ചെയ്യണമെന്ന് ഇനിയും അറിയില്ല. അതുകൊണ്ട് അവൻ തന്റെ വിഭാഗത്തിലുള്ള വരിൽ നിന്നു രക്ഷ ഉറപ്പുവരുത്താനായി ആയുധങ്ങൾ കൊണ്ടുനട ക്കുന്നു.

യഥാർഥമായ സൗഹൃദം ഉള്ളിലില്ലാത്ത സുഹൃത്തുക്കളെ യോർത്ത് വോൾട്ടയർ വിലപിച്ചു. "ദൈവമേ! എന്റെ സുഹൃത്തുക്ക ളിൽനിന്ന് എന്നെ രക്ഷിക്കണേ!... എന്റെ ശത്രുക്കളിൽനിന്ന് എന്നെ എങ്ങനെ രക്ഷിക്കണമെന്ന് എനിക്കറിയാം." ഏതോ ഒരു സുഹൃ ത്തിന്റെ കയ്പുള്ള ഓർമകൊണ്ടാവണം വോൾട്ടയർ ഇപ്രകാരം പറ ഞ്ഞത്. കൺഫ്യൂഷ്യസ് പറഞ്ഞു: "നിശ്ശബ്ദത ഒരു ചങ്ങാതിയാ കുന്നു, അത് നിങ്ങളെ വഞ്ചിക്കില്ല!..."

സൗഹൃദം ശുദ്ധ സുഗന്ധമാകുന്നു. സ്നേഹം വേരാണെങ്കിൽ സൗഹൃദം പൂവാകുന്നു, സുഗന്ധമാകുന്നു-കണ്ണുകൊണ്ടു കാണാനാ കാത്തത്. ഒരാൾക്കത് സ്പർശിക്കാൻ പോലുമാവില്ല; ഒരാൾക്കത് കയ്യിൽ പിടിക്കാനാവില്ല. ഒരാളുടെ അടച്ച കൈപ്പിടിയിൽ അതിനെ അടയ്ക്കാനാവില്ല. അതെ, ഒരാളുടെ തുറന്ന കയ്യിലതു വെയ്ക്കാനാ വുന്നു. പക്ഷേ, മടക്കിവെച്ച കൈക്കുള്ളിൽ അതിരിക്കില്ല. സ്നേഹ ത്തിൽനിന്ന് സൗഹൃദത്തിലേക്ക്, സൗഹൃദത്തിൽനിന്ന് സൗഹൃദത്തി ലേക്ക്!...

■

www.ingramcontent.com/pod-product-compliance
Lightning Source LLC
LaVergne TN
LVHW060622051026
849519LV00002B/722
* 9 7 8 9 3 8 0 8 8 4 1 3 4 *